தீர்ப்பு
தேடி வரும்

பட்டுக்கோட்டை
பிரபாகர்

1

மழை பெய்து கொண்டிருந்தது.

அந்தச் சாலை விளக்குக் கம்பத்தின் டியூப் லைட்டுக்கு விக்கல், வெளிச்சம் இமை திறக்கும்போதெல்லாம் விளக்கின் கீழ் தூவப்பட்ட அட்சதையாய் மழை... அதன் ஒளி எல்லைக்கு அப்பால் துடைத்த கரும்பலகையாய் இருட்டு... துறலைக் காற்று நடனமாடச் செய்தது.

ஓரமாக நிறுத்தப்பட்டிருந்த அந்தக் காரின் வழுக்கைத் தலையில் நீர் பட்டு மத்தாப்பாய்ச் சிதற, காரின் அருகில் பரிதவிப்புடன் நின்று கொண்டிருந்த அவன் முழுவதும் நனைந்திருந்தான்.

சாலையின் இரண்டு திசைகளிலும் எதிர்பார்ப்புடன் பார்த்தான். வெட்டின மின்னலில் அந்தச் சாலையில் வேறு நடமாட்டமே தென்படவில்லை.

தூரத்தில் தோன்றிய இரட்டை வெளிச்சங்களை அவன் விரல்களால் கண்களுக்கு மேல் குடை அமைத்துக்கொண்டு ஆக்ரோஷ நீர்ப் படுதாவை ஊடுருவிப் பார்த்தான்.

அவை சமீபித்ததும் அது ஒரு வேன் - அதன் பாதையில் நின்று இரண்டு கைகளையும் விரிய அசைத்து நிறுத்தச் சொல்லிய அவன் மௌனக் கோரிக்கைக்கு வேன் நிறுத்தப்பட்டது.

கண்ணாடிமேல் வழியும் நீரை வைப்பர்கள் இரண்டு கூட்டித் தள்ள, உதடுகளில் நெருப்புப் பீடியுடன் இருந்த டிரைவரிடம் ஓடினான். ஏற்றி விடப்பட்ட கண்ணாடி கொஞ்சமாக இறக்கப்பட்டது.

"எக்ஸ்க்யூஸ் மீ. என் பொண்டாட்டிக்குப் பிரசவ வலி எடுத்து ஆஸ்பத்திரிக்குப் புறப்பட்டோம். கார் திடீர்னு நின்னுபோச்சு. கொஞ்சம் ஹெல்ப் பண்ண முடியுமா? ப்ளீஸ்..."

"அழைச்சிட்டு வாங்க சார்."

"ரொம்ப நன்றிங்க..."

அவன் வேகமாக வந்து தன் காரின் பின்கதவின் கைப்பிடியில் கை வைத்ததும்...

"கட் சார்! ரெய்ன் ஆஃப்!"

மழை கோட் அணிந்திருந்த டைரக்டர் சொன்னதும், டிராலிமேல் பொருத்தப்பட்டிருந்த காமிராவின் இயக்கம் நிறுத்தப்பட்டது.

உதவி இயக்குநர் கழுத்தில் தொங்கின விசிலை ஊதியதும், மோட்டார் நிறுத்தப்பட்டது. இரண்டு புறங்களிலும் நின்றிருந்த தண்ணீர் லாரிகளின் மேல் தொழிலாளர்கள் பிடித்திருந்த ஹோஸ் பைப்புகளில் பாய்ச்சலாக வந்த தண்ணீரின் வேகம் குறைந்து வடிந்து, மழை நின்று போனது.

அந்த சினிமா ஸ்டூடியோவுக்குள் இருந்த அந்தச் சாலையில் படப்பிடிப்பை வேடிக்கை பார்க்க அந்த நேரத்திலும் இருபது, முப்பது பேர் கண்களில் பிரமிப்பு விலகாமல் ஒரமாக நின்று கொண்டிருந்தார்கள். மெட்ராஸுக்கு வந்து அண்ணா சமாதி, எம்.ஜி.ஆர். சமாதி பார்த்து, கடற்கரையில் நின்று, 'ஏ...அப்பா!' என்று சமுத்திரத்தை பார்த்து வியந்துவிட்டு, ஷூட்டிங் பார்த்தே ஆகவேண்டுமென்று என்று செங்கல்பட்டு விநியோகஸ்தரிடம் லெட்டர் வாங்கிக்கொண்டு வந்தவர்கள்...

"ராசு, நான் சொன்னப்ப நீ நம்பலையே. பார்த்துக்க நல்லா. நிசமா மழை வற்றப்ப படம் எடுக்கறதில்லை. மழை எல்லாம் கொழாய் சமாசாரம்தான்."

காமிராமேனுடன் தாழ்ந்த குரலில் விவாதித்துக் கொண்டிருந்த டைரக்டரைப் பார்த்து கார் அருகிலேயே இன்னும் நின்று கொண்டிருந்த நிர்மல்குமார் கேட்டான். "என்ன தயாள், ஷாட் ஓகேயான்னு சொல்லுப்பா. குளுருது."

டைரக்டர் அருகில் வந்து தன் ஆட்டுத் தாடியைச் சொறிந்து, "ஸாரி தலைவா! உங்க சைடு ஓ.கே.தான். காமிராதான் சொதப்பிட்டாங்க. டயலாக் பேசறப்ப உங்க முகத்துக்கு டைட்டா ஜூம் பண்ணச் சொல்லியிருந்தேன். எல்லாத்தையும்

                                        தீர்ப்பு தேடி வரும்

மிட் ஷாட்லயே ஃபாலோ பண்ணிருக்கார். ஒன் மோர் பண்ணிடலாம். இல்லைன்னா உங்க டயலாக் மட்டும் தனியா ஒரு க்ளோஸ் எடுத்துடட்டுமா?" என்றார்.

"ஐயோ!" என்றான் நிர்மல்குமார். "அரை மணி நேரத்துக்கு லைட்டிங் பண்ணிக்கிட்டிருப்பார் உன் ஆளு. ஒன் மோர் எடுத்துடு. நான் ரெடி."

வந்த வேன் அதன் பழைய இடத்துக்கு ரிவர்ஸில் சென்றது. காமிரா டிராலியில் வலது ஓரத்துக்கு நகர்ந்தது. தண்ணீர் லாரிகள்மேல் அமர்ந்திருந்த தொழிலாளர்கள் எழுந்து ஹோஸ் பைப்புகளை நிமிர்த்திக் கொண்டார்கள். கிளாப் போர்டில் 'டேக்-1' என்பது 'டேக்-2' என்று திருத்தி எழுதப்பட்டது.

"ரெடி ரெடி... ஆல் லைட்ஸ்!" என்றார் டைரக்டர்

அந்த ஷாட்டுக்கான மெலிதான நீல வெளிச்சம் பரவியது. டியூப் லைட் திக்கித் திக்கி எரியத் தொடங்கியது.

"ஸ்டார்ட் சவுண்ட்..."

தூரத்திலிருந்து வரப்போகிற வேனின் பின் சீட்டில் படுத்துக்கொண்டு கையில் மைக்கைப் பிடித்திருந்த சவுண்ட் இன்ஜினீயர் நாகரா கருவியை இயக்கிவிட்டு, "ரன்னிங் சார்" என்று அங்கிருந்தே கத்தினார்.

"மழை விடுப்பா!"

மோட்டார் போடப்பட்டு நான்கு பைப்புகளிலிருந்தும் குபுக்கென்று பாய்ச்சலாகத் தண்ணீர் சீற. அதை விரல்களால் கட்டுப்படுத்தி திசை திருப்பியதும், காமிரா பாக்கப்போகிற பகுதியில் மட்டும் பூப்பூவாய் மழை கொட்டத் தொடங்கியது.

"கிளாப் இன்..."

விவரம் எழுதின கிளாப் போர்டு காமிராவின் ஃபோகஸ் தூரத்தில் பிடிக்கப்பட்டது.

"ஸ்டார்ட் காமிரா!"

விர்ர்ர் என்று காமிராவில் ஃபிலிம் சுருள் ஓடத் தொடங்கியது.

"கிளாப்!"

"தர்ட்டி ஒன் பை செவன், டேக் டூ" என்று கிளாப்பைத் தட்டிய உதவி இயக்குநர் விலகியதும், "ஆக்ஷன்!" என்றார் டைரக்டர்.

நிர்மல்குமார் மழையில் நனைந்தபடி சாலையின் இருபுறமும் பார்த்ததும், இங்கிருந்து கைக்குட்டை அசைக்கப்பட்டது. உடனே தூரத்து வேன் விளக்குகளைப் போட்டுக்கொண்டு புறப்பட்டு வர, காமிரா டிராலியில் வலமிருந்து இடம் மெதுவாகத் தள்ளப்பட்டது.

நிர்மல்குமார் பழையபடி கையசைத்து வேனை நிறுத்தி, வசனம் பேசி, காரின் கைப்பிடியைத் தொட்டதும் காமிராவும் மழையும் நிறுத்தப்பட்டன.

"ஷாட் ஓகே நிர்மல்..."

நிர்மல்குமார் டச்சுப் பையன் நீட்டிய டவலை வாங்கி முகம், கை, வாட்ச்சின் மைக்காதுடைத்து மணி பார்த்து, "இன்னும் எத்தனை ஷாட் பாக்கி இருக்கு தயாள்?" என்றான். கொட்டாவியை மென்றான்.

"இன்னும் மூணே ஷாட்தான் தலைவா, உங்களைச் சீக்கிரம் அனுப்பி வெச்சிடணும்னுதான் ஸ்பிளிட் பண்ணாம பெரிய பெரிய ஷாட்டா எடுத்துட்டிருக்கேன். மணி என்ன. ரெண்டு பத்தா? மூணு மணிக்கெல்லாம் அனுப்பிடறேன். கொஞ்சம் அட்ஜஸ்ட் பண்ணிக்குங்க."

அடுத்த ஷாட்டுக்கு காமிரா இடம் மாற, தன் பெயர் எழுதின எவர்சில்வர் நாற்காலியில் ஈரமாக வந்து அமர்ந்து எடுபிடி பையனிடம் சிகரெட் வாங்கிப் பற்ற வைத்துக்கொண்ட நிர்மல்குமாரை உங்களுக்குத் தெரியவில்லை என்றால்...

நீங்கள் ரோட்டில் நடக்காத, டெலிவிஷன் பார்க்காத, ரேடியோ கேட்காத, செய்தித்தாள் புரட்டாத, அடுத்த வீட்டு ஆசாமியிடம் அரட்டைகூட அடிக்காத நபராக இருக்க வேண்டும் அல்லது கோமாவில் விழுந்துவிட்ட நோயாளியாக இருக்க வேண்டும்.

சென்னை அண்ணா சாலையில் ஏதாவது ஒரு படத்துக்கு ஏதாவது ஒரு போஸில் மாறி மாறி அறுபதடி கட்-அவுட்களில்

                                                தீர்ப்பு தேடி வரும்

நிர்மல்குமார் சிரிப்பான், கோபமாய் முறைப்பான், காதலாய்ப் பார்ப்பான். எட்டே பக்கங்கள் கொண்ட 'பால் நிலா' என்ற கையெழுத்துப் பத்திரிகைவரை அவனைப் பேட்டி எடுத்து எழுதிவிட்டார்கள்.உங்க வாழ்க்கையில மறக்க முடியாத நிகழ்ச்சி என்ன? நான் இந்த ஷேவிங் க்ரீமைதான் உபயோகிக்கிறேன். நீங்களும் இதையே உபயோகிக்கலாமே? என்று டெலிவிஷன் விளம்பரத்தில் உங்களைப் பார்த்துச் சிரிக்கிறானே, அந்தப் பத்து செகண்ட் சிரிப்புக்கு அவன் வாங்கிய தொகையைக் குறிப்பிட்டால் வ.வரி அதிகாரிகளிடம் மாட்டிக் கொள்வான். பாவம், விட்டுவிடலாம்.

பத்து வருடங்களுக்கு முன்பு, 'ஊசி போட்டிருக்கேன். பயப்படறதுக்கு ஒண்ணுமில்லை. ஷி வில் பி ஆல் ரைட்' என்று ஒரே ஸீனில் வரும் டாக்டராக, 'அம்மா, உங்களுக்கு மணியார்டர் வந்திருக்கு' எனும் போஸ்ட்மேனாக, 'பஞ்சாயத்துல முடிவு எப்படி இருக்குமோ, வா புள்ளே போய் பார்க்கலாம்' எனும் ஊர்வாசியாக நடிக்கத் தொடங்கி, ஹீரோவின் தோழர்களில் ஒருவனாக வளர்ந்து, இரண்டு கதாநாயகர்களில் ஒருவனாக உயர்ந்து, பிறகு தனி ஹீரோ.

அந்த முதல் படம் ஏன் அப்படிப் பியத்துக்கொண்டு ஓடியது என்பது நாளது தேதி வரை அதன் இயக்குநருக்கே புதிரான விஷயம்.அதிலிருந்துகடந்தஐந்துவருடங்களாகநிர்மல்குமாரின் காட்டில் நிற்காத அடை மழை! நிர்மல்குமார், தன் அருகில் கால்மேல் கால் போட்டு அமர்ந்தபடி ஆங்கில நாவல் படித்துக் கொண்டிருந்த பரணியைப் பார்த்தான். அவள் வயிற்றில் துணி மூட்டை வைத்து மேடாகக் கர்ப்பம் உருவாக்கியிருந்தார்கள்.

சிகரெட் புகையை அவள் திசையில் ஊதினான். அவள் கவனம் புத்தகத்தில் இருந்து கலையயவில்லை. தன் தலையில் இருந்து சொட்டின நீரைக் கொஞ்சம் கையில் சேகரித்து அவள் முகத்தில் இங்கிருந்தே தெளிக்க, "ஏய்!" சிலிர்த்துச் சிணுங்கினாள்.

"என்ன அவ்வளவு தீவிரமா படிச்சிட்டிருக்கே? நாளைக்குப் பரீட்சையா?"

"இல்லை. இது ஒரு ஹாலிவுட் நடிகையோட வாழ்க்கை வரலாறு. அவளே எழுதிருக்கா. ரொம்ப சுவாரஸ்யமா இருக்கு

நிர்மல். ஸ்டார் ஆகறதுக்காக இங்கே மாதிரியே எவ்வளவு போராட்டங்களைச் சந்திச்சிருக்கானு தெரியறப்ப பிரமிப்பா இருக்கு.”

“யானை மாலை போட்டு ராஜா ஆகறதெல்லாம் கதையிலதான் பரணி. சினிமான்னு இல்லை, எந்தத் துறையிலயுமே போராட்டம் இல்லாத வெற்றியே இல்லை. நாளைக்குப் பொள்ளாச்சி புறப்படறியா?”

“ஆமாம்.”

“எத்தனை நாள்?”

“பத்து நாள்தான் கொடுத்துருக்கேன். மழையா இருக்காம். பதினஞ்சு நாள் இழுத்துடுவோங்கன்னு நினைக்கிறேன். உங்களுக்கு அவுட்டோர் எப்போ?”

“அடுத்த மாசம்தான். ரெண்டு படம் முடிஞ்சிடுச்சி. ரிலீஸ் தேதி வெச்சிட்டு என் டப்பிங்குக்காக வெய்ட் பண்றாங்க. அதை முடிச்சிட்டு சொந்தப் பட டிஸ்கஷன்ல உட்காரணும்னு இருக்கேன்.”

“பூஜை எப்போ?”

“கதை ரெடியானதும்...”

“உங்க கதையா?”

“ஐயோ! நமக்கு சமைச்சி வெச்சா காரம் கம்மி, உப்பு தூக்கல்னு குறை சொல்லத்தான் தெரியும். ஒரு மலையாள ஹிட் நாவல். அதை எனக்குத் தகுந்த மாதிரி ஹீரோயிஸம் எல்லாம் சேர்த்துச் செய்யலாம்னு பார்க்கறேன்.”

நிர்மல்குமாரின் உதவியாளன் வந்து தயங்கி நின்றான்.

“என்ன சேகர்?”

“வீட்டிலேர்ந்து அம்மா போன் பண்ணாங்க சார்.”

“மூணு மணியாகும்னு சொல்லு. அவளைத் தூங்கச் சொல்லு.”

                                        தீர்ப்பு தேடி வரும்

அவன் விலக, "இந்த நேரத்தில போய் தூங்காம போன் பண்றாங்களா உங்க வொய்ஃப்?" என்றாள் ஆச்சரியத்துடன் பரணி.

"அவளை மாத்த முடியலை. தினம் நான் வீட்டுக்குப் போறவரைக்கும் என்னமோ திருவிழால குழந்தையைத் தவற விட்டுட்டமாதிரிதான் தவிச்சிக்கிட்டு உக்காந்திருப்பா. 'ஏண்டி, நான் என்ன வடையா? என்னைக் காக்கா தூக்கிக்கிட்டுப் போயிடுமா?'ன்னு கூடக் கேட்டாச்சு. வீட்டை விட்டு வெளில போனவன் திரும்ப வீட்டுக்கு வர்றது ஒரு அதிசயம் அவளுக்கு. இப்ப நான் தூங்கச் சொன்னேன்ல, தூங்க மாட்டா. நான் வீட்டுக்குப் போறவரைக்கும் கொட்டுக் கொட்டுன்னு விழிச்சுக்கிட்டு உக்காந்திருப்பா."

"அதாவது உங்கமேல அவ்வளவு அன்பு!"

"ஒரு நாள் என் வீட்டில் ஒளிஞ்சிருந்து வேடிக்கை பாரு. அப்பத் தெரியும், அது அன்பா இல்லை அவஸ்தையான்னு. கிட்டத்தட்ட விரல் சூப்பற பாப்பா மாதிரிதான் என்னை ட்ரீட் பண்ணுவா."

"சார், ஷாட் ரெடி! மேடம், உங்களுக்கும் ஷாட் இருக்கு" என்று ஓர் உதவி இயக்குநர் வந்து சொல்லி, இருவரும் எழுந்து கொண்டபோது...

ஷூட்டிங்கை, வேடிக்கை பார்த்துக் கொண்டிருந்த கும்பலில் இருந்து ஒரு முரட்டு ஆசாமி மட்டும் நைஸாக வெளிவந்து நிர்மல்குமாரைக் குறிவைத்து ஓடிவரத் தொடங்கினான்.

அவன் கையில் விரித்த கத்தி இருந்தது!

❖

2

அந்த முரட்டு ஆசாமி கையில் விரித்த கத்தியோடு நிர்மல்குமாரை நோக்கி ஓட... அதைக் கவனித்த லைட்டாய் ஒருவன் பாய்ந்து அவன் கையைப் பிடித்துத் தடுக்க முயல, "விடுடா..." என்று உதறிக்கொண்டு முன்னேறினான் அவன்.

நிர்மல்குமாருக்கு முன்னால் வந்து நின்று மூச்சிரைத்து, "நில்லு தலைவா!" என்று உத்தரவாகச் சொன்னான். என்ன என்று புரிந்து பத்துப் பேர் அவனைச் சூழ்ந்து பிடிப்பதற்கு முன்பாக, சட்டென்று தன் வலது கையின் கட்டை விரலில் கத்தியால் கீறினான்.

"என்னப்பா இது?" நிர்மல்குமார் பதற, ஒரு கோடாக வழியத் தொடங்கிய ரத்தத்தால் நிர்மல்குமாரின் நெற்றியில் திலகமிட்டு, "யாரும் உன்னை அசைச்சுக்க முடியாது... நீ தூள் கிளப்பு தலைவா"என்றான், அந்த இளைஞன் உற்சாகமாக.

"என்ன வெறித்தனம் இது?" ரத்தம் கொட்டிக் கொண்டிருந்த அவன் விரலைப் பிடித்துக் கொண்ட நிர்மல்குமார் தனது எடுபிடிப் பையனின் ஐஸ் பாக்ஸிலிருந்து ஐஸ் கட்டியை எடுத்து வைத்து ரத்தத்தை நிறுத்த முற்பட்டான் பதற்றமாக. தன் செகரட்டரியைக் கூப்பிட்டு, "சேகர், கத்தி துருப்பிடிச்சிருக்குப் பாரு. உடனே ஆஸ்பத்திரிக்குக் கூட்டிட்டுப் போ... சீக்கிரம்!"

ரசிகனிடம் துளிப் பதற்றம் இல்லை. "விடு தலைவா, ஒண்ணும் ஆகாது. இதென்ன பிரமாதம்... உனக்காக நான் என் உயிரையே கொடுப்பேன். என் நெஞ்சுல கத்தியால உன் பேரைக் கீறிக்கட்டுமா, சொல்லு. உடனே செய்யறேன்" என்றான் சிரித்தபடி.

"எந்தப் பைத்தியக்காரத்தனமும் வேணாம். முதல்ல கத்தியைக் கீழ போடு. ஆஸ்பத்திரிக்குப் போய் கட்டு போட்டுக்கிட்டு ஊருக்குப் போய் சேருப்பா..."

ஆனால், அவனோ அந்த நிலைமையிலும் நிர்மல்குமாரின் அருகில் நின்று புகைப்படம் எடுத்துக் கொண்டாக வேண்டும் என்று அடம்பிடித்து, புகைப்படம் எடுக்கப்பட்ட பிறகே சேகர் கொண்டு வந்த காரில் ஆஸ்பத்திரிக்குப் புறப்பட்டுச் சென்றான்.

பெருமூச்சுடன் நாற்காலியில் அமர்ந்த நிர்மல் தரையில் பொட்டுப் பொட்டாகச் சிந்திச் சிதறியிருந்த ஏராளமான ரத்தத் துளிகளைப் பார்த்தான். தன் நெற்றியைப் பிடித்துக் கொண்டான்.

டைரக்டர் தயாள் அருகில் வந்து, "சரியான காட்டுமிராண்டி! இதுக்குத்தான் யாரையும் ஷூட்டிங் பார்க்க விடக்கூடாதுன்னு நான் அடிச்சுக்குவேன்" என்றான்.

"இங்கே இல்லைன்னா என் வீட்டு வாசல்ல நின்னு செய்வான். எவ்வளவு ரத்தம் பாரு தயாள்! என்ன வெறித்தனம் இது? அபிமானம்ன்னா அதுக்கு ஒரு லிமிட் இல்லையா?"

"அட! நீங்க ஒண்ணு... தான் கவனிக்கப்படணும்ன்னு செய்ற சேஷ்டைங்க இது. நீங்க என்ன செய்வீங்க இதுக்கு? வொர்ரி பண்ணிக்காதீங்க. ரொம்ப அப்செட் ஆயிட்டீங்க நிர்மல். பேக்கப் பண்ணிடட்டுமா? நாளைக்கு ராத்திரி ஒரு மணி நேரம் வந்தால் போதும், முடிச்சுக்கறேன்... என்ன?"

"பெட்டர்! என்னால இப்ப கவனம் செலுத்த முடியும்ன்னு தோணல. அவன் கத்தியோட ஓடி வந்தப்பவே ஒருமாதிரி பக்குன்னு ஆயிடுச்சு. ஸாரி தயாள்... முடிச்சுக் கொடுத்துட றேன்..." எழுந்து கொண்டான் நிர்மல்குமார்.

மேக்கப் அறைக்குச் சென்று ஈர உடைகளைக் களைந்து சொந்த உடைகளை அணிந்தான். மேக்கப்மேன் அந்த ரத்தத் திலகத்தை துடைத்து தலைக்கு ஹேர் டிரையர் போட்டு வாரிவிட்டதும், எடுபிடிப் பையன் பன்னீர் தொடர, தன் காருக்கு நடந்தான்.

ஜெனரேட்டர் நின்று போயிருக்க, டிராலி டிராக்குகளையும். விளக்குகளையும், அவற்றின் ஸ்டாண்டுகளையும் யூனிட் வேனில் ஏற்றிக் கொண்டிருந்தார்கள். பரணி தன் மாருதியில் இவனுக்குக் கையசைத்து விட்டுக் கடந்தாள். கடந்தபோது சிரித்தாள்.

ஆதவன் தன் உச்சந்தலையை மட்டும் கடல் மட்டத்துக்கு மேல் நீட்டத் தொடங்கியிருக்க, ராத்திரி மீன் பிடிக்கச் சென்ற படகுகள் சில்ஹவுட்டில் கரைக்குத் திரும்பிக் கொண்டிருந்தன. பிரமாண்டமானதொரு மீனின் ஆரஞ்சு நிற செதில்களாக அலைகள்.

பெசன்ட் நகரில் கடற்கரைக்கு அருகில் இருந்த அந்த பங்களாவின் தோட்டத்து மலர்களை ஓசோன் காற்று துயில் எழுப்பிக் கொண்டிருந்தது.

காம்பவுண்ட் கேட் அருகே கிரானைட் பதித்த தூண்கள் ஒன்றில் 'நிர்மல் குமார்' என்று தங்கச் செதுக்கல்... சுவரோரமாக வெள்ளை மற்றும் ரோஸ் நிறப்பூக்களுடன் போகன் வில்லா. கேட்டுக்கும் பங்களாவுக்கும் நடுவில் அழகாக அமைக்கப் பட்ட பசேல் புல்வெளி. அதை வகிடெடுத்துப் பிரித்துச் செல்லும் சிமென்ட் கார் பாதை. அதன் இரண்டு விளிம்புகளிலும் முக்கோண செங்கற்கள் நட்டு வெள்ளை வர்ணமடிக்கப் பட்டிருந்தது.

போர்டிகோவுக்குக் கீழே மழைக்கு ஒரு கிராமமே ஒதுங்கலாம். இப்போது நிர்மல்குமாரின் நீல நிற கண்டஸாவும், வெள்ளை மாருதியும் மற்றும் அவனைப் பார்க்க வந்தவர்களின் இரண்டு அம்பாஸடர்களும் ஒதுங்கியிருந்தன.

நவீனமான குளிரூட்டப்பட்ட வரவேற்பறை. தவறு, வரவேற்பு ஹால் என்று திருத்தி வாசிக்கவும். ஆள் விழுங்கி சோபாக்கள். கால் புதையும் தரைக் கம்பளம். இரண்டு சுவர்கள் முழுக்க *100 நாள், 150 நாள், 175 நாள்* விழாக்களில் வழங்கப்பட்ட கேடயங்கள் மற்றும் நினைவுப்பரிசுகள், இந்தப் பக்கம் இடுப்பில் கைகளை வைத்துச் சிரிக்கும் ஆளுயர லேமினேடட் நிர்மல்குமார். ஹால் ஓரத்தில் நாக்கைத் தொங்கவிட்டுக் கொண்டு பளிச்சிடும் கண்களுடன் மூன்றடி உயரத்துக்கு ஒரு பொய் நாய். அப்புறம் 'தாங்க்ஸ் ஃபார் நாட் ஸ்மோக்கிங்' ஸ்டிக்கர்.

அந்த அதிகாலையில் ஐந்து பேர் அவனுடைய திருப்பள்ளிஎழுச்சி முடிந்து கிடைக்கப்போகிற தரிசனத்துக்காக, சொல்லப்போகிற ஒன்றிரண்டு வார்த்தைகளுக்காகக் காத்திருந்தார்கள்.

தீர்ப்பு தேடி வரும்

'அடுத்த வாரம் வாங்களேன்.'

'நாளைக்கு போன் செய்ங்கண்ணே...'

'கார்ல பேசிக் கிட்டே போகலாம். வாங்க...'

'சும்மா அலையாதீங்க. வேஸ்ட்...'

'ஞாபகமிருக்கு. நானே போன் செய்யறேன்.'

இதில், 'கார்ல பேசிக்கிட்டே போகலாம்... வாங்க' என்று நிர்மல்குமார் சொல்லிவிட்டால், காரியம் பழம் என்பது இண்டஸ்ட்ரி முழுக்கத் தெரியும். காரியமாவது... வேறென்ன? கால்ஷீட்தான்!

அந்த ஐந்து பேரும் தங்களுக்குள் விரோதம் போல ஆளுக்கொரு காரியத்தில் இருந்தார்கள். பட்டு ஜிப்பா ஆங்கில பேப்பரில், ஸஃபாரி சூட் தொடைகளை ஆட்டிக்கொண்டு, குங்குமப் பொட்டு - கண்மூடி யோசிக்கிறாரா இல்லை தூங்குகிறாரா? சட்டை பாக்கெட்டில் ஒரு பேனா இருக்க, மற்றொரு பேனாவால் ஒரு விசிட்டிங்கார்டின் பின்புறம் எழுதிக் கொண்டிருந்த ஜோல்னாப் பைக்கு அருகில், வர்ணனையில் சிக்காத கடைசி ஆசாமி இடது மேல் வலது பிறகு வலது மேல் இடது என்று கால் மாற்றி, கால் மாற்றிப் போட்டு கேடயங்களைப் பார்த்தார்.

உள்ளே ஹாலில் போனில் சேகர். "குளிச்சிட்ருக்கார். இதோ பத்து நிமிஷத்தில புறப்பட்டுடுவார்" என்று சொல்லிவிட்டு இண்டர்காம் எடுத்து, எண் அழுத்த...

மாடியில் இருந்த மெகா படுக்கை அறையில் கண்ணாடி பார்த்து தன் கூந்தலில் நடு வகிடு எடுத்துக் கொண்டிருந்த திவ்யா, சீப்பைத் தலையில் செருகிக் கொண்டு இண்டர்காம் ரிஸீவரை எடுத்து, "என்ன சேகர்?" என்றாள்.

"சார் எந்திரிச்சுட்டாரா சிஸ்டர்?"

கட்டிலில் மார்பு வரை போர்த்திக் கொண்டு லேசாக வாய்பிளந்து உறங்கும் நிர்மல்குமாரைப் பார்த்தாள். "இன்னும் இல்லை" என்றாள்.

"ஏழு மணிக்கு மகாபலிபுரத்தில் சூங் ஷூட்டிங். மணி இப்பவே ஆறரை ஆயிடுச்சு. ரெண்டு தடவை போன் பண்ணிட்டாங்க. அப்புறம் ரொம்ப லேட்டாயிடும். சிஸ்டர்."

"அஞ்சரை மணிக்கு அலாரம் செட் பண்ணிட்டுப் படுத்தார். அவர் தூங்கி னதும் நான்தான் அதை ஆஃப் பண்ணி வெச்சேன். வந்து படுத்தப்பவே மூணு மணி. அஞ்சரைக்கு எந்திரிக்கிறதுன்னா என்ன விளையாட்டா?"

"ஐயோ! சிஸ்டர் எழுப்பிவிட்டுடுங்க ப்ளீஸ். ஏண்டா எழுப்பலைன்னு என்னைத்தான் சத்தம் போடுவார்."

"ஊஹூம். நான் மாட்டேன். அப்படி என்ன உடம்பைக் கெடுத்துக்கிட்டு சம்பாரிச்சிக் கொட்ட வேண்டியிருக்கு? நீ ஷூட்டிங்கை கான்சல் பண்ணச் சொல்லிடு."

"திவ்யா!" - அதட்டலான குரலுடன் எழுந்து கொண்ட நிர்மல்குமார் வந்து, அவளை முறைத்துவிட்டு ரிஸீவரைப் பிடுங்கி, "குட்மார்னிங் சேகர். எந்திரிச்சுட்டேன். நான் பதினஞ்சு நிமிஷத்துல ரெடி ஆயிடறேன். டிபனை கார்ல வைக்கச் சொல்லிடு. போறப்ப சாப்பிட்டுக்கறேன். யாரும் முக்கியமா வந்திருக்காங்களா?" என்று கொட்டாவிவிட்டான்.

கஞ்சி போட்ட காட்டன் புடவையை புஸ்ஸென்று உப்பலாகக் கட்டியிருந்த திவ்யா நகர்ந்து கூந்தலை சீவிப் பின்னல் போட்டுக் கொள்ளத் தொடங்கினாள். முனையில் ரப்பர் பாண்ட் போட்டு பின்னலை முதுகில் விசிறி, கண்ணாடி ஓரத்தில் ஒட்டி வைத்திருந்த ஸ்டிக்கர் பொட்டை எடுத்து ஒட்டிக்கொண்டாள். படுக்கைக்குச் சென்று தலையணைகளை ஒழுங்குபடுத்தி, போர்வையை மடித்தாள்.

"முக்கியம்னு பார்த்தா ஜே.ஆர்.கே. வந்திருக்கார். ராஜாளிலேர்ந்து ரஞ்சன் வந்திருக்கார். மேட்டர் இன்னிக்கு அச்சுக்குப் போயாகணுமாம்."

"சரி... 'ஜே.ஆர்.கே'யை அவர் வண்டில லொகேஷனுக்கு வரச் சொல்லிடு. மேக்கப் போட்டுக்கிட்டே பேசி முடிச்சுடறேன். ரஞ்சன் என்னோட வரட்டும். வேற யாரா இருந்தாலும் நாளைக்குப் பார்க்கறேன்."

  தீர்ப்பு தேடி வரும்

நிர்மல்குமார் பேசிவிட்டு திவ்யாவைப் பார்த்து, "என்ன நினைச்சிட்டிருக்கே நீ? நீபாட்டுக்கு கான்சல் பண்ணச் சொல்லுன்னு பேசறே..." என்றபடி இரவு உடையைக் கழற்றினான்.

வார்ட்ரோபில் இருந்து அன்றைக்கு அவன் போட்டுக் கொள்ள வேண்டிய உடையை ஹேங்கருடன் எடுத்து கோட் ஸ்டாண்டில் மாட்டி, டவல் எடுத்துச் சென்று டாய்லெட் அறையின் ராடில் மாட்டினாள் மௌனமாக.

உள்ளேவந்தவனிடம் டூத்பிரஷ்ஷில் பேஸ்ட் பிதுக்கிநீட்டினாள்.

"கேக்கறேனில்ல, பதில் சொல்றியா பாரு..."

வெந்நீரைசரியானவிகிதத்தில்அமைத்தபடி அவள், "அப்படியே கண்ணாடில பாருங்க. கண்ணு ரெண்டும் செக்கச்செவேல்னு சிவந்து இருக்கு பாருங்க. தினம் ரெண்டு மணி நேரம், மூணு மணி நேரம்தான் தூங்கறீங்க. உஷ்ணங்க! உடம்பு என்னத்துக்கு ஆகும்?" என்றாள்.

"என்னை என்ன பண்ணச் சொல்றே? நிறைய ஒப்புக்கிட்டாச்சு..."

"எதுக்கு அவ்வளவு படம் ஒப்புக்கணும்ன்னு கேக்கறேன்."

"ஒவ்வொருத்தருக்கும் ஒரு நேரம்தான் பிரைட்டா இருக்கும். இப்போ என்னோட நேரம். எப்பவும் காத்தடிக்காது. மஞ்சள் வெளிச்சம் அடிச்சுக்கிட்டிருக்கிறப்பவே அதை முழுசா பயன்படுத்திக்கணும் திவ்யா."

"அதென்ன வெளிச்சமோ, இப்படி கடிகாரம் மாதிரி உழைக்கிறது எனக்குப் பிடிக்கலை. நான் சொல்லி எதைக் கேட்டுக்கிட்டிருக்கீங்க? சொல்றவங்க சொன்னா எடுபடுமோ என்னவோ..."

"காலையிலேயே ஆரம்பிக்காதே திவ்யா, மூட் அநா வசியத்துக்குக் கெட்டுப் போயிடும். முதல்ல இந்தப் பொடி வெச்சுப் பேசற பழக்கத்தை விட்டுடு. நகரு. நான் குளிக்கணும்."

சற்றே தூக்கிச் செருகியிருந்த சேலையை எடுத்து விட்டுவிட்டு உதடுகளில் சுளிப்பு செய்த திவ்யா, "ஆமாம், பொடி

வைக்கிறாங்க! ஆனா, என்கிட்ட சொக்குப் பொடி இல்லையே... அந்த மாதிரி மயக்கி கைக்குள்ளே போட்டுக்க" என்று முனகிக் கொண்டே குளியலறையை விட்டு வெளியே செல்ல... கதவை அறைந்து சாத்தின நிர்மல்குமார், வாய் கொப்பளித்துவிட்டு எலெக்ட்ரிக் ஷேவரை எடுத்தான்.

பங்களாவை விட்டு நிர்மல்குமாரின் கண்டெஸாபுறப்பட்டதும், வாட்ச்மேன் கேட்டைத் திறந்து பிடித்தபோது,

வெளியே காத்திருந்த இருபது, முப்பது ரசிகர்கள் உள்ளே ஓடி வந்து காருக்குக் குறுக்கே நின்றார்கள். சுற்றிக் கொண்டார்கள்.

காரை விட்டு இறங்கி நிர்மல்குமார் எல்லோருக்கும் கைகொடுத்து, "அர்ஜெண்டா ஷூட்டிங் போய்க்கிட்டு இருக்கேன். நாளைக்கு வாங்க, போட்டோ எடுத்துக்கலாம்" என்று சமாதானப்படுத்தி அனுப்பிவிட்டு அமர்ந்ததும், கார் புறப்பட்டது. ஏ.ஸி. போடப்பட்டு சில விநாடிகளிலேயே காற்று ஈரமானது.

முன்புறம் எடுபிடிப் பையன் பன்னீரும், சேகரும் இருக்க, பின்னால் சாய்ந்து அமர்ந்திருந்த நிர்மல்குமாருக்கு அருகில் ஸீட்டின் முனையில் அமர்ந்திருந்த ரஞ்சன் சிறிய டேப்ரிக்கார்டர் வைத்திருந்தான். தன் 2.5 பவர் கண்ணாடி வழியாகப் பார்த்து. "கேக்கட்டுமா சார்?" என்றான்.

"கேளுங்க..."

"கொஞ்சம் சங்கடமான கேள்விதான் சார். நடிகை பரணியை நீங்க ரகசியமா கல்யாணம் பண்ணிக்கப்போறதா..."

கேள்வி முடியும் முன்பே நிர்மலின் முகம் நிறம் மாறியது.

⚬

　　　　　　　　　தீர்ப்பு தேடி வரும்

3

நிர்மல்குமாருக்கு கோபம் துளிர்த்தது. நாக்கின் நுனியில் வார்த்தைகள் துடித்தன. முகம் சிவப்பது அவனுக்கே தெரிந்தது. எச்சிலுடன் எல்லா வற்றையும் விழுங்கிக் கொண்டு செயற்கையாகப் புன்னகை பொருத்திக்கொண்டான்.

"என்னரஞ்சன், எங்களுக்கு அப்படி ஓர்ஜடியா இல்லைன்னாகூட நீங்க எல்லாம் சேர்ந்து தாலி கொண்டாந்து கொடுத்து கல்யாணம் பண்ணி வெச்சிடுவீங்க போலிருக்கே..."

நிருபர் மரியாதைக்குச் சிரித்து, "இல்லை சார், இன்னிக்கு எல்லா பத்திரி கைகளிலேயும் உங்களையும் பரணியையும் சம்பந்தப்படுத்தி நிறைய கிசுகிசு வருது. அதனாலதான் கேட்டேன்" என்றான்.

"இந்த கிசுகிசுங்கறதே அலங்காரம் செஞ்ச ஒரு பொய்தானே ரஞ்சன்! கடைசி வரியில 'என்று பேசப்படுகிறது' 'சொல்லிக் கொள்கிறார்கள், நடந்தால் ஆச்சரியப்படுவதற்கில்லை' இப்படித்தானே எழுதி முடிக்கிறீங்க? பரணியோடு அஞ்சு படத்துல நடிக்கிறேன். ஹிட் ஜோடின்னு எங்களை விநியோகஸ்தர்கள் முத்திரை குத்திட்டாலே தயாரிப்பாளர்கள் எங்களைச் சேர்த்து புக் செய்யறாங்க. அதனால பத்திரிகைக்காரங்க கன்னாப்பின்னான்னு எழுதித் தள்ளிக்கிட்டு இருக்காங்க. வாசகர்களுக்கு மொறுமொறுன்னு ஏதாச்சும் செய்திக் கொடுக்கணும்ன்னு செய்ற வேலை இது."

ரஞ்சன் விடுவதாக இல்லை...

"நாலு நாள் முன்னாடி பரணியை நானே ஒரு பேட்டி எடுத்தேன். சார். அப்போ உங்களை கேட்ட மாதிரியே அவங்களை 'நிர்மல்குமாரை நீங்க லவ் பண்றீங்களா?'ன்னு கேட்டேன்..."

"என்ன சொன்னாங்க?"

"இந்தக் கேள்விக்கு பதில் சொல்ல விரும்பலை'ன்னாங்க. அவங்க 'இல்லை'ன்னு மறுத்து சொல்லியிருக்கலாமே?"

"அவங்க ஏன் இப்படிச் சொல்லலை... ஏன் அப்படிச் சொன்னாங்கங்கிறதுக்கெல்லாம் நான் விளக்கம் சொல்ல முடியாது சார் அப்புறம்... இன்னிக்கு இது ஒண்ணுதான் கேள்வியா?" என்ற நிர்மல், "பன்னீர், டிபன் கொடுடா" என்றான்.

பன்னீர் தன் காலடியில் வைத்திருந்த ஹாட்பேக்கில் இருந்த பூரியும், மசாலும் ஒரு பிளேட்டில் வைத்து நீட்ட, வாங்கி மடியில் வைத்துக் கொண்டு, சாப்பிடத் தொடங்கி, "நீங்க கேளுங்க ரஞ்சன்... ஸாரி, டிபன் சாப்பிடறீங்களா? தரச் சொல்லட்டுமா?"

"இல்லை... வேணாம் சார். உங்களோட வளர்ச்சி திட்டமிட்ட உழைப்பா, இல்லை எல்லாம் அதிர்ஷ்டவசமா நடந்ததா?"

கார் இப்போது டிராஃபிக் ஜாமில் தயங்கி நிற்க, அருகில் வந்து நின்ற ஸ்கூட்டரில் இருந்து, "டேய்! நிர்மல்டா" என்று குரல் வந்தது.

நிர்மல் திரும்பிப் பார்க்க, "ஹலோ சார், 'தர்மத் திருமகன்'ல பிரேக் டான்ஸ் கொன்னுட்டிங்க சார்" என்றான் அந்த இளைஞன்.

"தாங்க் யூ" என்றான். கிள்ளிய பூரியை அவன் பார்வையில் இருந்து மறைத்து வைத்தான். தடை நீங்கி கார் புறப்பட, அந்த இளைஞன் கையசைத்து விட்டுக் கடந்ததும், காரின் கண்ணாடியை ஏற்றிவிட்டு, "என்ன கேட்டீங்க? ம்... வளர்ச்சி! வெறும் அதிர்ஷ்டத்தால மட்டும் ஒருத்தன் முன்னேற முடியாது. அதேசமயம் ரொம்பக் கடுமையா உழைச்சும் முன்னேற முடியாத பலரை எனக்குத் தெரியும். அதனால வளர்ச்சிக்குக் காரணம்னு ரெண்டையும் சொல்லலாம். ஒரு சின்ன வித்தியாசம். நீங்க அதிர்ஷ்டம்னு சொல்றதை நான் கடவுளோட கருணைன்னு நினைக்கிறேன்."

"உங்களுக்கு கடவுள் பக்தி அதிகமா சார்?"

"அலகு குத்தி, காவடி தூக்கற அளவுக்கு வெறி கிடையாது. நான் கடவுளை நம்பறேன். தினம் கும்புடறேன்."

   தீர்ப்பு தேடி வரும்

"இதுவரைக்கும் எத்தனை படம் சார் முடிச்சிருக்கீங்க?"

"எத்தனை சேகர்?"

முன்புறம் மௌனமாக அமர்ந்திருந்த சேகர் உடனே, எல்லா மொழியிலயும் சேர்த்து அறுபத்திரண்டு சார். தமிழ்ல மட்டும் நாற்பத்தியேழு என்றான்.

"உங்க மனைவியோட புகைப்படத்தை எந்தப் பத்திரிகைக்கும் நீங்க தர மறுக்கிறீர்களாமே, அப்படியா?"

"ஆமாம்...உண்மைதான். நான்தான் சார் பொதுவாழ்க்கைக்கு வந்துட்டவன். என்னைப் பத்தி எழுதலாம். விமரிசிக்கலாம். என் பர்சனல் வாழ்க்கை பத்தி நான் அனுமதிக்கிற வரைக்கும்தான் எழுதலாம். என் மனைவியோட படம் வரும்னு வையுங்க. பார்க்கற ஒவ்வொருத்தனும் ஒவ்வொரு மாதிரி காமென்ட் அடிப்பான். அது எனக்குப் பிடிக்கலை. ஷி ஈஸ் ஸம்திங் வெரி பர்சனல் டு மி. இல்லையா?"

"ஓய்வு நேரமா? நல்லவேளை, என் வொய்ஃப் முன்னாடி இந்தக் கேள்வியை நீங்க கேக்காம போனீங்க. ஒரு பத்து நிமிஷம் அவளோட உக்கார்ந்து பேசி பல மாசமாச்சு சார். நம்பமாட்டீங்க. எங்களுக்கு கல்யாணமாகி நாலரை வருஷ மாச்சு. ஒரு வாரம் அவளை அழைச்சுக்கிட்டு வெளியூர் போகலை இன்னும். பிளான் பண்ணுவேன். கடைசி நிமிஷத்துல ஏதாச்சும் வேலை வந்த கான்சல் ஆயிடும்."

"என்னதான் பேர், புகழ், பணம் எல்லாம் இருந்தாலும், இந்த மாதிரி சில விஷயங்களை நிறைவேத்திக்க முடியாதது உங்களுக்குக் கஷ்டமா இல்லையா?"

"கஷ்டமாத்தான் இருக்கு. என்ன செய்யறது? இந்த மாதிரி இழப்புகள்தான் அந்தப் புகழுக்குக் கொடுக்க வேண்டிய விலை! ஒண்ணுமில்லை. கடற்கரையில் காலாற நடந்து மொளகா பஜ்ஜி வாங்கித் திங்கணும்னு நினைப்பேன். எக்ஸிபிஷனுக்குப் போய் டோராடோரால ஏறி சுத்தணும்னு நினைப்பேன். இப்ப முடியுமா? தினசரி டென்ஷனை எல்லாம் உதறிட்டு திடீர்னு ஒரு பத்து நாள் காணாமப் போயிடணும்ன்னு

ஆசையா இருக்கு. எங்கே போனாலும் டெலிபோன் துரத்தும். சிலசமயம் இந்த கிரஹாம்பெல் ஏண்டா இதைக் கண்டுபிடித்துத் தொலைச்சான்னு எரிச்சலா இருக்கும்!”

நிர்மல்குமார் டவலில் கை துடைத்து, மினரல் வாட்டர் குடித்தான்.

ரஞ்சன் டேப்பை அணைத்துவிட்டு, “தாங்க் யூ சார். நான் இப்படியே இறங்கிக்கறேன்” என்றான், டேப் ரிக்கார்டரைத் தன் ஜோல்னாப் பைக்குள் வைத்துக் கொண்டு.

அவனை இறக்கி விட்டுவிட்டுப் பயணம் தொடர்...

“சேகர், இந்தாளு ஜாஸ்தியா சொல்றானா இல்லை, நிஜமாவே ரொம்ப எழுதறானுங்களா?” என்றான் நிர்மல்.

“கொஞ்சம் லிமிட் தாண்டிதான் எழுதறாங்க சார். போன வார ‘திரை நிழல்’ல...” என்றவன் தன் கைப்பையைத் திறந்து மடக்கி வைத்திருந்த பத்திரிகையை எடுத்து நீட்டி, “நீங்களே படிச்சிடுங்க சார். மூணாம் பக்கம்” என்றான் சேகர்.

மூன்றாம் பக்கத்தில்... நிர்மலும், பரணியும் கட்டியணைத்தபடி இருக்கும் ஷூட்டிங் ஸ்டில்லைப் போட்டு கீழே எழுதியிருந்தார்கள். ‘நிர்மல்குமார்தான் ஒப்பந்தமாகும் படங்களில் எல்லாம் ஹீரோயினாக பரணியைத்தான் போடவேண்டும் என்று வற்புறுத்துகிராராம். வெளிப்புறப் படப்பிடிப்புகளுக்குச் செல்லும்போது அடுத்தடுத்த அறைகள் போட்டுக் கொள்கிறார்கள். ஆனால், ஒரு அறையை மட்டுமே உபயோகப்படுத்துகிறார்களாம். நிர்மல்குமார், ‘என் மனைவி சம்மதித்தாலும், சம்மதிக்காவிட்டாலும் உனக்குத் தாலி கட்டுவேன்” என்று பரணிக்கு உறுதியளித்திருக்கிராராம்.

“எவண்டா எழுதினது? ஞானவேல்தானே திரைநிழல்ல வேலை பார்க்கறான்?”

“இல்லை சார்... அவர் அங்கேர்ந்து விலகியாச்சு. இப்ப வேற யாரோ, புதுசா வந்து இருக்காங்க.”

“சாயங்காலம் வீட்டுக்குப் போனதும் போன் போட்டு என்கிட்ட கொடு... பேசிக்கிறேன். டீஸன்சியே இல்லாத ராஸ்கல்ஸ்!”

                    தீர்ப்பு தேடி வரும்

என்று படபடத்தான் நிர்மல்குமார். தக திருவள்ளுவர் பஸ் நிலையத்தில் நுழைந்து பஸ் நின்ற காலை அஞ்சரை மணிக்கு பனி இன்னும் விதவைகளுக்கு ஆடை நெய்து கொண்டிருந்தது.

சம்பத்தின் தோளில் தட்டி யாரோ எழுப்பினார்கள்.

"இதுக்கு மேல பஸ் போகாதுப்பா..."

சம்பத் இறங்கினான். தலை கலைந்து, சட்டை கசங்கி யிருந்தது. வார் அறுந்து தைக்கப்பட்ட லெதர் பேக்கை தோளில் மாட்டிக்கொண்டு மெதுவாக நடந்தான்.

கன்னியாகுமரி, திருநெல்வேலியில் இருந்து பஸ்கள் வந்து பயணிகள் அலுப்பாக, அழுக்காக இறங்கினார்கள். திருப்பதிக்குச் செல்லும் பஸ் அருகில் நிறைய கூட்டமிருந்தது. பரபரப்பான பஸ் நிலையத்தில் அவன் ஒரு பொருந்தாத தீவாகத் தெரிந்தான்.

அவனோடு பயணம் செய்து இறங்கியவர்களுக்கெல்லாம் நு க்க ஒரு திசை இருந்தது. ஆட்டோக்காரர்களின், "எங்கே போவணும்?" கேள்விக்கு நிச்சயமான ஒரு பதில் இருந்தது.

அதே கேள்வி சம்பத்திடம் கேட்கப்பட்டபோது பதிலைத் தொலைத்தவன் போல தேடினான்.

"தங்கறதுக்கு லாட்ஜ் வேணுமா? சீப்பான வாடகை, பதினஞ்சே ரூபாதான். ஏறிக் குந்து... இட்டுக்கினு போறேன்."

சம்பத் தலையசைத்து விட்டு அந்த ஆட்டோவில் ஏறி உட்கார்ந்து கொண்டான். ஊதுபத்தி மணந்தது. ஆரோக்கிய மேரியின் படம் மாட்டியிருந்தது. கம்பி இடுக்கில் செய்தித்தாள் மடித்து செருகப்பட்டிருந்தது.

ஆட்டோ ஓடிக் கொண்டிருக்க, அந்த செய்தித்தாளை எடுத்துப் பிரித்து, படிப்பதற்கு வெளிச்சம் போதாததால், மீண்டும் மடித்து செருகிவிட்டு தன் பாண்ட் பாக்கெட்டிருந்து நசுங்கிப்போன சிகரெட் எடுத்து உள்ளங்கையில் வைத்து உருட்டி, "வத்திப்பொட்டி இருக்கா?" வாங்கிப் பற்ற வைத்துக் கொண்டான்.

"இதான்... இறங்குங்க."

இறங்கினான்... ஒரு சந்து மாதிரி இருந்தது அது. முதலில் அவனது கண்ணில்பட்டது அமீர்ஜான் சன்ஸ் என்று போர்டு தொங்கிய பழைய பேப்பர் கடை! போர்டு துருப்பிடித்து எழுத்துகள் அரைகுறையாய்த் தெரிந்தன. கடை மூடி இருந்தது. அதற்குப் பக்கத்திலேயே ஒரு வெல்டிங் வொர்க் ஷாப், விறகுக்கடை தாண்டி இரண்டு மாடிக் கட்டடம். சுதந்திரத்துக்கு முன்னால் சுண்ணாம்பு அடித்திருந்தார்கள். 'ராமன் லாட்ஜ்' என்று சைது சுவரில் போர்டுக்குப் பதிலாகச் சிவப்பு பெயிண்ட்டால் மூன்றாவது படிக்கும் குழந்தையை விட்டு எழுதியிருந்தார்கள். நேர் எதிரே வேறு எங்கோ முகப்பு வைத்திருந்த ஒரு ஓட்டலின் பின்புறச் சாக்கடை வாய்க்காலில் கூடை கூடையாய்க் கொட்டப்பட்டிருந்த எச்சில் இலைகளின் மேல் நாய்கள் பசியாறிக் கொண்டிருந்தன.

எவ்வளவு என்று பார்ப்பதற்கு முன் மீட்டரை மடக்கி விட்டு, "பதினைஞ்சு ரூபா" என்ற டிரைவர் மேல் ஆத்திரம் வந்தது. சிகரெட்டைக் கை மாற்றிக் கொண்டு, கேட்ட பணத்தைக் கொடுத்தான்.

ராமன் லாட்ஜில் வரவேற்பு அறை என்று ஒன்று... மேஜையோ, நாற்காலியோ, ஒரு மானேஜரோ இல்லை. முறுக்கு வாசனை மட்டும் இருந்தது. அருகே புறப்பட்ட படிகளில் ஆள் பல் விளக்கிக்கொண்டே வந்து இவனைக் கடந்தவன் நின்று, "தங்கணுமா?" என்றான். தலையசைத்தான்.

"பார்வதியக்கா, கிராக்கி வந்திருக்கு பாரு" என்றுவிட்டு, அவன் தன் பற்களின் எனாமலைப் பாதுகாக்கும் நிமித்தம் பிரஷ் செய்து கொண்டே காணாமல் போனான். 'கிராக்கியா?'

ஒருக்களித்துச் சாத்தியிருந்த மரக்கதவு திறந்ததும் முறுக்குத் தொழிற்சாலை! மூன்று அடுப்புகளில் பெரிய வாணலிகள் வைத்து நான்கைந்து கறுப்புப் பெண்கள் முறுக்கு சுட்டு மூங்கில் கூடையில் போட்டுக் கொண்டிருக்க, நான்கு சின்னப் பையன்கள் எண்ணி எண்ணி பாலிதீன் கவர்களில் போட்டு மடக்கி விளக்கில் காட்டி ஒட்டினார்கள்.

  தீர்ப்பு தேடி வரும்

குறிப்பிட்ட பார்வதியக்கா தரையில் கையூன்றி எழுந்து வரவே சிரமப்பட்டாள். உருக்கினால் மூன்று பேர் செய்யலாம்.

வியர்வையில் குங்குமப் பொட்டு கரைந்து மூக்கின் பாதிவரை வழிந்திருந்தது.

"என்ன வோணும்? தங்கணுமா?"

"ஆமாம்."

"ஒரு நாளைக்குப் பதினஞ்சு ரூபா."

"சரி."

"நீ மட்டும்தானா?"

"ஆமாம்."

"எத்தினி நாள் தங்குவே?"

"அது சொல்ல முடியாது."

"முப்பது ரூவா அட்வான்சு."

எடுத்துக் கொடுக்க, லஜ்ஜையே இல்லாமல் மாராக்கு விலக்கிச் செருகிக் கொண்டாள். "வா... தலை இடிச்சுடும். பார்த்து..." குறுகலான மாடிப்படிகளில் சிரமப்பட்டு ஏறினாள். தொடர்ந்தான்.

"ரூம் பாய் யாரும் இல்லையா?"

"அப்படின்னா?"

மேலே எதிரெதிராகப் பார்த்துக் கொண்டு ஆறு அறைகள்! இல்லை... ஆறு அடைப்புகள் புரூக்பாண்ட் கள்ளிப் பெட்டியைப் பிரித்து ஒரு பாடாவதி தச்சன் கதவுகள் செய்திருந்தான். மேலே ஓடுகள் வேயப்பட்டு, வரிசைக்கு ஓர் ஓடு வீதம் உடைந்து விட்டமின்கள் வழங்க ஏராள சூரிய வெளிச்சம். ஆறு அறைக்காரர்களும் இண்டர்காம் இல்லாமல் உரையாடிக் கொள்ளலாம்.

"இதுக்கா பதினஞ்சு ரூபா?"

"பூட்டு நீதான் போட்டுக்கணும். கீழே கொல்லைப் பக்கம் கிணத்தடி இருக்கு. பக்கத்துல கக்கூசு இருக்கு. சட்டுனு சொல்லு... இருக்கியா, போறியா? எனக்கு ஜாலி இருக்கு."

"இருக்கேன்" என்றான் சம்பத்.

தனக்குக் காட்டப்பட்ட அறைக்குள் வந்தான். சுவரில் ஆணியில் மாட்டியிருந்த காலண்டரில் சிரிக்கும் நிர்மல்குமாரைப் பார்த்ததும் அவன் கண்கள் உடனே சிவந்தன. வீச இருந்த சிகரெட்டின் முனை நெருப்பால் நிர்மல்குமாரின் முகத்தில் சுட்டான், ஒருவித ஆவேசத்துடன்.

⬥

தீர்ப்பு தேடி வரும்

4

சம்பத் கிணற்றடியில் தண்ணீர் சேந்திக் குளித்தான். அறைக்கு வந்து ஈரத் துண்டை உதறி, காய வைக்க வகையில்லாமல் ஜன்னலின் துருப்பிடித்த கம்பிகளில் இரண்டு முனைகளை முடிச்சுப் போட்டுத் தொங்கவிட்டான்.

லெதர் பையை ஜிப் இழுத்து பாண்ட், சட்டை எடுத்தான். மறந்துபோய் பாண்ட்டை உதற, அதன் மடிப்புக்குள் பத்திரப் படுத்தியிருந்த நூறு ரூபாய் கட்டுகள் மூன்று தரையில் விழுந்தன. அவசரமாக அவற்றை எடுத்து பைக்குள் ஒரு பனியனில் சுற்றி வைத்தான்.

இந்த இடம் பத்திரம் இல்லை. பாங்க்கில் போட்டு வைக்கலாம். கணக்கு தொடங்க, யாரையாவது அறிமுகப்படுத்தச் சொல்வார்கள். பெருமாளைக் கேட்டுப் பார்க்க வேண்டும். பெருமாள் ஊரில் இருப்பானா? இருந்தாலும் என்னை ஞாபகத்தில் வைத்திருப்பானா?

மனிதர்களுக்கு எதையும் அடிக்கடி நினைவுபடுத்திக் கொண்டே இருக்க வேண்டும். அறிவுரையானாலும் சரி, விளம்பரமானாலும் சரி, அதனால்தான் தினம் சொல்கிறார்கள்.

அதிலும் நகரத்து மனிதன் மிக ஞாபக மறதிக்காரன் நேற்றைக்குப் பார்த்துவிட்டு இன்றைக்கு, 'எங்கேயோ பார்த்த மாதிரி இருக்கு' என்பான். 'எதிலயோ படிச்சேன்' என்பான். 'என்னமோ ஒண்ணு சொல்ல நினைச்சேனே' என்று மண்டையைக் கீறுவான். 'ஸாரி, சுத்தமா மறந்தே போச்சு' என்று இரக்க மில்லாமல் அலட்சியப்படுத்துவான்.

இதில், கிட்டத்தட்ட பத்து வருடங்களுக்குப் பிறகு அடையாளங்கள் மாறிப் போய் திடுதிப்பென்று எதிரில் போய் நின்றால்? சொந்த அம்மாவாகவே இருந்தால்கூட.

இலக்கிய அம்மாக்களுக்குத்தான் மார்பில் பால் சுரக்கும். சினிமா அம்மாக்கள் கிளிசரின் தளதளக்க "மகனே" என்று கட்டித் தழுவிக் கொள்வார்கள். நிஜத்தில் ஓர் அம்மா, "உனக்கு என்னப்பா வேணும்?" என்றுதான் கேட்பாள்.

அம்மாவே அப்படி என்றால் நண்பன் என்ன கேட்பான்?

பார்க்க வேண்டும். அவனாகக் கண்டுபிடிக்கிறானா என்று பார்க்க வேண்டும். கொஞ்ச நேரம் தவிக்கவிட வேண்டும். விளையாட்டு காட்ட வேண்டும்.

சம்பத் சீப்பெடுத்து கண்ணாடிக்குச் சுவர்களில் தேடி அப்படி எதுவும் இல்லாததால் சுவரில் படிந்த தன் நிழல் தலையைப் பார்த்து உத்தேசமாகச் சீவிக்கொண்டான்.

வாங்க வேண்டும்... கண்ணாடி, பவுடர், நல்லதாக இரண்டு செட் உடைகள், ஒரு சூட்கேஸ், ஷூ, வெயில் கண்ணாடி, ஷேவிங் செட். முதலில் இந்தப் பாடாவதி அறைக்கு ஒரு நல்ல பூட்டு.

சம்பத் தரையில் கழற்றி வைத்திருந்த வாட்ச்சைக் கட்டிக் கொண்டான். ஒரு விநாடி யோசித்துவிட்டு ஈர ஜட்டி, ஈரத்துண்டு தவிர மற்றவற்றை எடுத்துப் பையில் போட்டு மூடித் தோளில் மாட்டிக் கொண்டு புறப்பட்டான்.

கதவை சும்மா சாத்தி வைத்துவிட்டுப் படிகளில் இறங்கினவன் நின்றான்.

மேலே ஏறி வந்து கொண்டிருந்த பெண்ணுக்கு ஒதுங்கி வழிவிட வாகில்லாததால், இறங்கின மூன்று படிகளில் மீண்டும் ஏறி ஒதுங்கி நின்றான்.

தாவணி அணிந்த அந்தப் பெண் கொலுசு அணிந்திருந்தாள். வயசுக்குமீறி உடம்பு ஏராளமாக நிரம்பியிருந்தது. யதேஷ்டமாகச் சிரித்து, கண்ணாடி வளையல்கள் ஒலிக்க, "சாருக்கு எந்த ஊரு?" என்றாள் தேவையில்லாத அபிநயத்துடன்.

புரிந்தது; பகலிலேயேவா?

"யாராச்சும் மைனராப் பார்த்து விசாரிம்மா" என்றான் சம்பத்.

                                                        தீர்ப்பு தேடி வரும்

"ஐயே? இதெல்லாம் மைனரை விசாரிக்கக்கூடாது. மேஜரைத்தான் விசாரிக்கணும். என்ன பார்க்கறே? படிச்சிருக்கேன்... ப்ளஸ்டு! அ... ஆங்!"

அவள் மற்றோர் அறைக்குச் சென்று வாசலில் நின்று. "யப்பா, உளுந்தூர்பேட்டை... கதவைத்திறப்பா... கம்மல்திருகாணியைத் தேடணும்" என்றாள்.

வேண்டுமென்றே அங்கிருந்து சம்பத்தைப் பார்த்துக் கொண்டு கைகோர்த்துச் சோம்பல் முறிக்க...

சம்பத் அவசரமாகச் சாத்தான்களை விரட்டிவிட்டுப் படியிறங்கினான். வீதியில் நடந்தான். 'மகா மோசமான லாட்ஜாய் இருக்கும் போலிருக்கிறதே... வேறு இடம் பார்க்கலாமா?' கேள்வி எழுந்த அதே வேகத்தில், 'வேண்டாம், இங்கேயே தங்கலாம்' என்று தீர்மானித்தான்.

முறையான லாட்ஜுகளில் பெயர் கேட்பார்கள். விலாசம் கேட்பார்கள். கையெழுத்து கேட்பார்கள். இங்கே அந்த விவகாரங்கள் இல்லை, இதுதான் எல்லாவற்றுக்கும் வசதி... எல்லாவற்றுக்கும்!

காரணமில்லாமல் அந்தக் கறுப்புப் பெண் மனத்துக்குள் வந்து சோம்பல் முறித்துவிட்டுப் போனாள். பெயர் என்னவாய் இருக்கும்? என்னவாய் இருந்தாலென்ன?

சம்பத் ஒரு சலூனில் இலவசமாக இன்னொரு முறை தலைசீவிக் கொண்டு, திறந்தவெளியில் பெஞ்சு போட்ட சின்ன ஓட்டலில் இட்லி, இடியாப்பம் சாப்பிட்டு, டீ குடித்தான். விவித பாரதியில் பெண்மைக்குப் பெருமை சேர்க்கும் பாதுகாப்பான, உறிஞ்சும் தன்மை வாய்ந்த எதையோ உபயோகிக்கச் சொன்னார்கள். இந்நேரம் பள்ளிக்குப் புறப்படும் அவசரங்களில் இருக்கும் குழந்தைகளில் சில, 'அப்படின்னா என்னம்மா?' என்று கேட்டிருக்கும். 'ரிக்ஷா வந்துடும். நீ முதல்ல ஷூ மாட்டிக்க' என்று அம்மாக்கள் பதில் சொல்லியிருப்பார்கள்.

'டிங், டாங்' ஒலிக்குப் பிறகு ரேடியோ பெண், "விரைவில் வருகிறது வீரபத்ரன்! நாட்டையே உலுக்கிய ஒரு கொள்ளைக்காரனின் கதைதான் வீரபத்ரன்! உங்கள் அபிமான

நட்சத்திரம் புதுமை நாயகன் நிர்மல்குமார் இரட்டை வேடங்களில் நடிக்கும் படம்தான் வீரபத்ரன்! எதிர்பாருங்கள்... வீரபத்ரன்! வீரபத்ரன்!" என்றாள்.

நிர்மல்குமாரின் பெயரைக் கேட்ட மாத்திரத்தில் சம்பத் விறைப்பாகிப் போனான். அந்த ரேடியோவைத் தூக்கிப் போட்டு மிதிக்க எழுந்த ஆத்திரத்தை டீயோடு சேர்த்து விழுங்கினான். ஷாந்தி! ஷாந்தி!

'வருகிறேன் நிர்மல்!

உன்னைச் சந்திக்க வருகிறேன். உடனே அல்ல... திட்டமிட்டு! எனக்கு அவசரமே இல்லை.

ஒரு விதை - மரமாக உருவாக எடுத்துக் கொள்ளும் நிதானம், எனக்கு மிகவும் பிடிக்கும். விதையை நசுக்கியே அழித்துவிடலாம்; மரத்தை?'

சம்பத் டீ கிளாஸைக் கொடுத்துவிட்டு, "ஆட்டோ!" என்று கைதட்டி அழைத்தான். வந்து நின்றதில் இவனே மீட்டர் கொடியை மடக்கிவிட்டு ஏறிக் கொண்டான்.

ராஜா அண்ணாமலைபுரத்தில் நெட்டிலிங்க மரங்கள் வரிசையாகப் போர்வீரர்களாக நிற்க, 'நிர்மல் சினிகிரியேஷன்ஸ்' சினிமா தயாரிப்பு நிறுவனத்தின் அலுவலகம் கிட்டத்தட்ட ஒரு மினி பங்களாவைப் போலத்தான் இருந்தது.

ஆஸ்பெஸ்டாஸ் வேய்ந்த ஒரு பெரிய குடோன் வெளியே கட்டிப் போடப்பட்டிருந்த ராஜபாளையம், தெருவில் ஒரு சைக்கிள் போனால் கூட, 'உர்ர்ர்' என்று பார்த்துக் கொண்டிருந்தது. குடோனில், போன படத்தில் உபயோகித்துப் பிரித்த சில செட்டிங் சமாசாரங்களும், நசுங்கிப் போன டால்பின் கார் ஒன்றும் தென்பட்டன.

நிர்மல்குமாரின் காரின் பிரத்தியேக ஹாரன் ஒலியைத் தூரத்தில் கேட்டதுமே அலுவலகம் சோம்பல் முறித்துச் சுறுசுறுப்பு அணிந்து கொண்டது.

கார் நின்று நிர்மல் இறங்க. மானேஜர் சாரதி தன் தங்கப் பற்கள் தெரிய புன்னகைத்தபடி வாசலுக்கு வந்து, "பார்த்து மெதுவா... மழை பேஞ்சது... வழுக்கும்" என்றார்.

     தீர்ப்பு தேடி வரும்

அவரும் சேகரும் தொடர, நிர்மல் உள்ளே தன் அறைக்கு நடந்தான். சாரதி அடங்கின குரலில் சேகரிடம், "மூடு எப்படி?" என்றார்.

சேகர் தலையை மட்டும் அசைத்தான்.

நிர்மல்குமார் மேஜையைச்சுற்றிவந்து நாற்காலியில் அமர்ந்தான். குறுக்கே நெட் கட்டினால் டேபிள் டென்னிஸ் விளையாடலாம் போல மேஜை.

மேஜை டிராயரைத் திறந்து செக் புத்தகம் எடுத்தபடி, "சாரதி சார்" என்றான்.

"சொல்லுங்க தம்பி" என்றார், குனிந்து மகாபவ்யமாய். அனுமார் கோயிலில் துளசி வாங்கி, தலையில் சடாரி வைத்துக் கொள்ளக்கூட இவ்வளவு குனியமாட்டார்கள்.

இது போலி என்பதும் நிர்மலுக்குத் தெரியும். ஆரம்பத்தில் சிரிப்பு வரும். பிறகு பழகிவிட்டது. சார் போனதும், 'என்னோட திறமை என்ன! அனுபவம் என்ன! இத்தனூண்டு பையனா இருக்கிறப்பவே இவனைத் தெரியும். ஏதோ கூப்பிட்டு புரொடக்ஷன் பார்த்துக்குங்கன்னு கார் மேல கார் அனுப்பிச்சுக் கேட்டான்யா. சரி, ஏதோ நம்மால முடிஞ்சதை செஞ்சு கொடுப்போம்னு ஒரு பிரியத்திலதான் இங்கே வேலை பார்க்கறேன்' என்று தன்னைத் தேடிவரும் ஒவ்வோர் ஆசாமியிடமும் சொல்வார். அதுவும் நிர்மலுக்குத் தெரியும்.

"நம்ம ஆபீஸ் ஸ்டாஃப்புக்கெல்லாம் ஆளுக்கொரு ரிஸ்ட் வாட்ச் தர்றேன்னு சொல்லி இருந்தேனில்ல... பத்து ரூபாய்க்கு செக் போட்ருக்கேன். யார், யாருக்கு எப்படி வாங்கணுமோ, அப்படிப் பார்த்து வாங்கி வெச்சிடுங்க. என் பர்த்டே அன்னிக்குக் கொடுத்துடலாம்."

"பேஷா... நிர்மல் மாதிரி இன்னொருத்தர் இனிமேதான் பொறக்கணும் தம்பி. சும்மா முகஸ்துதின்னு நினைக்கக் கூடாது மனசுல தோணினா வார்த்தையா வந்துடுது" என்றபடி. நீட்டப்பட்ட செச்சை சாரதி வாங்கிக் கொண்டார்.

"எத்தனை மணிக்கு டப்பிங் சேகர்?"

சேகர் தன் வாட்ச்சைப் பார்த்து, "ஏற்கெனவே அரை மணி நேரம் லேட் சார்."

சாரதிக்குக் கோபம் வந்துவிட்டது. "ஆகட்டுமேய்யா... என்ன செட்டிங் போட்டா கிடக்குது, வாடகை போகுதேன்னு பார்க்கறதுக்கு. தம்பி ஆபீஸுக்கு வந்து உக்காற்றதே அபூர்வம்... தம்பி வற்றவரைக்கும் யாரையாச்சும் பேசிட்டிருக்கச் சொல்லுய்யா. போன் போட்டுச் சொல்லிடட்டுமா தம்பி?" என்று ரிஸீவரை எடுத்துவிட்டார், "கோதண்டபாணிதானே?"

நிர்மல் சிரித்து, "வேணாம் சார்... நான் புறப்படறேன். அங்கதான் போய்க்கிட்டிருந்தேன். திடீர்னு ஞாபகம் வந்திச்சு. வண்டியை இங்கே விடச் சொன்னேன்" என்று எழுந்து கொண்ட போது...

தொலைபேசி ஒலித்தது, சாரதி எடுத்து, "ஹலோ, என்.சி.சி." என்று சொல்லிவிட்டு வேட்டி முனையால் வாய் பகுதியைத் துடைத்து, "தம்பி... உங்களுக்குத்தான்" என்று பிரசாதம் போல நீட்டினார்.

"யாரு?"

தங்கப்பல் தெரிந்தது.

"அட! யாரு சார்?"

"பரணி" என்றார்.

"பொள்ளாச்சி போறதா சொல்லலை சேகர்?" என்று வாங்கி, "நிர்மல்" என்றான்.

சேகரும் சாரதியும் தங்களுக்குள் அர்த்தத்துடன் பார்த்துக் கொண்டு, மௌனமாகப் பேசிக்கொண்டு அறையை விட்டு வெளியேறிக் கதவை வலிக்காமல் சாத்தினார்கள்

"ஹலோ நிர்மல், ஆச்சரியமா இருக்கா? பொள்ளாச்சி போகலை. கான்சல் ஆயிடுச்சு. மூணுநாள் கழிச்சித்தான் கன்ஃபர்ம் பண்றாங்க."

"அப்ப ஃப்ரீயா?"

                                          தீர்ப்பு தேடி வரும்

"இல்லை... ஒரு தேங்கா எண்ணெய் விளம்பரம் ஒப்புக் கிட்டிருக்கேன். ஒரு நாள் பண்ணிடுவாங்க. நான் எதுக்குக் கூப்பிட்டேன்னு சொல்லுங்க?"

"நீதான் கூப்பிட்டிருக்கே. நீதான் சொல்லணும்."

"இன்னிக்கு யாத்ரா ஓட்டல்ல பார்ட்டி ஏற்பாடு பண்ணியிருக்கேன். ரொம்ப லிமிடெட் 'வி.ஐ.பி.'க்களுக்கு மட்டும். வரணும் நிர்மல்."

"திடீர்னு என்ன பார்ட்டி?"

"தெலுங்குல பெஸ்ட் ஆக்ட்ரஸ் அவார்ட் வாங்கினதுக்கு, எல்லாரும் எப்ப பார்ட்டின்னு அரிச்சிக்கிட்டிருந்தாங்க."

"எத்தனை மணிக்கு?"

"ஏழு மணிக்கு ஆரம்பிக்கலாம். முடியறது நம்ம கைல இல்லையே..."

இன்றைக்கு ஏழு மணிக்குத் திவ்யாவுடன் மாம்பலத்தில் இருக்கும் அவளின் அம்மா வீட்டுக்கு வருவதாக வாக்களித்திருந்தது நினைவுக்கு வந்தது.

"பரணி, எனக்கு வேற ஒரு..."

"இந்தக் கதையெல்லாம் வேணாம். பரணிக்கு நிர்மல் என்னிக்கும், எதுக்கும் 'நோ' சொன்னதில்லை. அண்டர் லைன் தி ஹோல் செண்ட்டென்ஸ். ஸோ, நிர்மல்... நீங்க வர்றீங்க."

மூன்று விநாடிகள் தயங்கி, "யெஸ்... வர்றேன்" என்றான் நிர்மல்குமார்.

—◦—

5

"உன்னைப் பத்தி நான் தெரிஞ்சுக்க வேண்டிய அவசியமில்லை. என்னைப் பத்தி நீ தெரிஞ்சுக்க. நான் யோக்கியனுக்கு யோக்கியன். ரௌடிக்கு ரௌடி. நான் மூணு என்றதுக்குள்ள நீ அந்தப் பொண்ணு கால்ல விழுந்து மன்னிப்புக் கேட்டாகணும். இல்லைன்னா முழு உடம்போட திரும்பிப் போகமாட்டே, ஒண்ணு... ரெண்டு..." என்றான் நிர்மல்குமார், திரையில் காட்சியைப் பார்த்துக் கொண்டு.

காதுகளில் ஹெட்போன் அணிந்து மைக் முன்னால் நின்று அவன் பேசி முடித்ததும் அந்த டப்பிங் தியேட்டரின் திரையில் காட்சி உறைந்து நின்றது. மார்புயர ரோஸ்டம் மேஜையில் வசனம் எழுதின காகிதத்துக்கு மட்டும் ஒரு மேஜை விளக்கு சிக்கன வெளிச்சம் தந்தது. பெரும்பாலும் இருள். செயற்கைக் குளிர்.

கண்ணாடிச் சுவருடன் இருந்த ரெக்கார்டிங் அறைப் பக்கம் திரும்பிப் பார்த்து, "ஓகேவா?" என்றான்.

அங்கிருந்த டைரக்டர் உள்தொடர்பு மைக்கில், "ஒன் மோர் பேசிடுங்க நிர்மல். லேசா 'நான் சிங்க்' இருக்கு. முதல் பகுதி ஓகே. இல்லைன்னா முழு உடம்போட திரும்பிப் போகமாட்டேன்னு வர்ற இடத்தில ஒரு சின்ன 'பாஸ்' இருக்கு" என்றார்.

"அந்த இடத்திலேர்ந்து பேசினா போதுமா ராஜ்?"

"ட்ரெண்ட் போய்டும். முதல்லேர்ந்தே பேசிட்டா தேவலாம்."

"ரைட். ஒரு மானிட்டர் அண்ட் டேக்" என்றான் நிர்மல்குமார். அருகில் இருந்த தண்ணீர் பாட்டிலை எடுத்துக் குடித்துவிட்டுத் தயாரானான்.

திரையில் காட்சி ரிவர்ஸில் ஓடி, தொடக்கத்துக்கு வந்து நின்று மீண்டும் ஓடத் தொடங்கியது ஒலி இல்லாமல். உதட்டசைவுக்குத் தக்கபடி நிர்மல்குமார் ஒருமுறை வசனத்தைச் சொல்லிப் பார்த்துக் கொண்டான்.

"ஓகே... டேக்" என்றான்.

மீண்டும் காட்சி ரிவர்ஸில் சென்று தொடங்கியது. திரை ஓரத்தில் சுவரில் சிவப்பு எழுத்துக்களில், 'ரிக்கார்டிங்' என்பது ஒளிர்ந்தது.

நிர்மல்குமார் மீண்டும் அதே வசனத்தை தான் பேசி நடித்த உதட்டசைவுக்குப் பொருத்தமாக ஏற்ற இறக்கத்துடன் பேசியதும் அந்த டேக் ஓகே. ஆகியது.

அடுத்து அவன் பேச வேண்டிய பகுதிக்குக் காட்சி நகர்ந்தது. நிர்மல்குமார் உன்னிப்பாகக் கவனித்து, அடுத்துப் பேசவேண்டிய வசனத்தை மனதில் பதித்துக் கொண்டிருக்க, பன்னீர் அவன் அருகில் தயக்கமாக வந்து ஒரு துண்டுச்சீட்டை நீட்டினான்.

நிர்மல்குமார் அதை வாங்கிப் பிரித்துப் பார்க்க... 'நேரம் இப்போது ஆறரை. ஏழு மணிக்கு யாத்ராவில் பார்ட்டி நினைவூட்டச் சொன்னீர்கள்' - சேகர் என்று எழுதியிருந்தது.

நிர்மல்குமார் சன்னக்குரலில், "சேகர் எங்கடா?" என்றான்.

"அவர் தங்கச்சியைப் பொண்ணு பார்க்க வர்றதால, உங்ககிட்ட சொல்லிட்டு..."

"ஆமாம், சொன்னான். உங்கிட்ட சீட்டு கொடுத்துட்டுப் போய்ட்டானா? சரி, நீ வீட்டுக்கு போன் போட்டுப் பேசு. 'டப்பிங் முடியலை. வீட்டுக்கு வர்றதுக்குப் பத்து மணிக்கு மேல ஆய்டும்'னு சொல்லு. அக்கா மாம்பலத்துக்குப் போகணும்னு சொன்னாங்க. அவங்களைப் போய்ட்டு வந்துடச் சொல்லு" என்றதும் பன்னீர் சென்றான்.

சற்று நேரத்தில் பன்னீர் திரும்பி வந்து, "அக்கா லைன்ல இருக்காங்க. உங்களைப் பேசச் சொல்றாங்க" என்றான்.

நிர்மல்குமார் மைக்கில், "ராஜ்... ஒன் மினிட். போன் பேசிட்டு வந்துடறேன்" என்று சொல்லிவிட்டு, அந்த ஹாலின் தடியான

கதவைத் திறந்து கொண்டு போன் இருந்த டப்பிங் தியேட்டரின் அலுவலக அறைக்கு வந்தான்.

மானேஜர் மரியாதைக்காக எழுந்து வெளியேறியதும், போன் எடுத்து, "என்ன, சொல்லு திவ்யா?" என்றான்.

"இன்னிக்கு ஏழு மணியோட டப்பிங் முடிஞ்சிடும். வந்து 'மாம்பலத்துக்கு அழைச்சிட்டுப் போறேன்'னு சொன்னீங்களா? இல்லையா?" திவ்யாவின் குரலில் அனல் வீசியது. கோபத்தில் வார்த்தைகளில் பிசிறு தட்டியது.

"ஆமாம், சொன்னேன். வேலை முடியலை திவ்யா. என்ன பண்ணச் சொல்றே?"

"அப்பாவுக்கு பைல்ஸ் ஆபரேஷன் நடந்து பத்து நாளாகுது. உள்ளூர்லயே இருந்துக்கிட்டுப் போய்ப் பார்க்கலைன்னா அவருக்கு எவ்வளவு கஷ்டமா இருக்கும்னு கொஞ்சமாவது நினைச்சுப் பார்க்கறீங்களா நீங்க?"

"அதான் நீ போய்ப் பார்த்துட்டு வந்தியே திவ்யா?"

"போதுமா? மருமகன் வரலையேன்னு ஒரு மாமனார் எதிர்பார்க்க மாட்டாரா?"

"நியாயம்தான் திவ்யா. நேரம் கிடைக்க மாட்டேங்குதே..."

"கடல்ல என்னிக்குமே அலை ஓயாதுங்க. 'நாங்க ரெண்டு பேருமாவர்றோம்'னு இன்னிக்குக் காலையிலேயே நான் தகவல் சொல்லி விட்டுட்டேன். ரொம்ப எதிர்பார்த்துக்கிட்டிருப்பாங்க. உங்களுக்குப் பிடிச்ச அயிட்டமெல்லாம் அம்மா சமைச்சு வெச்சிருப்பாங்க. நான் மட்டும் போய் நின்னா ஏமாந்துடுவாங்க. அரை மணி நேரம் லேட்டானாலும் பரவாயில்லை, வந்துடுங்க. சேர்ந்து போய்ட்டு வந்துடலாம்."

தலையை விரல்களால் அவசரமாகக் கோதிக்கொண்டான் நிர்மல்குமார்.

"திவ்யா, நீ சொல்றதையேதான் சொல்லிக்கிட்டிருப்பே. இங்கே என்னோட டென்ஷன் உனக்குப் புரியறதே இல்லை. பத்து

     தீர்ப்பு தேடி வரும்

மணிக்கு முன்னாடி என்னால வர முடியாதும்மா. இஷ்டப்பட்டா நீ போய்ட்டு வா. இல்லைன்னா விட்டுடு. வெச்சிடறேன்.”

லொடக்கென்று சற்று வேகமாக போனை வைத்து விட்டு வெளியே வர, அந்த மானேஜர் மீண்டும் புன்னகைத்துவிட்டு உள்ளே சென்றார். மெனக்கெட்டு காதைத் தீட்டிக்கொண்டு கட்டாயம் கேட்டிருப்பார். வெறும் வாய்க்கு அல்ல.

நிர்மல்குமார் ரிக்கார்டிங் அறைக்குள் வந்து டைரக்டரின் தோளில் கைவைத்து, “வீட்ல ஒரு அர்ஜெண்ட் மேட்டர் ராஜ். புறப்பட வேண்டியிருக்கு. நாளைக்கு வந்து பேசறேன். இன்னும் எத்தனை ரீல் பாக்கி இருக்கு?” என்றான்.

“ரெண்டு ரீல்தான் இருக்கு. காலைல பத்து டூ ஒண்ணு தியேட்டர் ஃப்ரீயா இருக்கு. போட்டுடட்டுமா?”

“ஓ.கே. கரெக்டா பத்து மணிக்கு வந்துடறேன் தாங்க்யூம்மா. குட் நைட்.”

நிர்மல்குமார் புறப்பட்டுத் தன் காரில் ஏறிக்கொண்டான். முன்புறம் ஏறிக் கொள்ள வந்த பன்னீரை, “நீ உன் வீட்டுக்குப் போய்ட்டு நாளைக்கு வந்தால் போதும்” என்றான்.

கார் சாலைக்கு வந்ததும் டிரைவர், “வீட்டுக்குத்தானே சார்?” என்றான்.

“இல்லை. ஓட்டல் யாத்ராவுக்கு விடு. காஸெட்டைப் போடு” என்று சொல்லி விட்டுச் சாய்ந்து அமர்ந்து கொண்டான் நிர்மல்குமார்.

பார்ட்டிக்கு மொத்தம் அறுபது பேருக்கு மேல் வந்திருந்தார்கள்.

மிக முக்கிய தயாரிப்பாளர்கள், இயக்குநர்கள், நடிகர்கள், ஒரே ஒரு சக நடிகை ஸ்லீவ்லெஸ் ஜாக்கெட் அணிந்து சின்ன வயதில் அம்மை ஊசி குத்தின தழும்புகள் தெரிய வந்திருந்தாள். மேக்கப் ரகளைக்கு நடுவில் கொஞ்சமாய் முகம்.

நிர்மல்குமார் போனதும் பரணி ஆர்வமாக வந்து அவன் கன்னத்தை விள்ளலாகப் பிடித்து, “பத்து நிமிஷம் லேட் நிர்மல்” என்றாள்.

பரணி ஆழமான வயலெட்டில் மிடியிலும், கவனிலும் வகைப்படுத்த முடியாமல் ஒரு ஜிகினா தூவிய உடை அணிந்திருந்தாள். கழுத்துக்குக் கீழே ஒரு ஆட்டன் திறப்பில் வனப்பின் அடையாளம். கூந்தலை ரொம்ப சிரமப்படுத்தியிருந்தாள். சற்று அதீதமாகவே சிரித்துக் கொண்டிருந்தாள்.

நிர்மல்குமார் எல்லோருக்கும், 'ஹலோ' சொன்னான். எல்லோரிடமும் ஓரிரண்டு சிக்கன வார்த்தைகள்...

"நீங்க புரொஜக்ஷனுக்குக் கூப்பிட்டிருந்தப்ப நிஜமாவே தலைவலி. படம் எப்படிப் போய்க்கிட்டிருக்கு?"

"சென்ஸார் கமிட்டியோட பயங்கரமா தகராறு பண்ணிட்டீங்களாமே?"

"ரெய்டுன்னாங்க. விவகாரம் செட்டிலாய்டுச்சா?"

"உங்க படம் முந்தா நாள்தான் கொண்டாரச் சொல்லிப் பார்த்தேன். ரொம்ப நீட். க்ளைமாக்ஸ்லதான் கொஞ்சம் சொதப்பிட்டீங்க..."

சக்கரத் தள்ளுவண்டியில் ஓட்டல் ஸ்டுவர்ட் மது வகைகளை வைத்துத் தள்ளிக்கொண்டு வந்து நிறுத்தியதும், பார்ட்டி தொடங்க சகுனம் பார்த்தது.

ஒரு நீள மேஜையில் வரிசையாக பர்னர்கள் நீல நெருப்பில் சைவ, அசைவ பதார்த்தங்களைச் சூடுகுறையாமல் பராமரித்துக் கொண்டிருந்தன.

ரசகுல்லாவை மட்டும் பரணி எல்லோருக்கும் தன் கையால் எடுத்துக் கொடுத்ததும் பார்ட்டி தொடங்கியது. ரகசியமாகத் திடும் திடுமென்று மேற்கத்திய இசை அதிர்ந்து கொண்டிருந்தது.

"நோ ட்ரிங்க்ஸ்! டாக்டர் கண்டிச்சு சொல்லிட்டார்" என்று சொல்லிவிட்டுச் சிலர் பிளேட்டுகளை எடுத்துக் கொண்டு தங்களுக்குத் தேவையான பதார்த்தங்களை எடுத்து வைத்துக்கொண்டு சாப்பிடத் தொடங்கினர்.

  தீர்ப்பு தேடி வரும்

பலர் கிளாஸ் எடுத்துத் தங்கள் பிராண்ட் மது வகையை நிரப்பிக் கொள்ளத் தொடங்க, நிர்மல்குமாரிடம் வந்த பரணி, "என்ன நிர்மல்... சும்மா நிக்கிறீங்க? நான் சர்வ் பண்றேன். என்ன வேணும்? விஸ்கிதானே? உங்க பிராண்ட் எனக்குத் தெரியும்" என்றாள்.

"இல்லை பரணி. வேணாம். மூடு இல்லை..."

"ஏன்?"

"ஒரு சின்ன டென்ஷன்..."

"அதைப் போக்கிக்கத்தானே பார்ட்டி?"

பரணி அவனுக்குக் கோப்பையில் மதுவும் சோடாவும் கலந்து, ஐஸ் கட்டிகள் போட்டுக்கொண்டு வந்து, "கமான் நிர்மல், என்ஜாய் தி ஈவினிங்" என்றாள்.

நேரம் ஆக... ஆக... எல்லோரும் மற்றவருக்குக் காது கேட்காது என்பது போல உரக்கப் பேசத் தொடங்கினர். அநாவசியத்துக்குச் சிரித்தனர். "நேற்று ராத்திரி என்ன நடந்திச்சுன்னா..." என்றதுமே சிரிப்பு. மீதி வாக்கியம் அவசியப்படவில்லை.

"என்னை எவன் என்ன பண்ணிட முடியும்னு கேக்கறேன்?" என்று தொண்டை நரம்பு புடைக்க ஒரு தயாரிப்பாளர் மேஜையில் குத்தினார். தன் மேல் கேஸ் போட்டுள்ள எவரையோ அச்சில் வரக்கூடாத தமிழில் அருவியாகத் திட்டத் தொடங்கினார்.

ஸ்லீவ்லெஸ் நடிகை அந்த நடிகனின் இடுப்பில் கைகோத்துத் தனக்குத் தெரியாத மேல்நாட்டு நடனம் ஆடிக்கொண்டிருக்க... பொதுவாக அந்த இடத்தின் நாகரிகத் திரை மெதுவாக விலகிக் கொண்டிருந்தது.

ஒரு மூலையில் சோபாவில் அமர்ந்திருந்த நிர்மல்குமாரின் அருகில் வந்து அமர்ந்த பரணி மிச்சத்தை முடித்துவிட்டு பீர் பாட்டிலை வைத்து விட்டு அவன் தலையைச் செல்லமாகக் கலைத்தாள்.

"என்ன நிர்மல், அப்செட்டாவே இருக்கீங்க?"

"அவசரப்பட்டுட்டேனோன்னு நினைக்கிறேன் பரணி" என்றான். உள்ளே சென்ற மது தேவையில்லாத ஒரு சுய இரக்கத்தை உற்பத்தி செய்திருந்தது.

"எதுல?"

"கல்யாண விஷயத்துல."

"சொல்லிருக்கீங்க. ரொம்பப் படுத்தறாங்களா உங்க வொய்ஃப்?"

"காதுகிட்ட ஒரு கொசு பிடிவாதமா சுத்தறப்போ ஒரு எரிச்சல் வருமே... அந்த மாதிரி அடிக்கடி ஆய்டுது. சதா தொணப்பல். சினிமான்னா என்னன்னே தெரியாத ஒரு பொண்ணு எனக்கு மனைவியா வரணும்னு எதுக்காக ஆசைப்பட்டேன்னே எனக்குப் புரியலை. இப்ப அவஸ்தையா இருக்கு."

"அடிப்படையா ஒரு அண்டர்ஸ்டாண்டிங் இல்லைன்னா ரொம்ப சிரமம்தான் நிர்மல், எல்லா தப்புகளையுமே சரிப்படுத்திட முடியும்னு ஒரு பழமொழி இருக்கு நிர்மல். உயிர் உட்பட எதையுமே திருத்தி எழுதிக்கலாம்."

"உன்கிட்ட போய்ச் சொன்னேன் பாரு. ஆகாத யோசனை எல்லாம் ஏற்கெனவே சொல்லிட்டே" என்ற நிர்மல் வாட்ச்சைப் பார்த்து மணி பத்தே முக்கால் ஆனதை நம்பாமல் வியந்து, எழுந்து கொண்டான்.

"என்னநிர்மல், புறப்பட்டாச்சா? ஒரு ஜெர்மன்த்ரில்லர்படத்தைப் பத்தி உங்ககிட்ட சொன்னேனே... அதை உங்களுக்காகவே வாங்கிட்டு வந்து வெச்சேன். பார்ட்டி முடிஞ்சதும் போய் உங்களோட சேர்ந்து பார்க்கணும்னு நினைச்சிட்டிருந்தேன்" என்ற பரணி, அவனை உரசி நின்று குரலைக் குறைத்து, "அம்மா வேற ஊர்ல இல்லை" என்றாள்.

ஒரு விநாடி தயங்கி நின்ற நிர்மல்குமார் உடனே மறுத்துத் தலையசைத்து, "ஸம் அதர் டே பரணி" என்று சிகரெட் புகை மேகங்களின் ஊடே லேசான தடுமாற்றத்துடன் நடந்து அந்த ஹாலை விட்டு வெளியேறினான்.

 தீர்ப்பு தேடி வரும்

லிஃப்ட்டில் இறங்கித் தன் காருக்கு வந்து, பின்ஸீட்டில் படுத்து உறங்கிக் கொண்டிருந்த டிரைவரை, "டேய்!" என்று முதுகில் தட்டி எழுப்பினான்.

"மன்னிச்சிடுங்க சார்... கொஞ்சம் அசந்துட்டேன்" என்று டிரைவர் தேவதாஸ் அவசரமாகத் தன் சீட்டில் அமர்ந்தான்.

கார் புறப்பட்டதும், "தேவா" என்றான்.

"சொல்லுங்க சார்."

"அம்மா கேட்டா...?"

"டப்பிங் தியேட்டர்லேர்ந்து நேரா வர்றதா சொல்லிடறேன் சார்..."

பெசன்ட் நகர் பங்களாவுக்கு வந்தபோது ஹாலில் எல்லா விளக்குகளும் எரிந்து கொண்டிருக்க, மார்புக்குக் குறுக்கே கைகளைக் கட்டிக் கொண்டு திவ்யா நின்று அவனை முறைக்க, அருகில் அவளின் அப்பா, அம்மா மற்றும் தம்பியும் இருந்தார்கள்.

சூழ்நிலையில் போர் அபாயம் இருப்பதை உணர்ந்தான் நிர்மல்குமார்.

அவர்களைப் பொதுவாகப் பார்த்து, "வாங்க" என்று சொல்லிவிட்டு மாடிப்படிகளை நோக்கி நடக்க, "நில்லுங்க" என்றாள், திவ்யா உத்தரவாக.

❦

6

திவ்யாவிடமிருந்து வந்த, 'நில்லுங்க' என்ற அதட்டலான ஒற்றை வார்த்தையிலேயே தான் கொஞ்சம் அவமானப்படுத்தப்பட்டுவிட்டதாக உணர்ந்தான் நிர்மல்குமார்.

நிற்காமல் படிகளில் ஏறியபடி, "என்ன?" என்றான் தலையை மட்டும் திருப்பி.

"நின்னு பதில் சொல்லிட்டுப் போங்க. இன்னிக்கு எனக்குப் பதில் தெரிஞ்சாகணும்" என்றாள், திவ்யா படபடப்பாக.

நிர்மல்குமார் நின்றான். திவ்யாவையும், மற்றவர்களையும் அமைதியாகப் பார்த்தான். மெதுவாகப் படிகளில் இறங்கி அவளை நோக்கி வந்தான்.

தோளில் துண்டு போட்ட திவ்யாவின் அப்பா, "இதோ பாரும்மா... இதெல்லாம் உன்னோட தனிப்பட்ட விவகாரம். நீ தனியாப் பேசிக்கோ. மாப்பிள்ளையைப் பார்த்து நாளாச்சு. அவரால வர முடியாதபடி பிஸியா இருக்கிறதால நாம் போய்ப் பார்த்துப் பேசிட்டு வந்துடலாம்னுதான் நாங்க வந்தோம்" என்றார்.

"இல்லைப்பா... நீங்களும் தெரிஞ்சுக்க வேணாமா? பத்து மணி வரைக்கும் டப்பிங் இருக்குன்னு சொன்னாரு. ஆனா, ஆறே முக்காலுக்கே டப்பிங் தியேட்டரை விட்டுப் புறப்பட்டாச்சு. இப்ப எங்க போயிட்டு வர்றாருன்னு நீங்களே கேளுங்க..."

நிர்மல்குமாரின் ரத்தம் சூடாகிக் கொண்டிருந்தது. அடுத்த ஹாலில் சமையல்காரப் பெண்ணும் வேலைக்காரனும் நிற்பது நிழல்களில் தெரிந்தது.

'வேலைக்காரர்களை வைத்துக்கொண்டு, தன் குடும்பத்தினரையும் வைத்துக் கொண்டு, நடு ஹாலில் வைத்து' நிர்மல் குமாருக்கு

முகம் சிவந்தது. பாண்ட் பாக்கெட்டுகளுக்குள் செருகப்பட்டிருந்த கைகள் பரபரத்தன.

திவ்யாவின் தம்பி அருகில் வந்து, "மச்சான், நீங்க ரூமுக்குப் போங்க. திவ்யாவுக்கு எதைப் பேசறது, எங்க பேசறதுன்னே தெரியறதில்லை. ஒரு ஆம்பளைன்னா வெளில ஆயிரம் காரியம் இருக்கும். நீங்க போய் ரெஸ்ட் எடுத்துக்குங்க" என்றான்.

உண்மையில் அவனுக்கு ஆதரவாகச் சொல்வது போலவும் இருந்தது. லேசாகக் கிண்டல் செய்வது போலவும் இருந்தது.

"அதான் அந்த ஆயிரம் காரியத்தில் இன்னிக்கு என்ன காரியமாகப் போனார்னு கேக்கறேன்" என்றாள் திவ்யா.

"எங்க போறதா இருந்தாலும் உன்கிட்ட சொல்லிட்டுத் தான் போகணுமா?" என்றான் நிர்மல்குமார் விறைப்பாக.

"அதில என்ன தப்பு? சொல்லிட்டுப் போறதுல தயக்கம் இருக்குன்னா செஞ்ச காரியத்தில் ஏதோ தப்பு இருக்குன்னுதான் அர்த்தம். இப்ப நீங்க எங்கேருந்து வர்றீங்கன்னு எனக்குத் தெரியும்."

"எங்கேருந்து வர்றேன்?"

"ஓட்டல் யாத்ராலேருந்து."

"வேவு பார்த்து தெரிஞ்சுக்கிட்டாச்சு... இல்லே. அப்புறம் என்ன கேள்வி?"

"உடம்பு சரியில்லாத மாமனாரைப் பார்க்கறதைவிட அந்தக் குடி கெடுக்கற சண்டாளி ஊத்திக் கொடுக்கற பார்ட்டிதான் உங்களுக்கு முக்கியமாயிடுச்சா?"

"திவ்யா!" என்றான் அதட்டலாக. ஒரு விரலைக் காட்டி எச்சரித்தான்.

"நல்லா இல்லே... என் பொறுமைக்கும் ஒரு எல்லை இருக்கு. பத்ரகாளி மாதிரி ஆடாதே, போதும்!"

"நான் ஆடறது இருக்கட்டும்... எல்லா பத்திரிகையிலயும் சந்தி சிரிக்குதே... அதுக்கென்ன சொல்றீங்க?" என்ற திவ்யா,

அருகிலிருந்த டீப்பாய் மேல் கிடந்த சினிமா பத்திரிகைகளில் தேடி 'திரை நிழல்' எடுத்துப் புரட்டி, "இதுக்கு என்ன அர்த்தம்?" என்றாள் அந்தக் 'கிசுகிசு' செய்தியைக் காட்டி.

"நீ கோவிச்சுக்கறதில அர்த்தமே இல்லை திவ்யா" என்றான் நிர்மல்குமார்.

"அதான் சின்னப் பிள்ளைக்குக்கூடப் புரியற மாதிரி தெளிவா போட்டோ போட்டு நியூஸ் எழுதியிருக்காங்களே... அதுலேயும் அர்த்தம் இல்லையா?"

"அந்த போட்டோ, ஷூட்டிங்ல எடுத்த ஸ்டில்ல மரமண்டை... சொன்னா புரிஞ்சுக்கற ஜாதியா இருந்தா சொல்லலாம். உன்கிட்டே ஆயிரம் தடவை சொல்லிட்டேன். இந்த மாதிரி கிசுகிசு எல்லாம் தேர்ட்ரேட் ரிப்போர்ட்டர்ஸ் காசுக்காக எதையாவது கிறுக்கறதுன்னு. நீ அதையே பிடிச்சுக்கிட்டு வம்புக்கு வந்தா என்ன செய்யறது?"

"நீங்க ஒருத்தர்தான் ஹீரோவா? எத்தனை பேர் நடிக்கிறாங்க?"

"யார் இப்ப பிரபலமா இருக்காங்களோ, அவங்களைப் பத்திதான் எழுதுவாங்க. காலாவதியானவங்களைப் பத்தியா எழுதுவாங்க?"

"எதையாச்சும் சொல்லி என் வாயை அடைச்சுட்டா அது பொய்யுன்னு ஆயிடுமா?"

"இப்ப என்னடி செய்யணுங்கறே? உம்...?"

அவளைக் கோபமாக நெருங்கினான் நிர்மல்குமார்.

"எழுதிக் கொண்டாங்க... நான் இப்பவே கையெழுத்துப் போட்டுத் தர்றேன்."

"என்ன எழுதிக் கொண்டாரச் சொல்றே?"

"என் கணவர், பரணியைத் திருமணம் செய்து கொள்ள நான் மனப்பூர்வமாகச் சம்மதிக்கிறேன். அவ்வளவுதானே வேணும் உங்களுக்கு?"

                           தீர்ப்பு தேடி வரும்

கேள்வி முடியும் முன்பாகவே பளாரென்று அறைந்தான் நிர்மல்குமார். அறை வாங்கிய கன்னத்தை உடனே பொத்திக் கொண்டாள் திவ்யா. கண்ணீர் துளிர்த்தது. இமைக்காமல் அவனைப் பார்த்தாள். உதடுகள் துடித்தன.

"நானும் பார்த்துக்கிட்டே இருக்கேன். நீ பாட்டுக்குப் பேசிக்கிட்டே போறே! நீயா ஒண்ணைக் கற்பனை பண்ணிக்கிட்டு என்னைக் கேள்வி கேக்கறதை இன்னியோட விட்டுடு. இல்லைன்னா வெறியாய்டுவேன் நான்" ஆத்திரமாகக் கத்திவிட்டு விடுவிடுவென்று படிகள் ஏறி மாடிக்குச் சென்றான் நிர்மல்குமார்.

திவ்யாவின் அம்மா அவள் அருகில் வந்தாள். "என்ன பொண்ணும்மா நீ? அப்படியெல்லாம் எதுவுமில்லைன்னுதான் சொல்றாரில்லே. அப்புறம் ஏன் மேல மேல உசுப்பேத்தி வாங்கிக் கட்டிக்கறே?" என்றாள்.

"இல்லைம்மா... உனக்குத் தெரியாது."

"அப்படியே இருந்தாலும் இது நீ ரூமுக்குள்ளே தனியாப் பேசவேண்டிய பேச்சு. எங்களையும் வெச்சுக்கிட்டுக் கேட்டா, ஒரு ஆம்பளைக்குக் கோபம் வரத்தான் செய்யும். சரி, நீ போய்ச்சமாதானப்படுத்து. அவர்சாப்பிட்டாரோ, இல்லையோ கேட்டு எடுத்துட்டுப் போய் சாப்பிடச் சொல்லு. நாங்க புறப்படறோம்."

கண்ணீரைத் துடைத்துக் கொண்ட திவ்யா, "எதுக்கும்மா இந்த நேரத்துல போகணும்? தங்கிட்டு காலைல போகலாம்" என்றாள்.

"இல்லை திவ்யா. எங்களுக்கும் தர்மசங்கடமா இருக்கும். டிரைவர் இருந்தா டிராப் பண்ணச் சொல்லு. இல்லைன்னா ஒரு ஆட்டோ கூட்டிட்டு வரச் சொல்லு. நாங்க புறப்படறதுதான் நல்லது" என்றார் அப்பா.

காரில் ஏறிக்கொள்ளும் முன் தம்பி விக்னேஷ் மட்டும் அவள் அருகில் வந்து, "திவ்யா... கொஞ்சம் பொறுமையாய் போறது நல்லது. நீ பயப்படற அளவுக்கு ஒண்ணும் நடக்கலை. அவசரப்பட்டு வார்த்தைகளைக் கொட்டாதே" என்றான்.

அவர்களை அனுப்பிவிட்டு திவ்யா வாசல் கதவைச் சாத்திவிட்டு மாடிக்கு வந்தாள். படுக்கையறைக் கதவின் கைப்பிடியில் கைவைத்து தயக்கத்துடன் சில விநாடிகள் நின்றாள். பிறகு அழுத்தித் தள்ளி, உள்ளே வந்து மூடினாள்.

லூசான இரவு உடைக்கு மாறியிருந்த நிர்மல்குமார், கட்டிலில் அமர்ந்து வீடியோவில் அந்த ஆங்கிலப் படம் பார்த்துக் கொண்டிருந்தான். ஒரு விநாடி திரும்பி அவளைப் பார்த்துவிட்டு மீண்டும் படத்தைப் பார்த்தான்.

கட்டில் அருகில் வந்து நின்று தன் கைவிரல் நகங்களைப் பார்த்துக் கொண்டு, "சாப்பாடு... எடுத்துட்டு வரட்டுமா?" என்றாள்.

"நான் சாப்பிட்டாச்சு" என்றான், அவளைப் பார்க்காமல்.

"கோபத்தை வயித்து மேல காட்ட வேணாம்."

"சாப்டாச்சுன்னு சொன்னேன்."

"உங்களுக்குப் பிடிக்குமேன்னு அம்மா நூடுல்ஸ் செஞ்சிக் கொண்டாந்தாங்க."

"ஏண்டி... எதையும் உனக்கு நூறு தடவை சொல்லணுமா? அதான் சாப்டாச்சுன்னு சொல்றேனில்ல. அப்புறம் என்ன நூடுல்ஸ் கொண்டாந்தாங்க, கத்திரிக்கா கொண்டாந்தாங்கன்னுகிட்டு. பேசாமப் படு."

திவ்யா கட்டில் அருகில் அவன் உதறி வீசியிருந்த சாக்ஸ்களை எடுத்து அதனதன் ஷூவில் நுழைத்து எடுத்து கப்போர்டுக்குள் வைத்தாள். கழற்றிப் போட்டிருந்த சட்டை, பாண்ட்டை சலவைக் கூடையில் போட்டு மூடினாள். பாத்ரூமில் சரியாக மூடப்படாத குழாயை மூடிவிட்டு வந்தாள். கலைந்து கிடந்த வீடியோ காஸெட்டுகளை உறைகளில் போட்டு அடுக்கி வைத்தாள்.

சுற்றி வந்து கட்டிலில் படுத்துக் கொண்டாள். கண்கள் அனிச்சையாகக் கசியத் தொடங்கின.

    தீர்ப்பு தேடி வரும்

அவளிடமிருந்து வந்த லேசான விம்மலின் ஒலியில் கலைந்து திரும்பிப் பார்த்தான் நிர்மல்குமார். கன்னத்தில் மூன்று விரல்களின் அச்சு சிவப்பாகப் பதிந்திருந்தது தெரிந்தது.

நிர்மல்குமாருக்கு மனதைப் பிசைந்தது.

இதுவரை கைநீட்டி அடித்ததில்லை. இன்றைக்குத்தான் முதல் முறை. வலி உடம்பில்விட மனதில்தான் ஆழமாக இறங்கியிருக்கும்.

நிர்மல்குமார் இங்கிருந்தே படத்தை அணைத்துவிட்டு அவள் பக்கம் திரும்பி அமர்ந்தான். "திவ்யா…" என்றான்.

அவள் பதில் சொல்லவில்லை.

விரல் அச்சு பதிந்த கன்னத்தில் லேசாகத் தன் கையை வைத்து மெதுவாகத்தடவினான். "ஸாரிம்மா… ரொம்பஆத்திரமாயிடுச்சு. ஏதாவது மருந்து போட்டுக்கறியா?" என்றான். திவ்யா அவன் கையை விலக்கினாள்.

"திவ்யா, நீ ஏன் என்னைப் புரிஞ்சுக்க மாட்டேங்கறே! என் தொழில் அப்படிம்மா. எல்லா நடிகைகளோடவும்தான் சிரிச்சுப் பேசறேன். செட்டுக்குப் போய் யார் கிட்டயும் பேசாம உம்மணாம்மூஞ்சி மாதிரி இருக்க முடியாது. எவனோ மூஞ்சு தெரியாதவன் பத்திரிகையில எழுதற, பொய்யை நம்பறே! உன்னைத் தொட்டுத் தாலி கட்டின நான் சொல்ற உண்மையை நம்பமாட்டேங்கறே. நான் சொல்றதை கொஞ்சம் கேளேன்." அவள் தோளில் கை வைத்தான்.

"ஒண்ணும் வேணாம்" என்றாள்.

"இங்கே என்னைப் பாரு திவ்யா… இன்னிக்கு பரணியோட சம்பந்தப்படுத்தி எழுதறாங்க இல்லையா? நாளைக்கு வேற ஒரு நடிகையோட ரெண்டு படம் சேர்ந்து நடிச்சா, அப்புறம் அவளோட சம்பந்தப்படுத்தி எழுதுவாங்க. இது ஒரு பொழுதுபோக்கு அவங்களுக்கு. அவ என்னோட கூட நடிக்கிற ஒரு நடிகை. அதைத் தவிர வேற எந்த விவகாரமும் இல்லை திவ்யா. இதைத் தெளிவா நீ புரிஞ்சுக்கணும்"என்றான்.

"பரணியை எனக்கு ஜோடியா போடுங்க'ன்னு நீங்களே போன்ல பேசியிருக் கீங்க. நான் கேட்டிருக்கேன். அது எதுக்காம்?" என்றாள்.

"ராசிதான் காரணம். பரணி எனக்கு ஜோடியா நடிச்சா அந்தப் படம் நிச்சயமா ஹிட் ஆகுது திவ்யா!"

"சரி, அவ பார்ட்டின்னு கூப்பிட்டா, என்கிட்ட பொய் சொல்லிட்டாவது அப்படி எதுக்குப் போகணும்!"

"கூப்பிட்டு, போகலைன்னா வருத்தப்படுவா. நாளைக்கு நம்ம சொந்தப் படத்தில் அவளைத்தான் புக் பண்ணலாம்ன்னு நினைச்சிக்கிட்டிருக்கேன். அதனால ஒரு மரியாதைக்காகப் போக வேண்டியிருக்கு திவ்யா. சொன்னா நீ புரிஞ்சுக்க மாட்டே. அதனாலதான் பொய் சொன்னேன். வலிக்குதா?" குனிந்து கன்னத்தில் மென்மையாக முத்தமிட்டான்.

"எதைக் கேட்டாலும் எல்லாத்துக்கும் என் வாயை அடைக்கிற மாதிரி ஒரு பதில் சொல்லிடறீங்க. என்னமோ செய்யுங்க. அந்தச் சாமிக்குத்தான் வெளிச்சம்."

"உனக்குப் புரியவைக்கவே முடியாது திவ்யா. விட்டுடேன், இந்தப் பேச்சை" என்று அவளை அணைத்துக் கொள்ள முற்பட்டான்.

"நானா ஆரம்பிச்சேன்? நான் பாட்டுக்குப் படுத்திருந்தவளைத் தொட்டுத் திருப்பி நீங்கதான் ஆரம்பிச்சீங்க?"

"ஐயோ! சரி விடேன்" என்று முந்தானையை விலக்க உடனே சரி செய்து கொண்ட திவ்யா, "அடிக்கிறதும் அடிச்சுட்டு கொஞ்சல் ஒண்ணும் வேணாம்" என்று திரும்பிப் படுத்துக் கொண்டாள். பெருமூச்சுவிட்ட நிர்மல்குமார் நகர்ந்து படுத்துப் போர்வை எடுத்துப் போர்த்திக் கொண்டபோது, டெலிபோன் ஒலித்தது. எடுத்தான்.

"ஹலோ..." என்றான். "நடிகர் நிர்மல்குமார் இருக்காரா?" என்றது ஆண் குரல்.

"நிர்மல்தான் பேசறேன்... யாருங்க?"

                                    தீர்ப்பு தேடி வரும்

"ஏண்டா அறிவுகெட்ட கம்னாட்டி! நீயெல்லாம் நடிக்க லைன்னு எவன்டா வருத்தப்பட்டான்? ஏண்டா இப்படிச் சமுதாயத்தைக் கெடுக்கறீங்க? கபோதிங்களா? உன்னையெல்லாம் செருப்பால அடிக்கணும்டா! பணம் சம்பாதிக்கிறதுக்கு வேற பொழைப்பு தெரியலைன்னா எங்கயாவது போய்..." அதற்குப் பிறகு அசுத்தமான தமிழில் வார்த்தைகள் பட்டாசாக வெடிக்கத் தொடங்கின.

"யார்டா அது நான்சென்ஸ்?" என்று கோபமாக நிர்மல்குமார் சீற... எதிர்முனை உடனே வைக்கப்பட்டு...

ஒரு பெரிய காரியத்தை வெற்றிகரமாக சாதித்துவிட்டதைப் போல அந்த பப்ளிக் பூத்திலிருந்து வெளியே வந்து நடக்கத் தொடங்கினான் சம்பத்.

———∞———

7

டெலிபோன் பூத்திலிருந்து வெளியே வந்து நடந்த சம்பத்தின் மனதில் குரூர திருப்தி இருந்தது. பேசி வைத்துக் கொண்டதைப் போல சாலையில் ஒன்று விட்டு ஒன்றில்தான் விளக்கெரிந்தது. சிவப்புக் கல் பதித்த தோடுகள் அணிந்து தாழ்வாகப் பறந்து சென்றது அந்த விமானம்.

சாலையில் கிடந்த நசுங்கின தகர டப்பா ஒன்றைக் காலால் உதைத்து உதைத்து நடந்தான் சம்பத்.

'இந்நேரம் நிர்மல்குமாருக்குப் பச்சை மிளகாயைக் கடித்த மாதிரி டென்ஷன் உச்சந்தலைக்கு ஏறியிருக்கும். அவனுக்கு எத்தனையோ ரசிகர்கள், ரசிகைகள் போன் செய்திருப்பார்கள்.'

அவர்கள் எல்லாம் திகட்டத் திகட்டப் பாராட்டியிருப்பார்கள் அல்லது விடலைத்தனமாக, 'உங்களைக் காதலிக்கிறேன் சார்' என்றிருப்பார்கள். யாரும் இந்த மாதிரி திட்டியிருக்க மாட்டார்கள் அதுவும் இப்படிப் பாதி ராத்திரியில் கூப்பிட்டு...

சம்பத் அந்த டீக்கடையில் மசாலா டீ சொன்னான். அதற்கு மேல் கசங்க முடியாத நிலையில் இருந்த மாலை செய்தித்தாளை எடுத்துப் புரட்டினான். அலுமினியத் தகடு வேய்ந்த மேஜை மேல் பரோட்டாவுக்கு மாவு அடித்து டேபிள் டென்னிஸ் பந்து சைஸுக்குச் சுருட்டி வைத்திருந்ததைப் பார்க்கும் போது, பெருமாளின் கண்கள்தான் அவனுக்கு நினைவில் வந்தன.

ஏற்கெனவே பெரிய கண்கள், இவனை அடையாளம் கண்டுபிடித்த பிறகு அவை மேலும் பெரிதாக விரிய... வழுக்கி வெளியே விழுந்துவிடுமோ என்று பயமாகக்கூட இருந்தது.

பெருமாள் வேலை பார்த்துக்கொண்டிருந்த பாங்கில் அவனது கவுண்டருக்கு எதிரே போய் நின்று, "வணக்கம்

சார்" என்றபோது. குனிந்த தலை லெட்ஜரை விட்டு நிமிராமல், "என்ன வேணும்?" என்றான் பெருமாள்.

பள்ளிக்கூட நாட்களில் பார்த்த பெருமாளா இவன்? அடியோடு மாறிப் போயிருந்தான். உருட்டுக்கட்டை வைத்து சப்பாத்தி மாவை விரிவுபடுத்துவது போல காலம் அவன் முகத்தை எல்லாப் பக்கங்களிலும் பெரிதுபடுத்தியிருந்தது. மீசையில் அடர்த்தி வந்து, உதடுகள் கறுத்து, தொந்தி போட்டு. ஆனாலும், அவன் பெருமாள்தான் என்பதைத் தன் மாறாத மூக்கால் நிரூபித்துக் கொண்டிருந்தான்.

"சார், நீங்கதானே பெருமாள்?" என்றான் சம்பத்.

பெருமாள் இப்போது நிமிர்ந்து, "ஆமாம்."

"உங்களோட கொஞ்சம் தனியாப் பேசணுமே..."

"நீங்க யாரு?"

"தனியா வந்தா சொல்றேன்."

அவன் குழம்பிப்போய் நாற்காலியைப் பின்தள்ளி எழுந்து, கவுண்ட்டரின் கதவைத் திறந்து கொண்டு வெளியே வந்து பாங்குக்கு வருகிற கஸ்டமர்கள் உட்கார்வதற்காகப் போடப்பட்டிருந்த நாற்காலிகளில் ஒன்றில் சம்பத்தை அமரச் சொல்லி, அருகில் அமர்ந்து, "என்ன, சொல்லுங்க?" என்றான்.

"என்னைத் தெரியலையா பெருமாள்?"

"பார்த்த முகமா தெரியுது. சட்டுன்னு அடையாளம் புரியலை."

"நான் சம்பத். பள்ளிக்கூடத்திலே ஒண்ணாப் படிச்சோம். விநோதினி டீச்சர் மேல கரப்பான்பூச்சியைத் தூக்கிப் போட்டு, அவங்க நடு கிளாஸ்ல புடவைய எடுத்து உதறி... அப்புறம் ஹெட்மாஸ்டர் நம்ம ரெண்டு பேரையும் ஃபுட்பால் கிரவுண்டைப் பத்து ரவுண்டு ஓடச் சொன்னாரே..."

உட்கார்ந்திருந்த பெருமாள் எழுந்தே விட்டான். "ஏய்! அந்த சம்பத்தா நீ? ஆள் அடையாளமே புரியாத மாதிரி மாறிப் போய்ட்டே. எவ்வளவு கொழுகொழுன்னு இருப்பே நீ.

உன் சட்டையைக் கிழிச்சி சர்க்கஸ் கூடாரம் தைச்சிடலாம்னெல்லாம் கிண்டல் பண்ணுவோம். இப்ப என்னடான்னா ஊதினா உடைஞ்சு போயிடுவே போலிருக்கு. என்ன ஆச்சு? எங்கே இருக்கே நீ? என்ன பண்ணிக்கிட்டு இருக்கே? இரு... இங்கே சொல்லவேணாம். பக்கத்து ஓட்டல்ல காபி சாப்பிட்டுக்கிட்டே பேசலாம்'' என்றான்.

ஓட்டல் குளிர் அறைக்குள் ஒவ்வொரு தொட்டிச் செடிக்கும் தனி விளக்குப் போட்டிருந்தார்கள்.

"கோத்தகிரியில எனக்கு ஒரு மாமா இருக்கிறது உனக்குத் தெரியுமே... பள்ளிக்கூடம் முடிச்சதும் நீ காலேஜ் படிப்புக்குத் திருச்சி போனியா? நானும் ஒரு டிகிரி படிக்கணும்னு எங்க அண்ணன்கிட்டே எவ்வளவோ மன்றாடிப் பார்த்தேன். படிச்சது போதும்னு கோத்தகிரி மாமா வீட்டுக்கு அனுப்பி வெச்சார். அங்கே அவரோட எஸ்டேட்லதான் இவ்வளவு நாளும் வேலை பார்த்துக்கிட்டிருந்தேன். மாமாவுக்கும் எனக்கும் சரிப்பட்டு வரலை. ஒரு சின்ன தகராறு பெரிசா வளர்ந்துச்சு. நான் புறப்பட்டு மெட்ராஸ் வந்துட்டேன்.''

"எப்போ வந்தே?''

"ரெண்டு நாளாச்சு.''

"எங்க தங்கியிருக்கே?''

"பாரிஸ் கார்னர்ல ஒரு லாட்ஜ்ல. சொல்லிக்கிற மாதிரி பெரிய லாட்ஜில்லை அது. நீ எப்படியிருக்கே? கல்யாணமாயிடுச்சா? எத்தனை குழந்தைங்க?''

"ரெண்டு பையன், ஒரு பொண்ணு. உனக்கு?''

"ஒரு பையன், ஒரு பொண்ணுதான். நம்ம திட்டம். அதாவது கல்யாணம் ஆனதுக்கு அப்புறம்.''

"ஏம்ப்பா இன்னும் பண்ணிக்கலை?''

"அதுக்கு முன்னாடி செய்ய வேண்டிய சில முக்கியமான காரியங்கள் எல்லாம் இருக்கு. அதையெல்லாம் முடிச்சிட்டு பண்ணிக்கணும்...''

    தீர்ப்பு தேடி வரும்

"என்ன செய்யப்போறே இங்கே?"

"நான் சேர்த்து வெச்ச பணம் முப்பதாயிரம் வெச்சிருக்கேன். அதை வெச்சு ஏதாச்சும் தொழில் சின்னதா ஆரம்பிக்கலாம்னு இருக்கேன்."

"என்ன தொழில்?"

"அது இன்னும் யோசிக்கலை. பேசாம முறுக்கு செஞ்சு கடைங்களுக்குப் போடலாமான்னு பார்க்கறேன்."

"முறுக்கா?"

"என்ன முறுக்கான்னு கேக்கறே... நான் இப்ப தங்கியிருக்கேனே லாட்ஜ், அதோட ஓனர் பார்வதியக்கான்னு பேரு. அவங்களுக்கு அதான் தொழில். அதுல சம்பாதிச்சு சொந்தமா இடம் வாங்கி லாட்ஜ் மாதிரி செட்டப் செஞ்சிட்டாங்களே..."

காபி வந்து குடித்ததும், பில்லை அவசரமாகப் பிடுங்கிப் பெருமாள் பணம் வைத்தான். தன் வீட்டு விலாசத்தை ஒரு காகிதத்தில் குறித்துக் கொடுத்து, "ஞாயிற்றுக்கிழமை வீட்டுக்கு வர்றியா சம்பத்? நிறைய பேசலாம்..." என்றான்.

"சரி... கையில பணம் வெச்சுக்கிட்டு மெட்ராஸ்ல சுத்த முடியாது. லாட்ஜுல பத்திரம் இல்லை. உங்க பாங்குல போட்டு வைக்கட்டுமா பெருமாள்?"

"தாராளமா... வா, ஒரு சேவிங்ஸ் கணக்கு ஆரம்பிச்சுத் தர்றேன்..."

பாங்கில் சேவிங்ஸ் கணக்குத் துவங்க விண்ணப்பத்தை நிரப்பும்போது, "என்ன அட்ரஸ் எழுதறது சம்பத்?" என்றான்.

"நிரந்தர அட்ரஸ்னா கோத்தகிரி அட்ரஸ் சொல்றேன், அதை எழுதிக்கோ. இங்கே ஒரு அட்ரஸ் தரணுமில்ல? அந்த லாட்ஜ் சரியில்லைப்பா. மாறினாலும் மாறிடுவேன். ஒரு இடம் வாடகைக்குப் பிடிச்சுட்டா, அந்த இடத்து அட்ரஸ் தரலாம்."

"சரி சரி... கேர் ஆஃப்னு போட்டு, என்னோட வீட்டு அட்ரஸே எழுதிடறேன்..."

பணம் போட்டுவிட்டு பாஸ்புக், செக் புக்குடன் புறப்பட்டபோது, தன் பெரிய விழிகளைப் பெருமாள் விரித்து, "ஞாயிற்றுக் கிழமை கண்டிப்பா வீட்டுக்கு வரணும் சம்பத்" என்று சொன்னது நினைவுக்கு வந்தது.

மசாலா டீக்குக் காசு கொடுத்துவிட்டு சம்பத் எழுந்து தனது லாட்ஜை நோக்கி நடந்தான். பெரும்பாலான கடைகள் சாத்தியிருந்தன. பிளாட்பாரங்களில் கடை விரிக்கப்படும் பொருட்கள் இப்போது ஓரமாக அட்டைப் பெட்டிகளில் உறங்க அதன்மேல் படுத்து வேட்டியைப் போர்த்திக் கொண்டு உறங்கிக் கொண்டிருந்தார்கள்.

ஒரே ஒரு பலகை மட்டும் திறந்திருந்த ஒயின் ஷாப்பைப் பார்த்ததும் நின்றான் சம்பத். சென்று குவார்ட்டர் பிராந்தி வாங்கி இடுப்பில் செருகிக் கொண்டு லாட்ஜுக்கு வந்தான்.

தன் அறைக்கு வந்து லுங்கிக்கு மாறி பாட்டிலை மூடிதிருகி, அதோடு எதுவும் கலக்காமல், 'கடக்... கடக்...' என்று உதடுகளும் நாக்கும் எரிய எரியக் குடித்தான்.

எதிர் அறையிலிருந்து வளையல் சத்தம் கேட்டது. "மெதுவாய்யா..." என்ற சத்தமாகக் கேட்டது.

சம்பத் விருட்டென்று எழுந்து படியிறங்கி வந்து கதவு தட்டினான். உள்ளே விளக்கெரிந்தது, "யாரது?" அலுப்புக் குரலுடன் கதவைத் திறந்த பார்வதியக்கா, தன் மார்பைப் பற்றி அக்கறையில்லாமல், "என்ன தம்பி?" என்றாள்.

"மேலே ஒரு ஆளு குடும்பம் நடத்தறான்..."

"லாட்ஜுன்னா எல்லாம்தான் இருக்கும். அனுசரிச்சுத்தான் போகணும். நீ பாட்டுக்குத் தூங்கவேண்டியதுதானே?"

"முடியலையே..."

"அதுக்கு நான் என்ன செய்யணுங்கறே?"

"ஐயோ... நீயா? நீ வேணாம். வேற யாராச்சும்..."

"அட! நம்மாளுதானா நீயும்?. இதை மொதல்லயே சொல்றதுக்கென்ன? இங்க நாலு இருக்கு. நாலும் போய்டுச்சே.

                    தீர்ப்பு தேடி வரும்

இன்னிக்கு என்னவோ ஏக டிமாண்டு. நூறு ரூபான்னாலும் பரவாயில்லைலென்னா சொல்லு. ஆட்டோ பிடிச்சிட்டுப் போயி இட்டாரணும். அந்தச் செலவைத் தனியாக் கொடுத்துடணும். என்ன சொல்றே?"

"சரி, ஆவட்டும். இருநூறே ஆனாதான் என்ன? ஆயிட்டுப் போவுது. என் லட்சுமி மாதிரி இருப்பாளா?" என்றான் சம்பத், முழுப் போதையின் ஆதிக்கத்தில்.

"அதாருன்னு நான் இன்னாத்தைக் கண்டேன்? செவச்செவன்னு சிக்குன்னு இருக்கும். நீ துட்டை எடு. இட்டாரேன். போய் ரூம்ல குந்து. அரை அவர்ல கதவைத் தட்டுவா..."

சம்பத் மொத்த மணிபர்ஸையும் அவளிடம் தர, அவள் அதிலிருந்து இரண்டு நூறு ரூபாய் நோட்டுக்கள் உருவிக் கொண்டு, அவன் கண் முன்னால் பிடித்துக் காட்டி "நல்லா பார்த்துக்கோ... ஒரு நூறு ரூபா நோட்டு, ஒரு அம்பது ரூபா நோட்டு. மொத்தம் நூத்தம்பது எடுத்திருக்கேன். அப்புறம் போதையில இருந்தப்ப நான் ஏமாத்திட்டதா சொல்லக் கூடாது."

"அதெல்லாம் நியாயம்தான்..." என்று சொல்லிவிட்டு சம்பத் தள்ளாட்டத்துடன் மீண்டும் மாடிக்கு வந்தபோது, எதிர் அறையிலிருந்து 'பட்... பட்...' என்று ப்ரஸ் பட்டன் போடும் சத்தம் கேட்டது.

சம்பத் சுவரில் சாய்ந்து கால்நீட்டி அமர்ந்து ஒரு சிகரெட் பற்றவைத்து, அதை முடிக்கும் முன்பாகவே 'ஜல்... ஜல்...' என்று கொலுசு சத்தமும், "இந்த ரூமு தான்... உள்ளே போ..." என்ற பார்வதியக்காவின் குரலும் கேட்டது.

ஒரு மட்டமான செண்ட் வாசனையுடன் அவள் உள்ளே வந்து கதவைச் சாத்தினது, ஜன்னலின் பாதி நிலா வெளிச் சத்தில் கலங்கலாகத் தெரிந்தது.

அவள் ஜல் என்று ஜல் அடி ஜல் எடுத்து ஜல் வைத்து ஜல் அருகில் ஜல் அமர்ந்தாள். "என்ன சார், உட்கார்ந்துக்கினே தூங்கிட்டியா?" என்றாள். பாவாடை, ஜாக்கெட் அணிந்து

தாவணியை அணிந்திருந்தாள். ஆனால், அது ஏதோ பூணூல் போலத்தான் குறுக்கே ஓடியது.

அவள் அவன் மார்பில் சாய்ந்து கன்னத்தைத் தடவி, உடனே விலகி "அட! நீயா? மைனராப் பார்த்து விசாரிக்கச் சொன்னே... நீயே மைனர் ஆயிட்டியா?" என்றாள்.

"ஓ! அந்த ப்ளஸ் டூ பொண்ணா நீ? திருகாணி கிடைச்சுதா?" என்று சிரித்தான்.

"உன் பேர் என்ன?"

"பாப்பா..."

"பாப்பாங்கறே... பெரிசா இருக்கியே?"

"சீ!" என்று வரவழைத்த வெட்கத்துடன், அவன் சட்டையின் பித்தான்களை வரிசையாகப் பிரித்து வெற்று மார்பில் ஜிலீர் என்று கைகளை அலைய விட, அவளை அவன் அவசரமாக விலக்கி, "வேணாம்..." என்றான்.

"ஏன்?"

"சும்மா பேச்சுத் துணைக்குத்தான் உன்னை வரச்சொன்னேன்..."

"இன்னாய்யா கிண்டல் பண்றே... நடுச்சாமத்துல பேசறதுக்காகவா துட்டுக் கொடுத்து என்னை வரவழைச்சே?"

"ஆமாம்... நிஜம்மா சொல்லு, நீ ஏன் இப்படி ஆனே?"

"கல்யாணம் மாதிரி ஊர் கூட்டி, விருந்து வெச்சு, சிரிச்சுக்கிட்டே வா இந்தச் சாக்கடையில விழுந்திருப்பேன்? அது என்னத்துக்குய்யா இப்ப... வேணாம்ன்னா நான் போறேனே... பேசற நேரமா இது? சும்மா பேசணும்ன்னா பகல்ல வர்றேன்... நான் போனா ரெண்டு கிராக்கி பார்ப்பேன். இன்னும் ராத்திரி மிச்சமிருக்கு பாரு...'

"சரி, நீ போ..." என்றவன், கதவருகில் போனவளை, "நில்லு. இங்கே வா" என்றான். வந்தாள்.

     தீர்ப்பு தேடி வரும்

"தாவணியெல்லாம் சிகரெட் பொத்தலா இருக்கே... நான் ஒரு சேலை தர்றேன், வாங்கிட்டுப் போ..." என்று தனது பையிலிருந்து புத்தம்புதிய சேலை எடுத்து அவளிடம் கொடுக்க, அவள் வியந்து போய், "உங்கிட்ட ஏதுய்யா சேலை?" என்றாள்.

———◆———

8

"அதைப் பத்தி உனக்கென்ன? வாங்கிக்க" என்று சேலையை நீட்டினான் சம்பத்.

வாங்கிக்கொண்ட பாப்பா அவன் அருகில் தரையில் அமர்ந்துவிட்டாள். அவன் முகத்தையே அந்த அரைகுறை வெளிச்சத்தில் ஊடுருவிப் பார்த்தாள்.

"ஏன் உக்காந்துட்டே? போகலையா?"

"இல்லைய்யா. என்னமோ பேசணும்னுதானே காசு கொடுத்து என்னை வரச்சொன்னே... சொல்லு, என்ன சொல்லணுமோ சொல்லு."

சம்பத் சுவரில் சாய்ந்து கொண்டான். அமைதியாய் இருந்தான்.

"உனக்கு கல்யாணமாயிடுச்சா?"

நிமிர்ந்து பார்த்தான். விரக்தியாகச் சிரித்து, "ஆய்டுச்சு எப்பவோ ஆயிடுச்சு" என்றான், தன் முழங்கால்களை இரண்டு கைகளாலும் கோத்துக் கட்டிக் கொண்டு.

"இந்தச் சேலை உன் பொண்டாட்டிக்காக வாங்கினியா?"

"பொண்டாட்டியா?" மீண்டும் பலவீனமாகச் சிரித்து, "ஆமாம்" என்றான்.

"பின்ன ஏன்யா எனக்குத் தர்றே? உங்க ரெண்டு பேருக்குள்ள தகராறா?"

அதற்குப் பதில் சொல்லாமல் சம்பத் கண்களை மூடிக்கொண்டான். மீண்டும் இமைகள் நிமிர்ந்தபோது இரண்டு சொட்டுக் கண்ணீருக்கு வழிவிட்டன.

"என்னய்யா, அழுவறே? உன் பொண்டாட்டி இல்லையா? செத்துகித்துப் போயிடுச்சா? சொல்லுய்யா."

"ஆமாம், அவ செத்துதான் போய்ட்டா."

"கண்ணைத் தொடைச்சுக்கய்யா. நடுச்சாமத்தில ஒரு ஆம்பளை அழுது நான் பார்த்ததே இல்லை"

சம்பத்தன் சட்டை முனையால் கண்களை ஒற்றிக் கொண்டு, "சரி, நீ போ பாப்பா. உன் தொழிலைக் கெடுத்துக்காதே" என்றான்.

"மனைசைப் பிசையுதுய்யா" என்று எழுந்துகொள்ளப் போனவள், "உனக்கு இப்ப நான் வேணாமா?" என்றாள்.

"வேணாம்."

எழுந்து கொண்டாள். நடந்தவள் நின்று, "உன் பேரு என்ன?"

"சம்பத். ஏன்?"

"நீ நல்லா இருக்கணும்னு காலைல கோயிலுக்குப் போறப்ப ஒரு அர்ச்சனை பண்ணத்தான்."

கதவு திறந்து அவள் அந்தப் புடவையை மார்போடு அணைத்து படி செல்ல... கொலுசுச் சத்தம் தேய்ந்தது.

காலையில் சம்பத் மிகத் தாமதமாக விழித்தபோது அறை வெளிச்சமாக இருந்தது. தரையில் பாப்பா சிந்திச்சென்ற வாடின மல்லிகைப் பூக்கள் சிதறியிருந்தன. பாயாலேயே அவற்றை ஓர் ஓரத்தில் ஒதுக்கினான்.

'பொண்டாட்டி செத்துப்போச்சா?' என்று பாப்பா கேட்டது நினைவுக்கு வந்தது. 'கோயிலுக்குப் போறப்ப அர்ச்சனை பண்ணத்தான்' என்றதும் மனதில் எதிரொலித்தது.

'தொழிலுக்குப் போகும் பாப்பா! கோயிலுக்குப் போகும் பாப்பா!' சிரித்துக் கொண்டான். குளித்து, உடுத்தி கீழே இறங்கி வந்தபோது பார்வதியக்காவை நேராகப் பார்ப்பதில் தயக்கமிருந்தது.

"என்ன தம்பி, புடவை கிடவை எல்லாம் கொடுத்தியாமே?" லஜ்ஜையில்லாமல் சிரித்தாள்.

"ஆமாம் எனக்கு உபயோகமில்லை. கட்டிக் கட்டுமென்னு கொடுத்தேன்."

"டச் பண்ணவே இல்லையாமே. ஏன்? மூடு இல்லையா?"

"எனக்கு வேலை இருக்கு. வர்றேன்."

ஓட்டலில் டிபன் முடித்த கையோடு பழைய புத்தகக் கடையை விசாரித்துக் கொண்டு சென்றான் சம்பத்.

"என்ன வேணும் சார்?" என்றான், காதில் பீடி செருகிய முதலாளி.

"பழைய சினிமா பத்திரிகைகள் கொஞ்சம் வேணும்."

"அதோ இருக்கு. பேசும்படம், பொம்மை, வண்ணத்திரை, எது வேணுமோ பாரு சார். எல்லாம் பாதி விலைதான். துணி இல்லாத பொம்பளைப் படம் போட்ட இங்கிலீஷ் புஸ்தகம் வேணுமா? அதுகூட இருக்கு."

"அதெல்லாம் வேணாம்." சம்பத் மடங்கி உட்கார்ந்து பொறுமையாகப் பார்த்துப் பீடாகடையில் தொங்கின சமீபத்திய சினிமா இதழ்களையும் வாங்கிக் கொண்டு அறைக்குத் திரும்பினான்.

கதவைச் சாத்திவிட்டு, கத்தரிக்கோலுடன் அமர்ந்தான் சம்பத்.

அவசரம் எதுவும் இல்லாமல் ஒவ்வொரு புத்தகமாகப் புரட்டி நிர்மல்குமாரைப் பற்றிய செய்திகளை மட்டும் தேடித் தேடிப் படித்து, தனியாகக் கத்தரித்து எடுத்தான்.

- ❖ நடிகர் நிர்மல்குமார் தன் ஒவ்வொரு பிறந்த நாளின் போதும் காட்டாங்குளத்தூரில் உள்ள சிவானந்தா சேவாசிரமத்தில் அனாதைக் குழந்தைகளுக்குப் புத்தாடைகள் வழங்கி வருகிறார்.
- ❖ நடிகர் நிர்மல்குமாருக்கு வெளிநாட்டுப் பொருட்களின் மேல் மோகம் அதிகம். அவருக்குப் பிடித்துவிட்டால் விலையைப்பற்றிக்கவலைப்படாமல்வாங்கிவிடுவாராம்.
- ❖ நடிகர்நிர்மல்குமார்சிகரெட்புகைக்கும்பழக்கமுடையவர் என்ற போதிலும், ஒரு விளம்பரநிறுவனம் அவரைசிகரெட் கம்பெனிக்கு விளம்பரமாக போஸ் தரச் சொன்னபோது மறுத்து விட்டாராம்.
- ❖ நிர்மல்குமார் ஐந்து நட்சத்திர ஓட்டல் ஒன்றில் உள்ள சலூனில்தான் முடிவெட்டிக் கொள்கிறார்.

                                    தீர்ப்பு தேடி வரும்

இப்படி ஒவ்வொரு செய்தியையும் வெட்டிக் கொண்டு வந்த சம்பத்தை, அடுத்து அவன் படித்த செய்தி கவர்ந்தது.

❖ நட்சத்திர ஓட்டல் ஒன்றில் நடிகை பரணி மிகவும் முக்கியமான பிரபலங்களுக்குச் சோமபான விருந்து கொடுத்திருக்கிறார். அதில் நடிகர் நிர்மல்குமாரும் கலந்து கொண்டிருக்கிறார். ஆட்டம், பாட்டம், கும்மாளம். இந்தச் செய்தி நிர்மல்குமாரின் திருமதிக்குத் தெரிய வர, வீட்டுக்கு வந்த கணவனைப் பிடித்து வாங்குவாங்கென்று வாங்கிவிட்டார். நடிகரும் கோபமாகத் தன் மனைவியை அறைந்துவிட்டாராம். இந்தச் சம்பவத்தைத் தொடர்ந்து கணவன் - மனைவி உறவில் விரிசல் அதிகமாகி அது விவாகரத்து வரை செல்லக்கூடும் என்று பேசிக் கொள்கிறார்கள். அப்படி நடந்தால், உடனடியாக நிர்மல்குமார் - பரணியின் திருமணத்தை நாம் எதிர்பார்க்கலாம். நிர்மல்குமார் - பரணியின் ரகசியக் காதல் விவகாரத்தை முதன் முதலாக ரசிகர்களுக்கு செய்தி வெளியிட்டது நமது இதழே என்பதை நினைவில் கொள்க.

சம்பத் அந்தச் செய்தி முழுவதையும் மீண்டும் ஒருமுறை படித்தான். யோசனையாகத் தலையை ஆட்டிக் கொண்டான்.

மீண்டும் அடுத்தடுத்த இதழ்களில் நிர்மல்குமாரைப் பற்றிய செய்திகளைச் சேகரிக்கத் தொடங்க, 'திரைகீதம்' என்ற சினிமா இதழில் வெளியாகியிருந்த வித்தியாசமான ஒரு கட்டுரையும் அவனை ஈர்த்தது.

அந்தக் கட்டுரை இப்படித் தொடங்கியது;

'பிரபலமாக இருப்பவர்களுக்குப் பிரச்னைகளும், பகையும் மற்றவர்களைவிட அதிகம் இருக்கும். இன்றைக்குத் திரையுலகில் பிரபலமாக உள்ள சில நட்சத்திரங்களை அணுகினோம். அவர்கள் தற்காப்புக்கு என்ன ஆயுதம் வைத்திருக்கிறார்கள் என்று விசாரித்தோம்...'

அந்த பேட்டிக் கட்டுரையில் ஒரு நடிகர், தன்னைச் சுற்றிலும் எப்போதும் நண்பர்கள் படையே இருப்பதால் தனக்குத்

தனியாகப் பாதுகாப்பு ஏற்பாடு எதுவும் தேவையில்லை என்றிருந்தார்.

மற்றொரு நடிகர் தான் முறையாக லைசென்ஸ் பெற்று வெஸ்ட் ஜெர்மனி தயாரிப்பான எர்மா வெர்க்பிஸ்டல் வைத்திருப்பதாகச் சொல்லியிருந்தார்.

அந்த வரிசையில் நிர்மல்குமாரின் புகைப்படமும், அவனது பதிலும் வெளியாகியிருந்தது. அவன் பதில்...

'உள்ளூர் படப்பிடிப்புகளுக்கோ, விழாக்களுக்கோ செல்லும்போது நான் எந்த ஆயுதமும் வைத்துக் கொள்வதில்லை. ஒருமுறை விசாகப்பட்டினத்தில் படப்பிடிப்பில் கலந்துகொண்ட போது அறைக்குள் ஒரு திருடன் புகுந்து என் சட்டைகள், வாட்ச் எல்லாம் திருடிச் சென்று விட்டான். எல்லாம் கன்ட்டினியூட்டி விஷயங்கள் வேறு. அன்றிலிருந்து எப்போது வெளியூர் சென்றாலும் பாதுகாப்புக்காக ஒரு கத்தி எடுத்துச் செல்கிறேன். பூம்புகார் கலைக்கூடத்தில் வாங்கின அலங்கார வேலைப்பாடுகள் கொண்ட ஓரடி நீளக்கத்தி அது. என் பயணப் பெட்டியில் எப்போதும் இருக்கும். '

இந்தப் பதிலைப் படித்ததும் சம்பத் ஏதோ உடம்பு முழுக்க புது ரத்தம் பாய்ந்தவனாய் உணர்ந்தான். அவனுக்குள் ஒரு திட்டம் மெள்ள மெள்ள ஓர் ஓவியத்தின் ஆரம்பக் கோடுகளாக உருவாகத் தொடங்கியது.

நிர்மல்குமாரின் அலுவலகத்துக்கு மாடியில் சற்று விசாலமான அறை டிஸ்கஷனுக்காக ஒதுக்கப்பட்டிருந்தது. அந்த அறையில் நாற்காலிகளே கிடையாது.

தரையில் முக்காலடி உயரத்துக்கு மொத்தப் பரப்பளவையும் கவர் செய்யும் வகையில் மெத்தை போட்டு, உறைபோட்ட மத்தளம் போல ஏழெட்டுத் திண்டுகள் தைத்து உருட்டி விட்டிருந்தார்கள்.

நிர்மல்குமார், கதையாசிரியர். இயக்குநர், மற்றோர் ஆசாமி ஆக நான்கு பேரும் அந்த திண்டுகளைச் செளகரியமாக அமைத்துக் கொண்டு ஒருவரை ஒருவர் பார்க்கும்படி அமர்ந்திருந்தார்கள்.

   தீர்ப்பு தேடி வரும்

பிளேட்களில் நொறுக்குத் தீனி இருந்தது. சினிமா பத்திரிகைகள், டேப் ரிக்கார்டர், வீடியோ காஸெட்டுகள், டெலிபோன் என்று எல்லாம் குழப்பமாகக் கிடந்தன.

கதையாசிரியர் தனது காதுகளைத் தாண்டி கிருதா வைத்துப் பதினைந்து வருடங்கள் நாகரிகத்தில் பின்தங்கியிருந்தார். நெற்றியில் களவுப்பூர் குலதெய்வம் நினைவாகப் பெரிதாகக் குங்குமம் வைத்திருந்தார்.

இயக்குநர் சின்ன வயசுக்காரராய் இருந்தார். சட்டையைக் கழற்றி எலும்புகளை எண்ணிவிடலாம். ஆனால், கண்களில் ஒளி இருந்தது. நிச்சயமாக அவரைப் பார்த்ததும் நிஜ நாடகம், கணையாழி, அறிவுஜீவி, எக்ஸிஸ்டென்ஷியலிசம், ஹைக்கூ போன்ற வார்த்தைகள் மனதில் வந்துபோகும்.

மூன்றாவது ஆசாமி ஸம்பாரி சூட் அணிந்து நெய் பக்கோடா சாப்பிடு வதிலேயே தீவிரமாக இருந்தார்.

"அப்புறம் ஏதாவது ஸீன் தேத்தினீங்களா?" என்றான் நிர்மல்குமார்.

கதை செருமிக் கொண்டது, "தாலியை நிச்சயமா ராஜாத்தி கட்டிக்கக்கூடாது. க்ளைமாக்ஸ் நிச்சயமா கல்யாண மண்டபத்திலதான். இவ மணப்பெண்ணா வந்து உக்காந்தா லாஜிக் இடிக்குது நிர்மல்."

"இடிச்சா கொஞ்சம் தள்ளி வேணும்ன்னா உக்கார வைங்களேன்" என்று நிர்மல் சொன்னதும், காத்திருந்ததைப்போல ஸம்பாரி, "குட் ஜோக்!" என்று வயிற்றைப் பிடித்துக் கொண்டு சிரிக்க......

"ஸீ... மிஸ்டர் சிதம்பரம், இப்பல்லாம் சினிமால லாஜிக் பார்க்கக் கூடாது. அதான் ஃபேஷன். ஸீன் பியூட்டி நல்லா வந்தா சரிதான். 'ஐயையோ! கடன்காரன் வந்துட்டானே, இப்ப நான் என்ன செய்யப் போறேன்?'னு தானா புலம்புகிற மாதிரி எத்தனையோ படத்தில் பார்க்கறோம். ரியல் லைஃப்ல பைத்தியக்காரனையும், குடிகாரனையும் தவிர வேறு யாராவது அப்படித் தனியா வாய்விட்டுப் புலம்பறதுண்டா? சினிமா செளகரியத்துக்காக இந்த மாதிரி அடிப்படையான லாஜிக்கை எல்லாம் தூக்கிக் கடாசிடறதில்லையா?" என்றார் டைரக்டர்.

"நியாயம்தான்... எந்த ஊர் சண்டையில் அந்தரத்தில பறந்து நாலு தடவை சுத்திக் கீழே விழறாங்க! சண்டை, பாட்டு இதெல்லாமே லாஜிக் மீறல்தானே?" என்ற கதை, "ஆனாலும் முக்கியமான கட்டங்களில் பார்க்கத்தானே வேணும்" என்றார்.

"இப்ப என்ன சொல்றீங்க சிதம்பரம் சார்? ராஜாத்திமணவறைக்கு வரணுமா வேணாமா? மாப்பிள்ளை தாலியை எடுத்துக்கிட்டு அலங்காரம் நடக்கற இடத்துக்கு வரமுடியாது. இல்லையா?" என்று நிர்மல்குமார் கேட்டபோது...

கதவைத் திறந்துகொண்டு சேகர் உள்ளே வந்து, "கோவையிலேருந்து பத்ரிநாத் பேசறார். லைன்ல இருக்கார்" என்றான்.

"நான் பேசறேன்" என்று நிர்மல் இங்கே இருந்த போனை எடுத்து, "வணக்கம் அண்ணாச்சி. நாளைக்கு ராத்திரி நீலகிரில புறப்பட்டு வர்றேன். உறுதியாதான் சொல்றேன். டிக்கெட் போட்டாச்சு. சேச்சே... அதெல்லாம் ஒண்ணும் கான்சல் ஆகாது. உங்க விஷயத்துல அப்படி நடந்துப்பனா அண்ணாச்சி? ரைட்... ரைட்" என்று ரிஸீவரை வைத்தான்.

"கோவை பத்ரி அண்ணாச்சியோட தம்பி ஜுவல்லரி ஆரம்பிக்கிறார். அதை நாளன்னைக்கு நான் திறந்து வைக்கிறேன். நம்ம படத்துக்கு ஃபைனான்ஸ் பண்றேன்னு சொல்லியிருக்கார். மாட்டேன்னு சொல்ல முடியுமா?" என்று பொதுவாகச் சொன்ன நிர்மல்குமார் நினைவு வந்தவனாக சேகரை அழைத்து, "நம்ம டி.எஸ்.பி. அமுதவனை போன்ல பிடிச்சிக்கொடு சேகர். முக்கியமாப் பேசணும்" என்றான்.

———◦○◦———

                              தீர்ப்பு தேடி வரும்

9

"ஹலோ, டி.எஸ்.பி. அமுதவன் ஸ்பீக்கிங்..." குரலே யூனிஃபார்ம் அணிந்திருந்தது.

"நிர்மல் பேசறேன் சார்... எப்படி இருக்கீங்க?"

"நானே உங்களை வந்து பார்க்கணும்னு இருந்தேன். வட ஆற்காடுக்கு என்னை மாத்தி விட்டுடப்போறதா ஒரு புரளி. உங்க படத்தோட நூறாவது நாள் விழாவுக்கு நம்ம டி.ஜி.பி. தலைமை தாங்கியிருக்கிறார். அது என்ன படம்? உங்களை நாலு பொண்ணுங்க விழுந்து விழுந்து லவ் பண்ணுதாமே..."

"வயசுக்கு வந்தாச்சு! சரி, நான் பார்க்கிறப்ப சொல்லத் தோதுப்பட்டா சொல்றேன். எனக்கு உங்க உதவி வேணுமே சார்?"

"செஞ்சாச்சு. என்னன்னு சொல்லுங்க."

"ரெண்டு நாளைக்கு முன்னாடி ராத்திரி ஒருத்தன் என் வீட்டுக்கு போன் பண்ணி என்னை கன்னாபின்னான்னு திட்டிட்டான். இந்த வார்த்தைதான் சொல்றதுன்னு இல்லை. சகட்டு மேனிக்கு..."

"ஆள் யாருன்னு மட்டும் சொல்லுங்க, போதும்."

"அது தெரிஞ்சா விவகாரம் உங்ககிட்டயே வராது சார். நம்ம ரசிகர் மன்றச் செயலாளரைக் கூப்பிட்டுச் சொன்னா போதும். அடுத்த தடவை டயல் செய்றதுக்கு ஒரு விரல்கூட மிச்சமில்லாம செஞ்சுட்டு வந்துடுவாங்க. அவன் பேரைச் சொல்லலை."

"அடடா! நீங்க யாரையாச்சும் சந்தேகப்படறீங்களா? தட்டித் தட்டி விசாரிச்சுடலாம்."

"யாரென்னு சொல்றது? தெரிஞ்ச குரல் இல்லை. என்ன ஒரு டென்ஷன் ஏறிடுச்சி தெரியுமா எனக்கு? எதிர்ல நின்னு

பேசியிருந்தா கழுத்தை நெரிச்சிருப்பேன். அவ்வளவு அசிங்கமா... அம்மாவை எல்லாம் சம்பந்தப் படுத்திப் பேசிட்டான்."

"நான் எக்ஸ்சேஞ்சுல சொல்லி உங்க வீட்டுப் போனைக் கண்காணிக்கச் சொல்லிடறேன். இன்னொரு தடவை அவன் பேசட்டும். அப்புறம் பாருங்க, இந்த அமுதவன் என்ன செய்றேன்னு..."

"ஓ.கே. சார். நீங்க சொன்னதை நினைவுல வெச்சிக்கிறேன்" நிர்மல்குமார் ரிஸீவரை வைத்துவிட்டு கதை விவாதக் குழுவைப் பார்த்து, "எங்கே விட்டோம்?" என்றான்.

"ராஜாத்தியை மணப்பெண்ணா அலங்காரம் பண்ணிக் கிட்டிருக்காங்க சார். மணமேடையில ஏற்கெனவே மாப்பிள்ளை உக்காந்தாச்சு" என்ற சிதம்பரம் ஒரு கொட்டாவியை மென்று, "காபி சொல்லட்டுமா எல்லாருக்கும்?" என்றார்.

வானத்தில் மழைக்கான ஜோசியம் இருந்தது. காற்று, சாலையில் நடக்கும் பெண்களின் உடைகளைத் துடிதுடிக்க வைத்தது. பிளாட்பாரா வியாபாரிகள் எந்த நிமிடமும் பொருள்களை வாரிக்கட்டிப் பத்திரப்படுத்தத் தயார் நிலையில் இருந்தார்கள்.

சம்பத் பாண்ட் பாக்கெட்டுகளுக்குள் கைகளை நுழைத்துக் கொண்டு நிதானமாக நடந்தான்.

ஆண்டர்சன் தெருவுக்கு வந்து, ஒரு பேப்பர் கடைக்குள் ஏறினான்.

"என்ன வேணும் சார்?"

"இருக்கிறதிலேயே நல்ல நயமான விசிட்டிங் கார்டு நூறு கொடுங்க."

வாங்கிக் கொண்டு புறப்படும் முன்பாகக் கேட்டான்; "பக்கத்துல அச்சாபீஸ் எங்க இருக்கு சார்?"

"இதே தெருவுல உள்ளே கடைசியா நடந்தீங்கன்னா தெய்வா அச்சகம்ன்னு...

   தீர்ப்பு தேடி வரும்

இருந்தது மிகச் சிறிய அச்சகம். டிரெடில் இயந்திரம் கட்டிங் இயந்திரம், அச்சுக் கோர்க்கும் பகுதி, அலுவலகம் எல்லாமே அந்த ஒரே செவ்வகத்துக்குள் ஒளிவு மறைவு இல்லாமல் இருந்தது. மிதியடி வரவேற்றது.

உள்ளே வந்தான். சுவரில் ஸ்ரீ சக்ரம் வரையப்பட்டு 'லாபம்' என்று மஞ்சளால் எழுதப்பட்டிருந்தது. சின்ன மேஜை மேல் சின்ன ஃபேன். மேஜை கண்ணாடிக்கு அடியில் பல டினாமினேஷன்களில் இந்திய ரூபாய்கள் செருகி வைக்கப்பட்டிருந்தன.

இரண்டே பேர். ஒருவர் உடம்பெல்லாம் மசியாக டிரெடில் இயந்திரத்தில் 'டக்கடா, டக்கடா' என்று காலால் மிதித்து ரெடிமேடு கடையின் விளம்பர நோட்டீஸ் அடித்துக் கொண்டிருக்க, மற்றொருவர் 'இன்றைக்கோ, நாளைக்கோ' தாத்தா ஃபிரேமில் கயிறு கட்டின கண்ணாடி அணிந்து ஈய எழுத்துகளை கம்போஸிங் ட்ரேயில் ஒவ்வொன்றாக அடுக்கிக் கொண்டிருந்தார்.

சம்பத், "முதலாளி இல்லையா?" என்றான்.

இயந்திரத்தில் பிரேக் போட்டுத் திரும்பி, "என்ன வேணும்? நான்தான் முதலாளி" என்றார், வெள்ளை பனியன் என்று சொல்ல முடியாத வெள்ளை பனியன் அணிந்திருந்தவர்.

"விலாசம் அச்சடிக்கணும்."

"விசிட்டிங் கார்டா?"

"ஆமாம்" என்று அந்த அட்டைப் பெட்டியை மேஜை மேல் வைத்தான்.

"வாங்கிட்டே வந்துட்டிங்களா? நம்ம கிட்டயே இன்னும் நயமான கார்டு எல்லாம் இருக்குது. சரி பரவால்லை. மேட்டர் எழுதிக் கொடுங்க."

காகிதம், பேனா வாங்கி ஒரே ஒரு விநாடி யோசித்துவிட்டு எழுதினான்.

'தேவப்பிரியன்,
சிறப்பு நிருபர்,
சினிமா சுடர் - வார இதழ்,
11/11, ஜீவரத்தினம் நகர்,
அடையாறு, சென்னை - 20.'

அவர் இவன் எழுத எழுத கூடவே படித்துவிட்டு "அட! சினிமா நிருபருங்களா நீங்க? அடிச்சுடலாம். ரெண்டு கலர் போட்டு ஜோரா அடிச்சுரலாம். அவசரம் எதுவும் இல்லையே?" என்றார்.

"ரொம்ப அவசரங்க. இப்படியே ஓரமா உக்காந்திருந்து வாங்கிட்டுப் போகச் சொன்னாலும் சரிதான்."

"அப்படியெல்லாம் முடியாதுங்க. சாயங்காலம் ஆறு மணிக்கு வாங்க. அடிச்சி வைக்கிறேன். நீங்க கமல் சார் கூடப் பேசியிருக்கீங்களா?"

"பேசறதா... எத்தனை பேட்டி எடுத்திருக்கேன். ஏன்?"

"நான் அவரு ரசிகருங்க. தபால் போட்டு போட்டோ எல்லாம் அனுப்பி வெச்சிருக்கார். வாரத்துக்கு மூணு தபால் எழுதிப் போட்டுடுவேன்."

"நல்லதுங்க. நான் சாயங்காலம் வர்றேன். அப்புறம், போட்டோ எடுக்கற காமிரா இருக்கு பாருங்க, அதை வாடகைக்குக் கொடுக்கற கடை ஏதாச்சும் பக்கத்தில இருக்குதுங்களா?" என்றான் சம்பத்.

"மயிலாப்பூர் குளம் பக்கத்துல வாணி ஸ்டுடியோன்னு என்னோட மச்சான் வெச்சிருக்கான். அவன் வாடகைக்கு விடுவான். விலாசம் குறிச்சித்தர்றேன். என் தங்கச்சி பேருதான் வாணி."

அவர் குறித்துக் கொடுத்த சீட்டை எடுத்துக் கொண்டு சம்பத் மயிலாப்பூர் வந்தான். வாணி ஸ்டுடியோவை அதற்கு அடுத்ததாக இருந்த லாண்டரியிலேயே தெரியவில்லை. தீர விசாரித்து மாடிக்கு வந்தபோது... வாணியின் கணவன், வரையப்பட்ட பிருந்தாவனத்துக்கு முன்னால் மேஜை போட்டு ஒரு குழந்தையைக் குப்புறப் படுக்கவைத்துப் புகைப்படம் எடுத்துக் கொண்டிருந்தான்.

    தீர்ப்பு தேடி வரும்

அதன் பெற்றோர், "சிரிடா கண்ணா" என்று கெஞ்சக் கெஞ்ச, அது அழுதது. கண்ணைவிட திருஷ்டி பொட்டுப் பெரிதாக இருந்தது.

கால்மணி நேரம் தாஜா செய்து ஒருவழியாகப் புகைப்படம் எடுத்து அவர்களை அனுப்பிவிட்டு, இவனை "என்ன சார், பாஸ்போர்ட் சைஸ் எடுக்கணுமா?" என்ற மச்சான், கறுப்பாக இருந்தான். மீசை வைத்திருந்தான்.

"எனக்கு ஒரு காமிரா வாடகைக்கு வேணும். உங்க மச்சான் இல்லே, அதான் பிரிண்டிங் பிரஸ் வெச்சிருக்காரே, அவர்தான் உங்க விலாசம் குறிச்சிக் கொடுத்தார். நான் சினிமா சுடர்ல நிருபர். என் காமிரா ரிப்பேருக்குப் போயிருக்கு. ரெண்டு நாளைக்கு வாடகைக்கு வேண்டியிருக்கு."

அவன் யோசித்தான். சம்பத்தை அளவெடுத்தான்.

"ஐந்நூறு ரூபா டெபாசிட்டா கொடுங்க. ஒரு நாளைக்கு அம்பது ரூபா வாடகை."

"சரி" என்று பணம் கொடுத்த சம்பத் மேஜை மேல் போனைப் பார்த்ததும், "ஒரு போன் செய்துக்கலாமா?" என்றான்.

"ரெண்டு ரூபா அம்பது காசு."

"பரவால்லை" டயல் செய்து, "பேங்க் ஆஃப் பரோடா, சூளைமேடு பிராஞ்சா? மிஸ்டர் பெருமாளைப் பேசச் சொல்லுங்க ப்ளீஸ்..." லைனில் காத்திருந்து, "ஹலோ, பெருமாளா? நான்தான்யா சம்பத் பேசறேன். ஞாயித்துக்கிழமை உன் வீட்டுக்குக் கூப்பிட்டிருந்தியே. வர முடியாது போலிருக்கு. வேற ஒரு வேலை இருக்கு. இன்னொரு நாள் போன் பண்ணிட்டு வர்றேன். வெச்சிரட்டுமா?" வைத்தான்.

அவன் கொடுத்த காமிராவைத் தோளில் மாட்டிக் கொண்டு புறப்பட்டு ஓர் உயர்தர ஓட்டலில் பாம்பே மீல்ஸ் சாப்பிட்டான். பிறகு அண்ணாசாலை வந்து ஒரு வீடியோ கேம்ஸ் கடையில் கொஞ்ச நேரம் பராக்குப் பார்த்துக் கொண்டிருந்துவிட்டு, அருகில் இருந்த சினிமா தியேட்டரில், "ஏ. ஸி. போடுவீங்களா?" என்று கேட்டுக் கொண்டு பகல் காட்சிக்கு சென்றான் சம்பத்.

மாலை ஆறு மணிக்கு டாண் என்று தெய்வா அச்சகத்துக்கு வந்து பணம் கொடுத்து, அச்சாகித் தயாராக இருந்த விலாச அட்டைகளைப் பெற்றுக் கொண்டு, நிர்மல்குமாரின் சினிமா அலுவலகத்துக்கு ஆட்டோ பிடித்துக் கொண்டு வந்து சேர்ந்தபோது மணி இரவு ஏழு.

மானேஜர் சாரதி தோளில் டெலிபோனை இடுக்கி வைத்துக் கொண்டு பேசியபடியே, வெற்றிலைக்கு சுண்ணாம்பு தடவியபடி, எதிரே வந்து நின்ற சம்பத்தை தலையசைத்து உட்காரச் சொன்னார்.

அமர்ந்து கொண்டான் சம்பத்.

"அதில்லையய்யா. இது வேற வெவகாரம், அந்த அம்மா பேரு விசாலம். மேற்படியாருக்குத் தாலி கட்டாத சம்சாரம்னு ஊருக்கே தெரியும். அட, அண்ணாச்சியே பெருமையா சொல்லிக்கிறதுண்டு. நீ அந்தம்மாவைப் பார்த்துப் பேசு. அதெல்லாம் ஒண்ணும் தப்பா நினைச்சுக்க மாட்டாங்க. எடுத்துச் சொல்லுங்கம்மான்னு சொல்லு. அந்தம்மா போன் பண்ணி சொல்லிவிட்டா, முள்ளு குத்தின டியூப் மாதிரி அண்ணாச்சி உடனே காத்து எறங்கிடுவாரு. நீ பேசிட்டு எனக்கு போன் பண்ணு" என்று வைத்து விட்டு சம்பத்தைப் பார்த்து, "என்ன வேணும்?" என்றார்.

"சினிமா சுடர்லேர்ந்து வர்றேன். நிர்மல் சாரை ஒரு சிறப்புப் பேட்டி எடுக்கணும்."

சம்பத் தன் புத்தம் புதிய விலாச அட்டையைக் கொடுத்தான். "ரெண்டு நாள் கழிச்சி எனக்கு போன் பண்ணுங்க."

"இல்லை சார். கொஞ்சம் அர்ஜெண்ட்! இந்த வாரத்துலயே பேட்டி வரணும்னு எடிட்டர் சொன்னாரு."

"உங்க எடிட்டர் சொல்லிட்டா சரியாப் போச்சா? நிர்மல் இன்னிக்கு கோயம்புத்தூருக்குப் புறப்படறார். நாளைக்கு அங்கே ஒரு ஜுவல்லரி திறக்கறார். ரெண்டு நாள் கழிச்சுத்தான் மெட்ராஸ் வர்றார்."

"கோவையில எங்க தங்கறார் சார்?"

                                               தீர்ப்பு தேடி வரும்

"ஓட்டல் ரெயின்போவுல தங்கறார். அங்க போகப் போறீங்களா?

"ஆமாம் சார். எப்படியும் எனக்கு உடனே பேட்டி எடுத்தாகணும். செலவைப் பத்திப் பிரச்னை இல்லை."

"அங்கே அவர் பேட்டி கொடுக்கறதுக்கெல்லாம் டயம் ஒதுக்க மாட்டார். நேரம் இருக்காது. நீங்க அவர் மெட்ராஸ் வந்ததும் போன் பண்ணிட்டு வந்து பார்த்துக்கறதுதான் நல்லது."

"என்னோட எடிட்டரைக் கேட்டு முடிவு செய்றேன் சார்" என்ற சம்பத் மேஜை மேல் வைத்த விசிட்டிங் அட்டையை நினைவாக எடுத்துச் சட்டை பாக்கெட்டில் வைத்துக்கொண்டு எழுந்தான்.

வெளியே வந்து யோசித்தான்.

நேராகத் தன் அறைக்கு வந்து ஒரு செட் உடையும், காமிராவும் எடுத்து ஒரு பையில் வைத்துக் கொண்டு புறப்பட்டான்.

திருவள்ளுவர் பஸ் நிலையம் வந்து, கோவை பஸ்ஸில் டிக்கெட் இருக்க ஏறி அமர்ந்து கொண்டான் சம்பத்.

மறுநாள் மாலை ஐந்து மணிக்கு...

கோவை 'ரெயின்போ' லாட்ஜில் நிர்மல்குமார் தன்னோடு படித்த பழைய கல்லூரி நண்பர்கள் இருவருடன் அரட்டையடித்துக் கொண்டிருந்தபோது, சேகர் உள்ளே வந்தான்.

"சினிமா சுடர்லேர்ந்து வந்திருக்காங்க. ஒரு பத்து நிமிஷமாவது பேட்டி வேணுமாம். இதுக்காகவே மெட்ராஸ்லேர்ந்து வந்திருக்காராம். வாசகர்களுக்கு வெச்ச போட்டியில உங்களைச் சிறந்த நடிகரா தேர்வு செஞ்சு பரிசு கொடுத்த பத்திரிகை. கழிச்சிக் கட்டவும் முடியலை. வந்திருக்கிறதும் புது நிருபர். சொன்னாலும் கேக்காம பிடிவாதம் பிடிக்கிறான்."

சற்றே யோசித்த நிர்மல்குமார், "சரி, வரச்சொல்லு" என்றான்.

சில விநாடிகளில் சம்பத் கதவைத் திறந்து கொண்டு அறைக்குள் வந்தான்.

———◦◦◦———

10

குறிப்பு நோட்டு, பேனா, காமிரா சகிதம் அறைக்குள் வந்து நிர்மல்குமாருக்குப் புன்னகையுடன் கைகூப்பினான் சம்பத். "வணக்கம் சார்!"

பூப்போட்ட லுங்கியும், லூஸான ஜிப்பாவும் அணிந்திருந்த நிர்மல்குமார். "உக்காருங்க. புதுசா? உங்களை நான் பார்த்ததில்லையே?"

"ஆமாம் சார்... சேர்ந்து மூணு வாரம்தான் ஆச்சு" என்று எதிர் நாற்காலியின் முனையில் தயக்கத்துடன் அமர்ந்து கொண்டான் சம்பத்.

நிர்மல்குமாரின் இரண்டு நண்பர்களும் இவன் எடுக்கப் போகிற பேட்டியைக் கேட்க ஆர்வத்துடன் காத்திருந்தார்கள்.

"உங்க பேர் என்ன?"

"தேவப்ரியன்" என்றான் சம்பத்.

"ராஜநாயகம் நல்லா இருக்காரா?"

"ராஜநாயகம் யார்?"

தடுமாற்றத்தை மறைத்துக் கொண்ட சம்பத், "நல்லா இருக்கார் சார்" என்றான். எச்சில் விழுங்கினான்.

"மோட்டார் பைக் ஆக்ஸிடெண்ட் அவருக்குத்தானே? இன்னும் ஆஸ்பத்திரியிலேயேதான் இருக்காரா? இல்லை, டிஸ்சார்ஜ் ஆகி வீட்டுக்கு வந்துட்டாரா?"

'ஐயோ! செமத்தியாக மாட்டிக் கொண்டேனோ?'

"டிஸ்சார்ஜ் ஆகிட்டார் சார்" என்று சொல்லி வைத்தான்.

"மெட்ராஸ் போனதும் போய்ப் பார்க்கணும். வீடு எங்கே அவருக்கு?"

"தெரியலை சார்! நான் புதுசுதானே."

"ரைட். நானே உங்களைக் கேள்வி கேட்டுக்கிட்டிருக்கேன் பாருங்க. சரி, கேளுங்க. 'உங்க வாழ்க்கையில் மறக்க முடியாத நிகழ்ச்சி என்ன?'ன்னு மட்டும் கேட்டுடாதீங்க. ஆயிரம் தடவையாவது பதில் சொல்லியிருப்பேன் அந்த கேள்விக்கு" என்ற நிர்மல்குமார் தன் நண்பர்களைப் பார்க்க, அவர்கள் சிரித்து வைத்தார்கள். டெலிவிஷனில் சத்தமில்லாமல் பாடிக் கொண்டிருந்தார்கள்.

சம்பத் தொண்டையைச் செருமிக் கொண்டான்.

"தயவுசெஞ்சு தப்பா எடுத்துக்காதீங்க. எங்க எடிட்டர் கேக்கச் சொன்ன கேள்விகளைத்தான் நான் கேக்கப் போறேன்."

"பரவாயில்லை... எதுவா இருந்தாலும் கேளுங்க."

"நீங்க உங்க மனைவியை விவாகரத்து செய்யப்போறதா பரவலா பேசிக்கிறாங்க சார். அது உண்மையா?

"இல்லை... பொய்" என்றான் கால் மேல் கால் போட்டுக் கொண்டு.

"கொஞ்சம் விளக்கமா சொல்லுங்க சார்!"

"இதில விளக்கமா சொல்ல என்ன இருக்கு? செய்தி பொய்யானது. அவ்வளவுதான் சொல்லமுடியும்."

"பின்னே... ஏன் அப்படி ஒரு பேச்சு நிலவுது?"

"அது பேசிக்கிறவங்களைத்தான் போய்க் கேக்கணும்."

"உங்க மனைவியை நீங்க ஆத்திரத்தில அறைஞ்சதா ஒரு பத்திரிகையில செய்தி வந்திருந்திச்சே... அதுவும் பொய்யா?"

"ஒரு நடிகனும் மனுஷன்தான். அவனுக்கும் கோபம், உணர்ச்சி எல்லாம் இருக்கத்தான் செய்யும். என் மனைவியை நான்

அடிச்சேன், அடிக்கலைங்கிறது வேற விஷயம். ஆனா, அதைப் பத்திரிகையில எழுதறது எந்த வகையில் நியாயம்?"

"பொதுவாழ்க்கைக்கு வந்துட்டா இப்படிச் செய்திகள் வரத்தானே சார் செய்யும்? உங்களைப் பத்தி யாராவது ஒரு துணுக்குச் செய்தி எழுத மாட்டாங்களான்னு நீங்க ஏங்கின காலமும் உண்டுதானே? இப்ப புகழ் அதிகமாயிட்டதாலே விளம்பரம் தேவைப்படலை. அதனால சலிச்சுக்கறீங்க. சரியா, நான் சொல்றது?"

"இல்லை. என் நடிப்பைப் பத்தி, தொழில்ல நான் காட்ற அக்கறை பத்தி ஆயிரம் எழுதட்டும். நான் எதுவும் சொல்றதில்லை. என்னோட அந்தரங்க விஷயங்களிலேயும் தலையிடறப்பதான் எரிச்சல் வருது. இந்த டாபிக் வேணாம். வேற ஏதாவது கேளுங்களேன்..."

"அப்போ நீங்களும் பரணியும் கல்யாணம் செய்துக்கப்போறதெல்லாம் சுத்தமான கற்பனை செய்திதான்னு சொல்றீங்க?"

"ஆமாம். மறுபடி அதே விஷயத்தில் நுழையறீங்களே... இதோ பாருங்க சார், எனக்கு அமைஞ்சிருக்கிறது ரொம்ப அன்பான ஒரு மனைவி. இப்படி ஒரு வாழ்க்கைத் துணை கிடைக்க நான் கொடுத்து வெச்சிருக்கணும். நான் என் மனைவியை ரொம்ப நேசிக்கிறேன். இவ்வளவு ஏன்? அடுத்த வாரம் பதினாலாம் தேதியிலேர்ந்து ஒரு வாரம் எனக்கு வேலைகள் எதுவும் இல்லாம ஒரு ஓய்வு கிடைக்குது. அப்போ நான் என் மனைவியோட ஹனிமூன் போறதா திட்டமிட்டிருக்கேன். விவாகரத்து செய்யப்போறதா இருந்தா எந்த மடையனும் தன் மனைவியைக் கூட்டிக்கிட்டு ஹனிமூன் போக மாட்டான் சார்."

"எந்த ஊர் சார் போறீங்க?"

"கேக்காதீங்க... சொல்றதா இல்லை. வாசனை பிடிச்சுக்கிட்டு வந்து 'உங்ககூடவே இருந்து நிர்மல் குமாரின் தேனிலவுன்னு ஒரு கட்டுரை எழுதிக்கட்டுமா?'னு கேப்பீங்க."

சம்பத் உட்பட அனைவரும் சிரித்தார்கள்.

   தீர்ப்பு தேடி வரும்

நிர்மல்குமார் இண்டர்காமில் அனைவருக்கும் காபி சொல்லி வைத்தபிறகு, "சார், ஒரு பத்திரிகையில நீங்க தற்காப்புக்காக ஒரடி நீள அலங்காரமான கத்தி வெச்சிருக்கிறதா சொல்லியிருந்தீங்க இல்லையா?" என்றான் சம்பத்.

"ஆமாம்."

"வெளியூர் போறப்போ, 'என்னோட பயணப் பெட்டியில் அந்தக் கத்தி இருக்கும்'னு சொல்லியிருந்தீங்க. இப்ப கொண்டு வந்திருக்கீங்களா சார்?"

"கொண்டு வந்திருக்கேனே. ஏன்?"

"உங்களுக்கு ஆட்சேபணை இல்லைன்னா அந்தக் கக்தியை ஒரு போட்டோ எடுத்துக்கட்டுமா சார்?"

"எதுக்கு சார்... கத்தியை எல்லாம் போட்டோ எடுத்துக்கிட்டு?"

"ஒரு சுவாரஸ்யமான துணுக்குச் செய்தியா போடலாமே. இந்தக் கத்தி படத்தைப் போட்டு, இது யாரோட கத்தின்னு தெரிஞ்சுக்க இத்தனாம் பக்கம் வாங்கன்னு போட்டு..."

"ஓகே... ஓகே..." சிரித்துக்கொண்டே எழுந்த நிர்மல் குமார் தனது பெரிய சூட்கேஸைத் திறந்து லெதர் உறை போட்டிருந்த அந்த ஒரடி நீளக் கத்தியை வெளியில் எடுத்தான்.

உறையை நீக்கி வெளியில் எடுக்கப்பட்டதும், அது மன்னர் காலத்துக்குறுவாள் போல இருந்தது. அதன் கைப்பிடிப்பகுதியில் பித்தளைக் காப்பெல்லாம் போடப்பட்டிருந்தது. கத்திப் பகுதி மட்டும் ஏழு இன்ச் நீளத்தில் பளபளத்தது.

"என்னப்பா நிர்மல், இதை எந்த மியூஸியத்திலேர்ந்து தள்ளிக்கிட்டு வந்தே?" என்றான், ஒரு நண்பன்.

"இல்லைப்பா. இதை எங்கே வாங்கினேன்? இரு சொல்றேன்" என்று சற்றே யோசித்துவிட்டு, "யெஸ், மெட்ராஸ்லதான். பூம்புகார் கலைக்கூடம் இல்லை, அங்கே வாங்கினேன். இருநூத்தி முப்பது ரூபான்னு ஞாபகம்" என்றான் நிர்மல்குமார்.

சம்பத் அந்தக் கத்தியை டீப்பாய் மேல் வைக்கச் சொல்லி, காமிராவின் லென்ஸ் கவர் நீக்கி, ஃபோகஸ் செய்து 'கிளிக்' செய்தான்.

"சார், இந்தக் கத்தியை நீங்க கையில வெச்சிக்கிட்டு யாரையோ குத்தப்போற மாதிரி ஒரு போஸ் கொடுங்களேன், ப்ளீஸ்..."

"சரியான ரிப்போர்ட்டரைத்தான் பிடிச்சுப் போட்டுருக்காங்க உங்க பத்திரிகையில்" நிர்மல்குமார் அவன் கேட்டபடி கத்தியைப் பிடித்துக் கொண்டு போஸ் கொடுத்து ஒத்துழைத்தான்.

போட்டோ எடுத்து முடித்த சம்பத், "எக்ஸ்க்யூஸ் மி சார்! இங்கே டாய்லெட் ரூமை நான் யூஸ் பண்ணிக்கலாமா?" என்றான்.

"அதனால என்ன போங்க."

சம்பத் டாய்லெட் அறைக்குள் வந்து ஜிப்பை இறக்கி பாரம் இறக்கிக்கொண்டு திரும்பி டாய்லெட் அறையின் கதவைத் திறக்கப் போனவன், நிதானித்தான்.

நிர்மல்குமாரும் அவன் நண்பர்களும் பேசுவது மெலிதான குரல்களில் கேட்க, உன்னிப்பாக கவனிக்கத் தொடங்கினான்.

"நிஜமா ஹனிமூன் போகப்போறியா நிர்மல்? இல்லை, அவனுக்காக வுட்ட உடான்ஸா?"

"நிஜமாதான்ப்பா. கல்யாணமானதிலேர்ந்து அவளை அழைச்சிக்கிட்டு வெளியூர் எதுவும் போகவே இல்லை. அதுவே அவளுக்கு ஒரு பெரிய குறையா இருக்கு. பத்திரிகைகள்ல என்னையும், பரணியையும் சம்பந்தப்படுத்தி கசாமுசான்னு எழுதறாங்களா, அதையெல்லாம் படிச்சுட்டு அப்செட் ஆகிடறா. எவ்வளவு சமாதானம் சொன்னாலும் எடுபட மாட்டேங்குது. அதான் ஒரு வாரம் வேற எந்த சிந்தனையும் இல்லாம அவளோட வெளியூர் போய் தங்கிட்டுவரலாம்னு திட்டம் போட்டிருக்கேன். இன்னும் அவகிட்டே கூடச் சொல்லலை."

"எந்த ஊருக்குப்பா?"

"ஊட்டிதான். சினிமா இண்டஸ்ட்ரியில் யார்கிட்டயும் சொல்லாம திடுதிப்புன்னு புறப்பட்டுடப் போறேன். சொல்லிட்டுப் போனா

  தீர்ப்பு தேடி வரும்

பின்னாடியே புறப்பட்டு வந்துடுவாங்க. பிஸினஸ் பேசுவாங்க. கால்ஷீட் கேட்பாங்க. போன் பண்ணி போன் பண்ணியே மனுஷனைக் கொன்னுடுவாங்க. அதனால நான் என் சொந்த காரைக்கூட எடுத்துக்கிட்டுப் போகப் போற தில்லை. வேற கார் ஏற்பாடு பண்ணிக்கப் போறேன். இந்தப் பயணத்தில நூறு சதவிகிதம் தனிமை தேவைப்படுது எனக்கு"

"அது எப்படிப்பா முடியும்? மத்தவங்களை சமாளிக்கலாம். ஊட்டி போய் ஒரு வாரமும் ரூமுக்குள்ளேயே அடைஞ்சு கிடப்பியா? வெளில எங்கேயும் போகமாட்டியா?"

"போவேன்."

"உன் ரசிகர்கள் உன்னை மொய்ச்சுடுவாங்களே. ஒரு வாரமும் உனக்கு ஆட்டோகிராப் போடறதுக்கும், கூட நின்னு போட்டோ எடுத்துக்கறதுக்கும்தான் நேரம் சரியா இருக்கும். அப்புறம் ஹனிமூனை எங்கே என்ஜாய் பண்றது?"

"ஆமாம். அந்த பாயிண்ட்டை நான் யோசிக்கவே இல்லை."

"நிர்மல், அதுக்கும் வழியிருக்கு."

"என்ன?"

"சினிமால நீங்க செய்ற வழிதான். வித்தியாசமான விக் வெச்சுக்கோ. தாடி, மீசை ஒட்டிக்கோ. பயணம் முழுக்க மாறு வேஷத்திலேயே சுத்து. உன் ரசிகர்கள் உன்னை அடையாளம் கண்டுபிடிக்கமாட்டாங்க. உன்னோட சுதந்திரமும் பறி போகாது."

"நல்ல ஐடியாதான் இது. சில சமயம் நான் நடிச்ச படங்களை தியேட்டர்ல ரசிகர்கள் எப்படி வரவேற்கறாங்க? எதுக்கு கை தட்டுறாங்கன்னு தெரிஞ்சுக்கறதுக்காக இப்படி மாறுவேஷத்தில் போய் உக்காந்து அவங்களுக்கு நடுவில படம் பார்க்கிறதுண்டு. அதே ஐடியாவைக் கடைப்பிடிச்சிட வேண்டியதுதான். தாங்க்ஸ் பிரதீப்."

"எப்போ புறப்படறே நிர்மல்?"

"பதினாலாம் தேதி."

அதற்குப் பிறகு அவர்கள் வேறு பிரச்னைகள் பற்றிப் பேசத் துவங்க, சம்பத் கதவைத் திறந்து கொண்டு அறைக்குள் வந்து தனது காமிராவை எடுத்து மாட்டிக் கொண்டு, ''ரொம்ப நன்றி சார். நான் புறப்படறேன்'' என்றான். அறையை விட்டு வெளியேறி தான் தங்கியிருந்த லாட்ஜுக்கு வந்து அறையைக் காலி செய்துவிட்டு பஸ் ஸ்டாண்ட் வந்து சென்னைக்கு பஸ் ஏறினான் சம்பத்.

அந்தப் பயணத்தில் அவன் மனதில் அந்தத் திட்ட ஓவியம் இரண்டாம் கட்டத்தைத் தொட்டு மேலும் உருவம் பெறத் தொடங்கியது.

சென்னையில் மறுநாள் பூம்புகார் கலைக்கூடத்துக்குள் நுழைந்தான் சம்பத். கத்திகள் வைக்கப்பட்டிருந்த பகுதிக்கு வந்தான்.

மர பீரோவில் கண்களை ஒட்டிய சம்பத் பிரகாசமானான்.

''அதோ ரெண்டாவது தட்டுல மூணாவதா லெதர் கவர் போட்டிருக்கு பாருங்க. அந்தக் கத்தியை எடுங்க.''

விற்பனைச் சிப்பந்தி அதை எடுத்து, லெதர் கவர் பிரித்து கத்தியை வெளியில் எடுத்துக் காட்ட, சம்பத் விசில் அடிக்கும் ஆர்வத்தைக் கட்டுப்படுத்திக் கொண்டான். அதே கத்தி! அதே கத்தி!

'அதிர்ஷ்ட தேவதையே, நான் செய்யப்போகிற காரியம் நியாயமானது என்று தோன்றுவதால்தான் இப்படி அருள் பாலிக்கிறாயா? நன்றி.'

''இதை பில் போடுங்க'' என்றான் சம்பத்.

—◦—

  தீர்ப்பு தேடி வரும்

11

படுக்கையின் மேலிருந்த சற்று அழுக்காகிப் போயிருந்த விரிப்பை உருவிப் போட்டுவிட்டு, சலவை மடிப்புடன் இருந்த வேறொரு விரிப்பை உதறி விரித்துச் சுருக்கங்களைச் சரிசெய்தாள் திவ்யா.

தலையணை உறைகளையும் மாற்றத் தொடங்கியபோது, அவளுக்குப் பின்னால் மெதுவாகப் பூனைப் பாதம் வைத்துச் சமீபித்த நிர்மல்குமார், அவள் தோள்களில் கை வைத்ததும் திடீர்த் தொடுகையில் அனிச்சையாகப் பதறித் திரும்பியவள், அவன் தோற்றத்தைப் பார்த்து மேலும் பதறி இரண்டடி பின்னால் நகர்ந்து, "யாரு?" என்றாள்.

"நான்தான் திவ்யா..." என்று நரை கலந்த ஒட்டுத் தாடியைத் தாடையிலிருந்து பிய்த்தான் நிர்மல்குமார். புன்னகைத்தான்.

"என்னங்க இப்படிப் பதற வெச்சுட்டீங்க? ஷூட்டிங்கிலேயே மேக்கப்பைக் கலைச்சுட்டுத்தானே வருவீங்க எப்பவும்? ஏன் அப்படியே வந்துட்டீங்க?" அவள் முகம் குழப்பம் அணிந்தது.

நிர்மல்குமார் சிரித்தபடி மீண்டும் பொய்த் தாடியை ஒட்டிக்கொண்டான். டிரஸ்ஸிங் மேஜை முன்னால் வந்து நின்று, கண்ணாடியில் தன்னையே பார்த்துக் கொண்டான். விசிலடித்தான். "வாவ்" என்றான்.

நடு வகிடு எடுத்த நரையோடிய விக் வைத்திருந்தான். செயற்கையாக ஒட்டப்பட்ட புருவங்களும் தாடியும் கண்களை முழுதும் மறைக்கும் கறுப்புக் கண்ணாடியும் சேர்ந்து அவனது அடையாளங்களை ஒளித்து வைத்திருந்தன. கண்ணாடி வழியாகவே அவளைப் பார்த்தான்.

"என்னாச்சு உங்களுக்கு?" என்றாள் திவ்யா. புரியாமல்.

"நிஜமாவே வேற யாரோன்னுதான் நினைச்சியா திவ்யா?"

"நம்ம பெட்ரூமுக்குள்ளே வந்து வேற யாரு என்னை உரிமையா தொட முடியும்? ஆனா, ஒரு செகண்ட் பதறிப் போயிட்டது நிஜம்தான்..."

"இதே மேக்கப்போட என்னை ரோட்டுல பார்த்திருந்தா?"

"நிச்சயமா யாரோன்னு நினைச்சுப் போய்க்கிட்டே இருந்திருப்பேன். சுத்தமா அடையாளமே தெரியலைங்க."

"அதான் வேணும் எனக்கு..." என்று திரும்பினான். ஏதோ ஒத்திகை போல நடந்த நிர்மல்குமார், கட்டிலில் அமர்ந்து, "இங்கே வந்து இப்படி உட்காரு. சொல்றேன்." அவள் கையைப் பிடித்து அருகில் அமர்த்திக் கொண்டான்.

"முதல்ல இதையெல்லாம் எடுத்துட்டுப் பேசுங்களேன். வேற யார் கூடவோ பேசிக்கிட்டிருக்கிற மாதிரியிருக்கு..." என்றாள் திவ்யா.

அவன் விக்கைக் கழற்றி, தாடி, புருவங்கள் நீக்கி, கண்ணாடி கழற்றி வைத்துச்சுயமுகத்துக்கு வந்து சொன்னான். "ஊட்டியிலே ஒரு வாரம் நான் உன்னோடு இதே மேக்கப்போடத் தான் சுத்தப்போறேன். ஒரு ரசிகனும் அடையாளம் கண்டுபிடிக்க முடியாது. அதனால தொல்லையே இல்லாமச் சுதந்திரமா சுத்தப்போறோம்..."

"இருங்க... இருங்க... ஊட்டியிலே என்னோட சுத்தப் போறீங்களா?"

"ஆமாம் திவ்யா... வர்ற பதினாலாம் தேதியிலேர்ந்து ஒரு வாரம் எனக்கு வேலை எதுவுமில்லை. டப்பிங் பேலன்ஸ் இருந்ததையெல்லாம் முடிச்சுக் கொடுத்துட்டேன். நம்ம படத்தோட டிஸ்கஷன் வேலைதான். அது நான் இல்லைன்னாலும் நடக்கும். கல்யாணமானதிலேர்ந்தே நாம் ரெண்டு பேரும் சேர்ந்து எங்கயுமே போகலைன்னு நீ சொல்லிக்கிட்டே இருப்பியே. உனக்காகத்தான் இந்தப் பயணமே..." என்றவன், அவள் மடியில் படுத்துக் கொண்டு ஒரு கையை அவள் கன்னத்தில் வைத்துக் கொண்டான்.

    தீர்ப்பு தேடி வரும்

திவ்யாவின் முகம் பிரகாசமாகிக் கண்கள் விரிந்தன.

"நிஜமாவா?"

"பின்னே... பொழுதுபோகாம ஏதோ உளறிவிட்டு இருக்கேனா? பாரேன், மேக்கப் அயிட்டம்ஸ்கூட ரெடி பண்ணியிருக்கேன்."

"இப்படித்தான் சொல்லுவீங்க. கடைசி நிமிஷத்துல முக்கியமான வேலை வந்துடுச்சும்மா, ஸாரிம்மா'ன்னுடுவீங்க. ஏற்கெனவே ரெண்டு தடவை பெட்டியில துணியெல்லாம் எடுத்து வெச்சு ரெடியானப்புறம் கான்சல் செஞ்சிருக்கீங்க...'

"இந்தத் தடவை அப்படி இல்லை. நிச்சயம் கான்சலாகாது. ஊட்டியில் ஓட்டல் 'சிண்ட்ரெல்லா'வில காட்டேஜ் புக் பண்ணிட்டேன், ஈஸ்வரங்கற பேர்ல..."

"எதுக்கு வேற பேரு?"

"அது சரிதான்... நிர்மல்குமார்னு காட்டேஜ் புக் பண்ணினா, நாம போய்ச் சேர்றப்பவே 'ஜேஜே'ன்னு ரசிகர்கள் காத்துக்கிட்டிருப்பாங்க. ரசிகர் மன்றத்திலேர்ந்தெல்லாம் வந்து 'கொடியேத்தணும்... படம் திறக்கணும்'னு கூட்டிக்கிட்டுப் போயிடுவாங்க. அப்புறம் ஹனிமூன் உனக்குத் தனிமூனாயிடும். அதனாலதான் வேற பேரு, வேற அடையாளம்... கார்கூட... வேறதான். என்கிட்டே எத்தனை கார் இருக்கு, என்ன கலர், என்ன நம்பர்னெல்லாம் பத்திரிகைகள்ள எழுதிட்டாங்க. அதனால நம்ம டிஸ்ட்ரிபியூட்டர் பாலகிருஷ்ணன் இல்லே, அவரோட அம்பாஸடரைக் கேட்டிருக்கேன். தாராளமா எடுத்துட்டுப் போங்கன்னு சொல்லிட்டார்..."

"அவர்கிட்டே சொல்லிட்டீங்க இல்லே, ஊர் பூரா நோட்டீஸ் அடிச்சுக் கொடுக்காத குறையா சொல்லிட்டு வந்துடுவாரு."

"தெரியாதா எனக்கு? அவர்கிட்டே ஊட்டின்னு சொல்வேனா? கேரளா சைடு பாலக்காடு, குருவாயூர்னு ஒரு வாரம் பக்திப் பயணம்னு சொல்லிட்டேன். சேகர் உட்பட எல்லோருக்கும் அப்படித்தான் சொல்லணும். இல்லைன்னா, இவங்க தொந்தரவே பெரிசா போயிடும்."

நிர்மல்குமாரின் தலைமுடியைக் கோதினாள் திவ்யா.

"ரெண்டு மூணு நாளா நான் உங்ககூடச் சரியாப் பேசாம உம்முன்னு இருக்கேன்னு, என்னை மனச மாத்தறதுக்காகச் சும்மா சொல்லிக்கிட்டே போறீங்களோன்னுதான் தோணுது."

"என்னடா இது, வம்பாப் போச்சு? திவ்யா, பதினாலாம் தேதி காலையில நாம கட்டாயமா புறப்படறோம். உன்னை எப்படி நம்ப வைக்கிறது?"

"கார்ல ஏறிப் புறப்படற வரைக்கும் நான் நம்ப மாட்டேன்..."

"சரி விடு. இன்னும் நாலு நாள்தானே இருக்கு" என்ற நிர்மல்குமார். அவள் கழுத்தை வளைத்து அவள் முகத்தைத் தன் முகத்தின் அருகில் கொண்டுவந்து, "பூண்டு ரசமா இன்னிக்கு?" என்றான்.

மேகங்களை அவசரமாக விலக்கி, ஜன்னல் வழியாக நிலா எட்டிப் பார்த்தபோது, அந்த அறையின் விளக்கு அணைக்கப்பட்டிருந்தது.

மின்னல் ஒருமுறை வானத்தைக் கீறிவிட்டுப் போனது. பூமியின் மரங்கள் உற்சாகமாகத் தலையசைத்துக் குளியலுக்கு நாங்கள் தயார் என்றன.

பல்லவனின் ஜன்னலோரம் அமர்ந்திருந்த சம்பத், வியாபார நிறுவனங்கள் கண்சிமிட்டும் மின்சார விளக்குகளால் தங்கள் பொருட்களை விளம்பரப்படுத்திக் கொண்டிருந்ததை ரசித்தான். ஒரு கடை விட்டு ஒரு கடையில் விழாக்கால மாபெரும் தள்ளுபடி என்று எழுதி வைத்திருந்தார்கள்.

மக்கள் பண்டிகை ஜூரத்துடன் கடை கடையாய் நின்று வாங்கிக் கொண்டி ருந்தார்கள். பிளாட்பாரங்களில் பெட்ரோமாக்ஸ் வெளிச்சத்தில் பனியன், கத்தி, பேனா, கொண்டை கிளிப், கர்ச்சீப், விளையாட்டுப் பொருட்கள், செருப்புகள் என்று எல்லாம் விற்றுக் கொண்டிருந்தார்கள்.

பஸ் வள்ளுவர் கோட்டம் தாண்டி கோடம்பாக்கம் நெடுஞ்சாலையில் நுழைந்தது. பாலம் ஏறி இறங்கியதும் சம்பத் இறங்கிக் கொண்டான்.

  தீர்ப்பு தேடி வரும்

இரண்டு பாண்ட் பாக்கெட்டுகளுக்குள்ளும் கைகளை நுழைத்துக் கொண்டு நிதானமாக நடந்தான். ஒரு வாழ்த்து அட்டைக் கடையில் நின்று சற்று நேரம் விதவிதமான வாழ்த்து அட்டைகளை வேடிக்கை பார்த்தான்.

அந்தக் கடையை விட்டு நகர்ந்த சம்பத், ஒரு யோசனையோடு மீண்டும் அதே கடைக்கு வந்து இருப்பதிலேயே பெரிய சைஸில் இருந்த ஒரு நல்ல வாழ்த்து அட்டையைத் தேர்ந்தெடுத்து, பன்னிரண்டு ரூபாய் கொடுத்து வாங்கிக் கொண்டான்.

அருகில் ஒரு ஐஸ்க்ரீம் கடைக்குச் சென்று அமர்ந்து, ஒரு ஐஸ்க்ரீம் ஆர்டர் செய்துவிட்டு மேஜைமேல் வைத்து வாழ்த்து அட்டையின் உள் பகுதியில் 'புத்தாண்டு வாழ்த்துகள்' அச்சிடப்பட்டிருந்ததற்கு எதிர்ப்புற வெற்றிடத்தில் எழுதினான்.

'அடேய் நிர்மல்குமார்,

உன் பணபலத்தைக் காட்டினாய். நான் பாதிக்கப்பட்டேன். இப்போது என் மூளையின் பலத்தை நான் காட்ட வேண்டிய நேரம். உன் அவஸ்தையும் துடிப்பும்தான் இனி எனக்கு ஆனந்தம் தரும். அவற்றின் துவக்கத்துக்காகக் சற்றே பொறுத்திரு!

இப்படிக்கு

ஒரு நள்ளிரவில் தொலைபேசியில் சகட்டுமேனிக்குக் திட்டிய ஆதே ஆசாமி.

எழுதி முடித்து வாழ்த்து அட்டையை கவரில் போட்டுக் கொண்டான். கவரின்மேல் நிர்மல்குமாரின் அலுவலக முகவரியை எழுதினான். பைக்குள் இரண்டாக மடக்கி வைத்துக் கொண்டான். காலையில் ஸ்டாம்ப் வாங்கி ஒட்டித் தபாலில் சேர்க்க வேண்டும்.

சம்பத் ஐஸ்க்ரீம் சாப்பிட்டுவிட்டு வெளியே வந்து, பித்தளைத் தாம்பாளத்தில் பித்தளை டப்பாக்கள் வைத்துக் கொண்டு அகல அகல வெற்றிலைகளில் பான்பீடா தயாரித்துக் கொண்டிருந்தவனிடம் கேட்டான் "சினிமாவுக்கு ஒட்டுத் தாடி, ஒட்டு மீசை இதெல்லாம் விக்கிற கடை எங்கே இருக்குங்க?"

"இங்கேர்ந்து பதினஞ்சு கடை தள்ளிப்போனா, 'ஆதித்யா சினி சப்ளையர்ஸ்'னு ஒரு கடை இருக்கு. அங்கே விசாரிங்க சார்..."

சம்பத் பத்துக்கடை தாண்டியதுமே அந்தக் கடை இருந்தது. அது கடை மாதிரி இல்லை. டிராவல் ஏஜென்ஸியின் ஆபீஸ் ரூம் போலத்தான் இருந்தது. ஒரு சுரிதாரிணி சினிமா பத்திரிகை ஒன்றிலிருந்து ரஜினிகாந்தைத் தனியாகக் கத்தரித்துக் கொண்டிருந்தவள், காரியத்தை நிறுத்தி "என்ன வேணும் சார்?" என்றாள்.

"நான் மன்னார்குடியிலேர்ந்து வர்றேன். நாடகம் போடறோம் நாங்க... ஒட்டுத் தாடி, ஒட்டு மீசை, தலைக்கு விக் இதெல்லாம் கிடைக்குமுங்களா?"

"விலைக்கா... வாடகைக்கா?" சற்று யோசித்துவிட்டு, "விலைக்கே வேணுங்க..."

"உள்ளே வாங்க... எது வேணும்னு சொல்லுங்க..." ஒரு கதவைத் தள்ளி, உள்ளே ஒரு பெரிய ஹாலுக்கு அழைத்துச் சென்றாள் அவள்.

அங்கே செக்ஷன் செக்ஷனாகப் பிரித்து, சினிமாவுக்குத் தேவையான பலவிதமான பொருட்கள் வைத்திருந்தார்கள். பலவகை தொலைபேசிகள், பூ ஜாடிகள், அலங்காரப் பொருட்கள், சுவர்க் கடிகாரங்கள். ஜன்னல் திரைகள், தரைக் கம்பளங்கள், கைப்பைகள், மதுக்கோப்பைகள், பலவித உடைகள், செருப்புகள், இன்னும்... இன்னும்...

இவனை அழைத்துச் சென்ற பகுதியில் காகிதக் கூழில் செய்யப்பட்ட மனிதத் தலைகளுக்கு விதவிதமான விக்குகளும் மீசைகளும் தாடிகளும் ஒட்டப்பட்டிருந்தன.

சம்பத் அவற்றையெல்லாம் கூர்ந்து பார்த்து ஒரு மீசையும் தாடியும் மட்டும் வாங்கிக்கொண்டு வெளியே வந்தபோது. மிக லேசாக மழையின் தூறல்.

பஸ் பிடித்துத் தனது ராமன் லாட்ஜுக்கு வந்தான். தன் அறைக்கு வந்தபோது, மழை வேகம் பிடித்துக் கொட்டத் தொடங்கியது.

     தீர்ப்பு தேடி வரும்

சம்பத் கண்ணாடி முன்பாக நின்று, தான் வாங்கிவந்த தாடியையும் மீசையையும் தன் முகத்தில் பொருத்திப் பார்த்தான்.

அடர்த்தியான கறுப்பு மீசையும் கச்சிதமான சின்ன தாடியும் இயற்கையாக முளைத்து போலவே இருந்தன. சம்பத் என்று யாராலும் கண்டுபிடிக்க முடியாது.

சம்பத் திருப்தியாகத் தலையை அசைத்துக் கொண்டபோது, "இது என்னய்யா வேஷம்?" என்ற குரல் கேட்டுப் பதறித் திரும்பிப் பார்க்க, பாப்பா நின்று கொண்டிருந்தாள், இடுப்பில் கைகளை வைத்துக்கொண்டு!

12

மழையில் லேசாக நனைந்திருந்த பாப்பா. அறைக்குள் வந்து புடவைத் தலைப்பால் முகத்தில் இருந்த ஈரத்தைத் துடைத்துக் கொண்டபடி மீண்டும் கேட்டாள், "என்ன வேஷம் இது? நாடகம் ஏதாச்சும் நடிக்கப் போறியா?"

சம்பத் அவசரமாகத் தன் பொய் தாடியையும் மீசையையும் பிய்த்து எடுத்தான். "ஆமாம்... எங்க ஊர்ல ஒரு நாடகம் போடப் போறேன். அதுக்காக வாங்கினேன். நீ எங்கே இந்த நேரத்துல?" என்றான், குரலை சகஜமாக்கிக் கொண்டு. புன்னகையை வரவழைத்துக் கொண்டான்.

"தொழிலுக்குப் புறப்பட்டேன். மழை அடிச்சி ஊத்துது. நல்ல பார்ட்டியா எதுவும் கிடைக்கலை. உன்னைப் பார்த்துட்டுப் போகலாமேன்னு தோணிச்சு. நல்லா இருக்கா?" என்றாள், முந்தானையைப் புடவை விளம்பரப் பெண் போல அசைத்துக் காட்டி.

"என்னது நல்லா இருக்கா?"

"என்னய்யா நீ? மறந்துட்டியா? நீ கொடுத்த புடவையைத்தான் நான் கட்டியிருக்கேன். பார்வதியக்கா பார்த்துட்டுக் கல்யாணப் பொண்ணு மாதிரி இருக்கேனு சொல்லிச்சு" என்றாள்.

அவள் வெட்கப்பட்ட மாதிரி இருந்தது.

தான் கொடுத்த புடவையை அவள் கட்டிக்கொண்டிருப்பதை சம்பத் அப்போதுதான் உணர்ந்து அவளைப் பார்த்தான். தரையில் அமர்ந்து சுவரில் சாய்ந்து கொண்டான்.

"கல்யாணம் பண்ணிக்கப் போறியா?" என்றான்.

"ஆமாம். அது ஒண்ணுதான் எனக்கு குறைச்சல்..."

"காலம் பூரா இப்படியே இருந்துடுவியா பாப்பா?"

"வேற என்ன பண்ணச் சொல்றே? சாக்கடையில புரண்டுக்கிட்டிருக்கேன். திடீர்னு பன்னீர்ல குளின்னா எப்படிய்யா? பலபேர் மார்ல சாஞ்சுட்டு ஒருத்தனுக்கு உண்மையா இருக்கிறதுன்னா, அது அந்த ஆளுக்குச் செய்யற துரோகம் இல்லையா? சேச்சே! அசிங்கம். எனக்கு என்ன தகுதி இருக்கு?" என்றவளை உற்றுப் பார்த்தான்.

சம்பத்தின் கண்கள் கலங்கின. இமை சிமிட்டிய போது கண்ணீர் முத்துக்கள் உதிர்ந்தன.

"என்னய்யா? நான் ஏதாச்சும் தப்பா சொல்லிட்டேனா? இதுக்கு ஏன் கண் கலங்கறே?" என்று பாப்பா அவனருகில் அமர்ந்து கொண்டாள்.

சம்பத், சுருட்டி வைத்த தனது படுக்கைக்கு அடியில் வைத்திருந்த பிராந்தி பாட்டிலை எடுத்துக் குடிக்கத் தொடங்கினான்; வைத்தான்.

"நீ ஏன் இப்படியானே பாப்பா?"

"அந்தக் கதை எதுக்குய்யா இப்போ?" என்றாள். தன் கை வளையல்களை நிமிண்டியபடி.

"சும்மா சொல்லேன்..."

"ஒருத்தன் மேல ஆசை வெச்சேன். சினிமா தியேட்டரு, எக்ஸிபிஷன்னு சேர்ந்து சுத்தினோம். வயத்தை ரொப்பிக்கிட்டேன். கல்யாணம்னு பேச்சு வந்தப்பதான் அவனுக்கு ஏற்கெனவே கல்யாணமாகி ரெண்டு புள்ளைங்களும் இருக்குன்னு தெரிஞ்சுது. வேணும்னா ரகசியமா சின்ன வீடா வெச்சுக்கிறேன்னு சொன்னான். தூன்னு துப்பிட்டு வந்துட்டேன். குடும்பத்துல விஷயம் தெரிஞ்சு என்னை வீட்டை விட்டுத் துரத்திட்டாங்க. உறவு ஜனம், தெரிஞ்சவங்க யாரும் எனக்கு ஆதரவு கொடுக்கலை. மூக்கு துடைச்ச துணியைப் பார்க்கிற மாதிரிதான் என்னைப் பார்த்தாங்க."

"அப்புறம்?"

"செத்துப் போயிடலாமான்னு நினைச்சேன். வயத்துல புரள்ற சிசுவையும் சேர்த்துச் சாகடிக்க மனசு வரலை. அந்த ஜீவன் என்ன தப்புப் பண்ணிச்சு? அதைப் பெத்துப் பாரம் எறக்கற வரைக்குமாவது உசுரைப் பிடிச்சு வெச்சுக்கணும்னு நினைச்சேன். சிரமமே இல்லாம சுலபமா இந்தத் தொழில்தான் கிடைச்சுது."

"குழந்தை பொறந்ததா?"

"உம்... பொறந்தது. ஜோரா செக்கச் சேவேல்னு அந்தாளு நிறம் - சுருட்டை முடியா, கொழுகொழுன்னு ஆம்பளைப் புள்ளை. எல்லாம் அழகா இருந்திச்சு. ஆனா பொறக்கறப்பவே உசுரு மட்டும்தான் இல்லை. நாளைக்குப் பெரிசாகி அப்பா பேர் என்னன்னு கேட்டா முழிக்கணுமேன்னு நினைச்சு வயத்துக்குள்ளேயே அது தற்கொலை பண்ணிக்கிச்சு போலிருக்கு" என்ற பாப்பா, இவ்வளவு நேரம் நிதானமாகப் பேசிக் கொண்டிருந்தவள். திடீரென்று குரல் பிசிற உடைந்து போய் முழங்கால்களுக்கிடையில் முகம் புதைத்து முதுகு குலுங்க அழத்தொடங்கினாள்.

"பாப்பா, நான் கேட்டிருக்கக்கூடாது. கண்டதையும் ஞாபகப்படுத்திட்டேனா?"

"பரவால்லையையா. அழுதா மனசு சுத்தமாவும்னு சொல்லுவாங்க. என் உடம்பை இனிமேல் சுத்தம் செய்ய முடியாது. மனசாவது சுத்தமாவட்டுமே. அது சரி, உன்னைப் பத்தி சொல்லேன்யா. புதிராப் பேசறியே, பொண்டாட்டி செத்துப் போச்சுன்னு சொல்றே. புதுப் புடவையைத் தூக்கி எனக்குக் கொடுக்கறே. நாடகம் போடப் போறேன்னு சொல்றே. என் கதையைக் கேட்டுக் கண்கலங்கறே. ஒண்ணும் புரிஞ்சுக்க முடியலையே. உனக்கு என்னய்யா பிரச்னை?"

சம்பத் சிவந்துபோன விழிகளுடன் நிமிர்ந்து அவளைப் பார்த்தான். போதை கிர்ரென்று ஏறியிருந்தது. அச்சு நகர்ந்து விழுந்த பத்திரிகை வண்ணப்படம் போல பாப்பா கலங்கித் தெரிந்தாள்.

"சொன்னா நீ உனக்குள்ளே வெச்சுக்குவியா பாப்பா?"

  தீர்ப்பு தேடி வரும்

"சத்தியம் கித்தியம் பண்ணணுமா?"

"வேணாம். உன் வார்த்தையிலேயே சத்தியம் இருக்கு" என்ற சம்பத், மிச்சமிருந்த பிராந்தியையும் கவிழ்த்துக் கொண்டான்.

"சொல்லுய்யா..." என்றாள், கன்னத்தில் கைதாங்கி.

"பாப்பா, நான் ஒரு கொலை செய்யப் போறேன்."

"போய்யா! இந்த வெளையாட்டெல்லாம் வேணாம்."

"நிஜமாத்தான். மாறுவேஷத்துல போய்க் கொலை செய்யப் போறேன். அதுக்காகத்தான் இந்த மீசை தாடியெல்லாம் வாங்கி வெச்சிருக்கேன்." என்று அவனால் தெளிவாகப் பேசமுடியாமல் நாக்கு சிக்கியது.

"என்னய்யா சொல்ற நீ?" என்றாள் பாப்பா, கண்களில் திகில் மின்ன.

"நிஜமா... உன் மேல சத்தியமா..." என்று அவளின் தலைமேல் கை வைத்த சம்பத், போதையின் ஆக்கிரமிப்பில் அப்படியே சரிந்து அவள் மடியில் விழுந்தான்.

பாப்பா கைநீட்டி அவனது சுருட்டி வைத்த படுக்கையை அருகில் இழுத்து விரித்துப் போட்டு, மிகுந்த சிரமத்தின் பேரில் அவனைத் தன் மடியிலிருந்து தூக்கிப் பாயின் மேல் படுக்கவைத்து, தலைக்கு அடியில் தலையணையைச் செருகி விட்டு எழுந்தபோது சம்பத்தின் சட்டைப் பாக்கெட்டிலிருந்து நழுவி விழுந்த அந்த கவரைப் பார்த்தாள்.

அதை மறுபடி அவன் சட்டைப் பாக்கெட்டுக்குள் வைக்கப் போனபோது, கவரின் மேல் நிர்மல்குமாரின் விலாசம் எழுதப்பட்டிருப்பதைப் படித்தாள்.

நிர்மல்குமாரா? நடிகர் நிர்மல்குமாரா? விலாசம் பார்த்ததும் அது நடிகர் நிர்மல்குமாரின் விலாசம்தான் என்பது நிச்சயமாகத் தெரிந்தது.

ஆர்வம் மேலிட, உள்ளிருந்த வாழ்த்து அட்டையை எடுத்துப் புரட்டிப் பார்த்தாள். 'அடேய் நிர்மல்குமார்' என்று தொடங்கிய வரிகளைப் படித்துப் பார்த்துத் திடுக்கிட்டாள்.

'என்ன இது?'

ஒரு கொலை செய்யப் போகிறேன் என்றான். நடிகர் நிர்மல்குமாருக்கு இந்த மாதிரி ஒரு கடிதம் எழுதி வைத்திருக்கிறான். என்ன அர்த்தம்?

இவன் கொலை செய்யப்போவது நிர்மல்குமாரையா? சொன்னதெல்லாம் உண்மைதானா இல்லை, போதையில் வந்த உளறலா?

சில விநாடிகள் குழம்பிய பாப்பா, உடனே ஒரு தீர்மானத்துக்கு வந்தாள். 'விவகாரம் எதுவாக இருந்தாலும் இது எனக்கு வேண்டாத வேலை. காலையில் போதை தெளிந்து, தெளிவாக இருக்கும் போது பேசிப் பார்க்க வேண்டும்.'

பாப்பா அந்த கவரை அவன் சட்டைப் பாக்கெட்டில் இருந்தபடியே வைத்துவிட்டு எழுந்து கதவைச் சாத்தி வைத்துவிட்டுச் சென்றாள்.

பாப்பா மறுநாள் காலையில் ஞாபகமாக அவனைத் தேடி வந்தபோது அறை பூட்டியிருந்தது. பார்வதியக்காவை விசாரித்தபோது, காலை எட்டு மணிக்கெல்லாம் கிளம்பி வெளியே சென்றுவிட்டதாகச் சொன்னாள்.

"அந்தாளு யாரு, என்ன ஊருன்னு உனக்குத் தெரியுமாக்கா?"

"வந்து தங்கறவனோட குலம், கோத்திரம் எல்லாம் விசாரிச்சு வெக்கிறதுதான் என் வேலை பாரு! எதுக்குக் கேட்டே? புடவை கொடுத்ததால நிரந்தரமா வளைச்சுப் போடலாமான்னு பார்க்கறியா?"

"கச்சடாவா பேசாதக்கா. அதில்லை, வேற ஒரு சமாசாரம். அந்தாள் சாதாரண ஆள் இல்லை. கொஞ்சம் வில்லங்கமான ஆள். அதை மட்டும் மனசுல வெச்சுக்க."

பாப்பா அங்கிருந்து அகன்று மதியம் ரிக்ஷாவில் ஒரு பார்ட்டியின் வீட்டுக்குச் சென்று கொண்டிருந்த வழியில் சம்பத்தைப் பார்த்தாள்.

  தீர்ப்பு தேடி வரும்

"யோவ்…" கூவினாள். "கொஞ்சம் ரிக்ஷாவை நிறுத்துய்யா…" இறங்கி. அந்த ஜவுளிக்கடைக்குள் நுழைந்து கொண்டிருந்த சம்பத்தை ஓடிப்போய்ப் பிடித்தாள் பாப்பா. மூச்சிரைத்தாள்.

"காலையில ரூமுக்கு வந்தேன்யா. பூட்டியிருந்துச்சு. இங்கே என்ன பண்றே?"

"ஒரு ஸ்வெட்டர் வாங்கறதுக்காக வந்தேன். நீயும் வா பாப்பா. உனக்கு ஏதாச்சும் துணி வேணும்ன்னா வாங்கிக்க" என்றான் சம்பத்.

கடை மிகப் பெரியதாக இருந்தது. ரெடிமேட் பிரிவில் சம்பத் தனக்கு ஸ்வெட்டர் வாங்கிக் கொண்டான்.

"மலைப்பிரதேசத்துல இருக்கிறவங்களுக்குத்தான் இது ரொம்பத் தேவைப்படும். மெட்ராஸ்ல மார்கழி மாசம் மட்டும்தான் போடலாம். அப்புறம் போட்டா புழுங்கும். இல்லே?" என்றாள் பாப்பா.

"ஆமாம். நான் மலைப்பிரதேசம் போறேன் நாளைக்கு. அதான் வாங்கினேன். உனக்கு என்ன வாங்கிக்கறே?"

"எதுவும் வேணாம்யா. நீ கேட்டதே சந்தோஷமா இருக்கு."

"நான் கொடுத்த புடவைக்குப் பொருத்தமா ஜாக்கெட் துணி வாங்கிக்க…"

"பரவால்லையா?"

வற்புறுத்தி சம்பத் அவளுக்கு ஜாக்கெட் துணி வாங்கிக் கொடுத்தான்.

இருவரும் உயரமான படிகளில் இறங்கி, கடையின் வாசலுக்கு நடந்தபோது பாப்பா கேட்டாள்; "நேத்து பாதி சொல்லிட்டுக் கவுந்திட்டியே…"

"என்ன சொன்னேன்?"

"ஒரு கொலை செய்யப் போறேன்னு என்னவோ காபி சாப்பிடப் போறேன்னு சொல்ற மாதிரி ரொம்ப சாதாரணமா சொன்னே."

நடந்து கொண்டிருந்த சம்பத் நின்றான். அவன் முகம் மாறியது.

"நான் அப்படியா சொன்னேன்?"

"ஆமாய்யா. நிஜம்தான்னு சொல்லி என் தலைமேல சத்தியமெல்லாம் செஞ்சே. யாரு, என்னன்னு விவரம் கேக்கறதுக்குள்ளே தடால்னு விழுந்துட்டே..."

"நம்பிட்டியா? சும்மா தமாஷ் பாப்பா. மனசுல எவ்வளவோ பேர்மேல கோபம் இருக்கும். ஆத்திரம் துடிக்கும். அதுக்காகப் போய் கொலை செஞ்சுட முடியுமா? நடக்கற காரியமா அது? போலீஸ்தான் சும்மா விட்டுடுமா? ஏதோ ஒரு ஆத்திரத்துல என்னமோ உளறிக் கொட்டியிருக்கேன் நான். அதை மறந்துடு" என்றான் சம்பத், மிக ஜாக்கிரதையாக வார்த்தைகளை அமைத்து.

"அதானே பார்த்தேன். நேத்து நீ சொன்னதிலேர்ந்து மண்டைக்குள்ளே ஒரே குடைச்சல் எனக்கு. ஒரு கோபத்துல எல்லாரும் சொல்றதுதான். என்னை இந்தக் கதிக்கு ஆளாக்கினானே ஒரு பேமானி, அவனைப் பார்க்கறப்ப எல்லாம் வயித்துல சக்குன்னு ஒரு கத்தி சொருகிட்டா என்னன்னு ஒரு வெறி வரும். அந்த நேரத்தோட சரி, அது மாதிரிதான் சொல்லியிருக்கே நீ. நான் கூட பயந்தே போயிட்டேன்..." என்றாள் பாப்பா.

"சரி எனக்கு வேற ஒரு வேலை இருக்கு. உன்னை அப்புறமா பார்க்கறேன்" என்று சம்பத் நடக்க பாப்பாவுக்கு லாட்ஜில் பார்த்த கடிதம் நினைவுக்கு வந்தது. அந்தக் கடிதம் நிஜமா அல்லது சம்பத் இப்போது சொல்வதுதான் உண்மையா? தெளிவு பெற முடியாமல் குழப்பத்துடன் வந்தவளாக பாப்பா, காத்திருந்த ரிக்ஷாவில் ஏறிக்கொண்டாள்.

அருகிலிருந்த பொதுத் தொலைபேசி கூண்டுக்குச் சென்ற சம்பத் எண்களைச் சுழற்றி, காசு போட்டு, "நிர்மல் குமாரோட நான் பேசணுமே" என்றான்.

⟞—∞—⟝

   தீர்ப்பு தேடி வரும்

13

"நிர்மல்குமாரோட நான் பேசணுமே" என்று காத்திருந்த சம்பத் நகம் கடித்துத் துப்பினான்.

"அவர் வீட்ல இல்லை சார். நீங்க யாருங்க?" என்று பதில் வந்தது.

"எப்போ வருவார்?"

"நீங்க யாருன்னு முதல்ல சொல்லுங்க."

"சினிமா சுடர்லேர்ந்து தேவப்ரியன் பேசறேன். சாருக்கு என்னை நல்லாத் தெரியும். கோயம்புத்தூர்ல வெச்சு பேட்டியெல்லாம்கூட எடுத்திருக்கேன்."

"கொஞ்சம் லைன்ல இருங்க."

காத்திருந்தான். சில விநாடிகளுக்குப் பிறகு...

"என்ன விஷயம்னு கேக்கச் சொல்றாரு..."

"நம்ம பத்திரிகையில ஒரு போட்டி வெச்சிருந்தோம். அதற்கு நிறைய விடைகள் வந்திருக்கு. அதுலேர்ந்து குலுக்கல் முறையில் ஒரு பத்து அதிர்ஷ்டசாலிகளைத் தேர்ந்தெடுத்துத் தரணும். பத்து நிமிஷ வேலைதான். நாளைக்கு எத்தனை மணிக்குன்னு சொன்னா வீட்டுக்கு எடுத்துக்கிட்டு வந்துடறேன். எடிட்டர்தான் கேக்கச் சொன்னார்."

"லைன்ல இருங்க."

மீண்டும் காத்திருக்க, டெலிபோன் பூத்துக்கு வெளியில் ஒரு ஆசாமி தவிப்புடன், லேசான எரிச்சலுடன் இவனைப் பார்த்தான்.

"சார், நாளைக்கு மத்தியானம் அவர் வெளியூர் புறப்படறார். அதனால இந்தச் சந்தர்ப்பதுல ஒத்துழைக்க முடியாத சூழ்நிலைனு சொல்லச் சொன்னார். இன்னொரு சமயம்

காண்டாக்ட் பண்ணச் சொல்றார். தப்பா எடுத்துக்க வேணாம்னு எடிட்டர்கிட்ட சொல்லச் சொன்னார்."

"பரவாயில்லை சார், தாங்க்ஸ்!" போனை வைத்து விட்டு பூத்தைவிட்டு வெளியில் வந்த சம்பத் புன்னகைத்துக் கொண்டான்.

தொலைபேசி! எவ்வளவு சௌகரியமான சாதனம். முகத்தைக் காட்டாமல் எத்தனை விதமாகப் பொய் சொல்ல முடிகிறது. கொஞ்சம் துணிச்சலும், கொஞ்சம் புத்திசாலித்தனமும் இருந்தால் போதும். எவரையும் ஏமாற்றிவிட முடியும்.

நாளைக்கு ஊட்டி செல்வதாகத் தன் நண்பர்களிடம் நிர்மல்குமார் சொன்னதை இப்போது உறுதிப்படுத்திக் கொண்டாயிற்று.

நாளைக்கு மதியம் புறப்படுகிறான் என்பதையும் தெரிந்து கொண்டாயிற்று.

நாளை எந்தக் காரில் பயணம் செல்கிறான் என்பது மட்டும் தெரிந்து கொண்டால் போதும். பிறகு ஊட்டியில் அவன் எங்கு தங்குகிறான் என்பதை அந்தக் காரை வைத்தே கண்டுபிடித்துவிடலாம்.

தனது சட்டைப் பாக்கெட்டிலிருந்து மறுநாள் இரவு கோவை செல்ல தான் ரிசர்வ் செய்து வைத்திருக்கும் ரயில் டிக்கெட்டை எடுத்துப் பார்த்துக் கொண்டான் சம்பத்.

நாளை ரயில் ஏறும் முன்பாக ஒரே ஒரு காரியம்தான் பாக்கியிருக்கிறது. அது -

நிர்மல்குமாரைச் சென்னையிலிருந்து மதியம் வழியனுப்பும் காரியம். மற்ற காரியங்கள் எல்லாம் குளுகுளு ஊட்டியில்.

சம்பத் புத்துணர்ச்சி பெற்றவன் போல கைகளை வீசி நடந்தான்.

நிர்மல்குமார் ஷூ அணிந்து கொண்டான். மேக்கப் செய்து கொண்டிருந்தாள் திவ்யா.

அறைக்குள் வேலைக்காரன் வந்து தயாராக வைக்கப்பட்டிருந்த நான்கு சூட்கேஸ்களில் இரண்டை எடுத்துச் சென்றான்.

    தீர்ப்பு தேடி வரும்

"ரெடியா திவ்யா?" என்றவன் பீரோ திறந்து கிரெடிட் கார்டுகள் மற்றும் செக் புத்தகம், சில ஆயிரம் பணம் என்று எடுத்து ஒரு சிறிய சூட்கேஸில் வைத்தான்.

"பத்தே நிமிஷத்தில் புறப்பட்டுடறேங்க" என்றாள் திவ்யா. அவள் முகத்தில் மகிழ்ச்சி உபரியாக வியாபித்திருந்தது.

நிர்மல்குமார் மறக்காமல் ஒட்டுத் தாடி, மீசை சமாசாரங்களை எடுத்து ஒரு சிறிய கைப்பைக்குள் வைத்துக் கொண்டான்.

"நான் கீழே இருக்கேன். வா..."

நிர்மல்குமார் அறையிலிருந்து வெளிவந்து படிகளைக் கடந்து கீழே வந்தான். அவன் வருவதைப் பார்த்ததும் உட்கார்ந்து வார இதழ் புரட்டிக் கொண்டிருந்த சேகர் எழுந்து கொண்டான்.

"சேகர், புறப்படட்டுமா?"

"சரி சார். விஷ் யூ எ ஹேப்பி ஐர்னி."

"தாங்க் யூ! வண்டில ஃபுல் டேங்க் பெட்ரோல் நிரப்பியாச்சா?"

"ஆச்சு சார். நான் ஒண்ணு கேக்கலாமா?"

"கமான்!"

"ஒரு வாரப் பயணம். டிரைவர் வேணாம்னு சொல்றது கொஞ்சம் ரிஸ்க்கா படலையா உங்களுக்கு?"

"இல்லை சேகர். இதை நீ வேற கோணத்தில பாரு. எனக்கு முழுக்க முழுக்க பிரைவஸி தேவைப்படுது. பயணத்திலகூட அந்தத் தனிமையை விட்டுக் கொடுக்க நான் விரும்பலை. ஒண்ணும் ரிஸ்க் இல்லை. நான் ஒரு நல்ல டிரைவர் சேகர்."

"அது தெரியும் சார்!"

"அப்புறம்... யார் கேட்டாலும் கேரளா சைடு போயிருக்கார்னு சொல்லு. எப்ப வருவார்னு கேட்டா தெரியாதுன்னு சொல்லிடு."

"நிஜமாவே தெரியாதே சார்" என்று சிரித்தான் சேகர்.

"கரெக்ட்! ஒரு வாரம்னு நினைச்சிருக்கேன். பார்க்கலாம். நீ உன் வீட்டுக்குப் போக வேணாம். இங்கேயே தங்கிடு. என்ன?"

"சரி சார்! நீங்க எந்த ஊருக்குப் போனாலும் தினம் ஒரு தடவை என் கூட போன்ல பேசி இருக்கிற இடத்தைச் சொல்லிடுங்க சார்..."

"எதுக்கு?"

"எதாச்சும் எமர்ஜென்ஸின்னா நான் எப்படி காண்டாக்ட் பண்றது?"

"நான் அப்பப்போ போன் செஞ்சு பேசறேன்." திவ்யா மாடியிலிருந்து இறங்கி வந்தாள்.

"போலாமா?" என்று நிர்மல்குமார் வாசலுக்கு வந்து போர்ட்டிகோவில் நின்றிருந்த இளநீல நிற அம்பாஸடர் காரின் டிரைவர் சீட்டில் அமர்ந்து கொண்டான்.

பின் சீட்டில் அமரச் சென்ற திவ்யாவை முன்புறம் தன் அருகில் அமரச் சொன்னான்.

சேகர், டிரைவர் மற்றும் சில வேலைக்காரர்கள் கையசைக்க, அவர்களுக்குப் பதிலுக்குக் கையசைத்துவிட்டு காரைக் கிளப்பினான் நிர்மல்குமார்.

பங்களாவின் காம்பவுண்ட் கேட்டைத் தாண்டி சாலையில் கார் கலந்ததும், எதிர்ப்புறம் ஒரு டீக்கடையில் அமர்ந்திருந்த சம்பத் எழுந்து கொண்டான்.

அந்த நீலநிற அம்பாஸடர் காரின் எண் அவன் மனதில் அழுத்தமாகப் பதிவாகியிருந்தது.

சம்பத் நடக்கத் தொடங்கினான்.

கார் சென்னையின் எல்லையைத் தாண்டியதுமே சாலையின் ஓரமாக நிறுத்தினான் நிர்மல்குமார்.

"என்னாச்சு?" என்றாள் திவ்யா.

தீர்ப்பு தேடி வரும்

"எல்லையைத் தாண்டறதுக்குள்ளே நூறு பேருக்காவது விஷ் பண்ண வேண்டியிருந்திச்சே" என்றவன் கைப்பை திறந்து, தனது ஒட்டுத் தாடி, மீசையை எடுத்து முகத்தில் பொருத்திக் கொண்டு குளிர் கண்ணாடியை அணிந்து கொண்டான்.

"ஒரு நாலுநாள் தனியா வர்றதுக்கு என்ன என்னெல்லாம் செய்ய வேண்டியிருக்கு நீங்க!"

"என்ன செய்யறது? புகழ் சில சமயங்களில் எவ்வளவு பெரிய தொல்லை பாரு" என்று காரை ஸ்டார்ட் செய்தான்.

"சரி, ரூமுக்குள்ளே வந்தாவது எடுத்துடுவீங்கள்ளா இல்லையா? பார்க்கவே கண்றாவியா இருக்கு - கள்ளக் கடத்தல் பாஸ் மாதிரி!"

"ரூமுக்குள்ளே எதுக்கு வேஷம்?"

திடீரென்று எதையோ நினைத்துக்கொண்டு சிரித்த திவ்யாவை ஒரு முறை திரும்பிப் பார்த்துக் கொண்டு காரைச் செலுத்தினான். "எதுக்குச் சிரிக்கிறே திவ்யா!"

"இப்போ உங்களை யார் பார்த்தாலும் நிர்மல் குமார்னு அடையாளம் கண்டுபிடிக்க மாட்டாங்கதானே!"

"ஆமாம்."

"ஆனா, என்னைத் தெரிஞ்ச என்னோட சொந்தக்காரங்க யாராவது நான் இப்படி உங்களோட போறதைப் பார்த்தா என்னைப் பத்தி என்ன நினைப்பாங்க?'

நிர்மல்குமாரையும் அவளது சிரிப்பு தொற்றிக் கொள்ள, "ச்சே! நான் அதை யோசிக்கவே இல்லை பாரு! ஊட்டில நாம இரண்டு பேரும் கைகோர்த்துக்கிட்டு நடந்து போறப்ப பார்த்தா... சத்தியமா உன்னைச் சந்தேகப்படுவாங்க. நீயும் ஏதாச்சும் வேஷம் மாத்திக்கிறியா திவ்யா?"

"போதும்! போதும்! எனக்கு என்ன உலகம் பூரா லட்சம் சொந்தக்காரங்களா? அப்படியே யாராச்சும் பார்த்தா பார்த்துட்டுப் போகட்டும். நான் என் மனசாட்சிக்கு மட்டும் பயந்தா போதும்."

"ஊட்டியைப் பொறுத்தவரைக்கும் இன்னொரு விஷயத்துக்கும் நீ பயப்பட்டாகணும் திவ்யா."

"என்ன அது?"

"ஊட்டி குளிர்!"

"ஸ்வெட்டர் இருக்கே!"

"யெஸ்! நிர்மல்குமார்ங்கிற ஒரு மனித ஸ்வெட்டர்" என்று சிரித்தவன் அவள் தோளில் கை போட்டு தன்னை நோக்கிச் சாய்த்துக் கொண்டான்.

"இப்ப எனக்கு எவ்வளவு சந்தோஷமா இருக்கு தெரியுமா?" என்ற திவ்யா உரிமையோடு அவன் புஜத்தில் தன் தலையைச் சாய்த்துக் கொண்டாள்.

புதிதாக வாங்கிய ஒரு சிறிய பெட்டியில் இரண்டு செட் உடைகள், அலங்காரக் கத்தி, மேக்கப் சாதனங்களை வைத்து மூடிய சம்பத் அறைக் கதவைச் சாத்திப் பூட்டிக் கீழே இறங்கினான்.

எதிர்ப்பட்ட பார்வதியக்காவிடம், "நான் வெளியூர் போறேன். வர ரெண்டு நாளாகலாம். வர்றேன்" என்றான்.

ஆட்டோ அமர்த்திக் கொண்டு சென்ட்ரல் வந்தான். நேராக பொதுக் கழிப்பறைக்கு வந்து பொய் வேஷம் பொருத்திக் கொண்டு வெளிப்பட்டு சேரன் எக்ஸ்பிரஸில் தன் பெட்டியைத் தேடி, தனது சீட்டில் அமர்ந்து கொண்டான்.

நிமிர்ந்து பார்த்த சம்பத் திடுக்கிட்டான். அவனுக்கு நேர் எதிர் சீட்டில் இரண்டு போலீஸ் கான்ஸ்டபிள்கள் யூனிஃபார்முடன் அமர்ந்திருந்தார்கள். இவன் முகத்தில் உள்ள ஒட்டுத் தாடியை அவர்கள் இருவருமே உற்றுப் பார்ப்பது போல பட்டது.

⟡

  தீர்ப்பு தேடி வரும்

14

*சம்*பத்துக்கு வியர்த்தது. தனக்குள் உருவான பதற்றத்தை ஒளித்துக் கொண்டு இயல்பாக இருக்க விரும்பினான்.

எதிர்ப்புறத்தில் அமர்ந்திருந்த இரண்டு கான்ஸ்டபிள்களுக்கு அருகில் ஜன்னல் ஓரமாகப் பரட்டைத் தலையுடன் ஓர் ஆசாமி இருந்தான். அவன் தன் மடிமேல் வைத்திருந்த கைகளின் மேல் ஒரு துண்டைப் போட்டு மறைத்திருந்தாலும், அவன் கைகளுக்கு விலங்கு போடப்பட்டிருப்பது துண்டினூடே தெரிந்தது.

பிளாட்பாரத்தில் உருட்டிச் சென்ற தள்ளுவண்டியை நிறுத்தி மாலை செய்தித்தாள் ஒன்று வாங்கிக் கொண்டான் சம்பத்.

அதைப் பிரித்து வைத்துக்கொண்டு மனம் ஒன்றாமல் ஒப்புக்குப் படிக்கத் தொடங்கினான்.

இவனுக்குப் பக்கத்தில் அமர்ந்திருந்த பெரியவர், "என்ன குத்தம் செஞ்சான் இவன்?" என்று கேட்க...

ஒரு கான்ஸ்டபிள் சொன்னார், "பாகம் பிரிச்ச தகராறுல சொந்த அண்ணனை வெட்டிக் கொன்னுட்டான். தீர்ப்பாய்டுச்சி. ஏழு வருஷம் கோயம்புத்தூர் ஜெயில்ல கொண்டுபோய் ஒப்படைக்கணும்."

சம்பத் சட்டென்று பேப்பரைத் தாழ்த்தி அந்தக் கைதியின் முகத்தைப் பார்த்தான்.

யாரைப் பற்றியோ பேசுகிறார்கள் என்று ஜன்னலுக்கு வெளியே இருந்த பிளாட்பார பரபரப்பை வேடிக்கை பார்த்துக் கொண்டிருந்தான் அவன். முகத்தில் முள்ளு தாடி, கன்னங்கள் ஒட்டிப்போய், கண்கள் பள்ளங்களில் இருந்தன.

சம்பத் நன்றாகச் சாய்ந்து கொண்டான். அவன் மனதில், அவன் மறக்க நினைக்கும் அந்தக் காட்சி பிடிவாதமாக உள்ளே நுழைந்தது.

"டேய்! அரிவாளைக் கீழே போடுடா!" முதலில் மிரட்டல்.

"மாட்டேன். உன்னை வெட்டாம விடமாட்டேன்"

"இப்ப என்ன நடந்து போச்சு? ஒண்ணும் நடக்கலை. கீழே போடு." பிறகு தயங்கல்.

"உன்னைக் கொல்லாம விடமாட்டேன்."

"டேய்! விட்டுடுடா! ஏதோ தெரியாம... சொன்னாக் கேளுப்பா. கிட்டே வராதே. அதான் மன்னிப்பு கேக்கறேன்னு சொல்றனே... வேணாம். வேணாம்" பிறகு எத்தனை கெஞ்சல்!

அப்போதுதான் சந்தையில் சாணை பிடித்து எடுத்து வந்த, பளபளக்கும் நீளமான வீச்சரிவாள்!

வேட்டி தடுக்கத் தடுக்க ஆற்றங்கரையின் ஓரமாகவே எப்படி ஓடினான் அவன்! ஆனால்...

மரக்கிளை தடுத்து தடுக்கிக் கீழே விழுந்து மீண்டும் எழுந்து கொள்வதற்கு முன்பாக அவன் நெஞ்சில் டயர் செருப்பணிந்த அழுத்தமான காலால் மிதித்து, எழ விடாமல் தடுத்து...

அரிவாள் பிடித்த கை ஓங்கின போது...

அவன் முகத்தில் ரத்தம் வற்றி, விழிகள் ஏராளமாகப் பெரிதாகி, இரண்டு கைகளையும் உயர்த்தி...

"ஐயோ! வேணாம்! வேணாம்! என்னைக் கொன்னுடாதே!"

அவன் கதறக் கதற, செவிட்டு அரிவாள் மெளனமாகத் தோள்பட்டையில் இறங்கியது. கிணறு தோண்டும்போது திடீரென்று வெளிப்படும் ஊற்றுக் கண்போல, ரத்தம் எப்படிப் பீய்ச்சியடித்தது!

காட்டு விறகைக் கோடாலியால் பிளப்பதுபோல சிவப்புப் பூசிக் கொண்ட அரிவாள் மீண்டும் மீண்டும் கொத்தி...

   தீர்ப்பு தேடி வரும்

பதினேழு இடங்களில் வெட்டு என்று பிறகு கணக்குச் சொன்னார்கள்.

"அதெப்படித்தான் கூடப்பொறந்தவனையே வெட்றதுக்கு மனசு வருமோ?" என்றார் பக்கத்தில் அமர்ந்திருந்த பெரியவர், வெற்றிலையைத் தன் மடியில் வைத்துத் துடைத்தபடி,

"அந்தச் சமயத்தில் ஏற்படற ஒரு வெறிதான் பெரியவரே காரணம். திட்டம் போட்டுக் கொலை செய்றதெல்லாம் ரொம்பக் கம்மிங்க. திடீர்னு உணர்ச்சிவசப்பட்டு மிருகமாகி என்ன செய்றோம்னே தெரியாம பண்ணிடற கொலைகள்தான் அதிகம்" என்றார் கான்ஸ்டபிள்.

சம்பத் மற்றவர் பார்க்காதபடி லேசாகப் புன்னகைத்துக் கொள்ள, சேரன் எக்ஸ்பிரஸ் சென்னையை விட்டுப் புறப்பட்டது. ஜன்னலுக்கு வெளியே விதவிதமான கைகள் டாட்டா காட்டிக் கொண்டிருந்தன.

மலைகளின் ராணி ஊட்டி, நிர்மல்குமாரையும் திவ்யாவையும் ஊர் எல்லையில் அன்போடு வரவேற்றபோது இரவு மணி பத்தைத் தாண்டியிருந்தது. அடர்த்தியாகப் பனி பெய்து கொண்டிருந்தது. சாலைகள் வெறிச்சோடியிருந்தன. நனைந்திருந்தன. வரிசையாக எல்லாக் கடைகளுமே மூடியிருக்க, சில வியாபார நிறுவனங்களின், ஓட்டல்களின் நிரந்தர விளம்பர வெளிச்சங்கள் மட்டும் சோகையாக இருந்தன.

சேரிங் கிராஸ் அருகிலேயே ஓட்டல் சிண்ட்ரெல்லா பனி பூசிக்கொண்டு நின்றிருந்தது. ஓட்டலின் முகப்பு அழகுக்காகவே நிறைய மூளையையும் பணத்தையும் செலவழித்திருந்தார்கள்.

நிர்மல்குமார் காரை ஓட்டலின் விசாலமான போர்ட்டிகோவில் நிறுத்தினான். திவ்யாவும் அவனும் காரை விட்டு இறங்கியதும் எலும்புவரை குளிர் பாய்ந்து வெடவெடக்கச் செய்தது.

"நீ கார்கிட்டேயே இரு. எந்த காட்டேஜ்னு தெரிஞ்சுக்கிட்டு சாவி வாங்கிட்டு வந்துடறேன்" என்று சொன்னதில் குளிர்நடுக்கத்தால் வார்த்தைகள் உடைந்து உடைந்துதான் வெளிப்பட்டன.

ஓட்டலின் வரவேற்புப் பகுதியில் கழுத்து மூடிய கறுப்பு ஸ்வெட்டர் அணிந்திருந்தவனிடம் வந்து, "நான் ஈஸ்வர். சென்னை. ஏற்கெனவே காட்டேஜ் ரிசர்வ் செய்யச் சொல்லி போன் செய்திருந்தேன்" என்றான் நிர்மல்குமார் ஆங்கிலத்தில்.

'வெல்கம் சார்! ஒரு நிமிடம்" என்று அவன் லெட்ஜரைப் புரட்டிப் பார்த்துவிட்டு பேனா எடுத்து, "விலாசம் சொல்லுங்கள் சார்..." என்றான்.

நிர்மல்குமார் ஒரே ஒரு விநாடி யோசித்துவிட்டு, "பதினேழு, ராமர் கோயில் தெரு, சிவாஜி நகர், சென்னை இருபது" என்று வாய்க்கு வந்ததைச் சொன்னான்.

"எத்தனை பேர் தங்கப் போகிறீர்கள் சார்?"

"நானும் என் மனைவியும் மட்டும்தான்"

"எத்தனை நாட்கள் சார்?"

"ஒரு வாரம்."

"பயண நோக்கம்?"

"சைட் சீயிங்."

"உங்கள் காரின் நம்பர் ப்ளீஸ்...?"

சொன்னான். அவன் எல்லாவற்றையும் நிரப்பி இவனிடம் கையெழுத்துக் கேட்டபோது பழக்கதோஷத்தில் 'என்' என்று தொடங்கிவிட்டு, பிறகு அதையே இனிஷியலாக வைத்து ஈஸ்வர் என்று கையெழுத்திட்டான். கேட்கப்பட்ட அட்வான்ஸ் தொகையைப் பணமாகக் கொடுத்தான்.

"எங்கள் ஓட்டல் உங்களுக்கு எல்லாவிதமான பணிகளையும் செய்யத் தயாராய் இருக்கிறது சார்" என்று விட்டு ரூம்பாய் ஒருவனை அழைத்து சாவியை அவனிடம் கொடுத்து, "காட்டேஜ் நம்பர் எட்டு" என்றான்.

"தாங்க் யூ" என்று நிர்மல்குமார் நகர...

    தீர்ப்பு தேடி வரும்

"எக்ஸ்கியூஸ்மி சார்" என்ற இளைஞன், "ஒரு ஆர்வத்தினால் கேட்கிறேன்... நாம் இதற்கு முன்பு எப்போதாவது சந்தித்திருக்கிறோமா? உங்களை எங்கேயோ பார்த்த நினைவாக இருப்பதால் கேட்டேன்" என்றான்.

"ஸாரி, நாம் சந்தித்ததாக எனக்கு நினைவில்லை."

"ஓகே! மறந்துவிடுங்கள். நான் சந்திரமேனன்" என்று நட்புடன் கை குலுக்கிய அவன், "உங்களுக்கு ஊரைச் சுற்றிப் பார்க்க வழிகாட்டி தேவை என்றால் ஏற்பாடு செய்து தருகிறேன்" என்றான்.

"நன்றி, அவசியமில்லை என்று நினைக்கிறேன். பல முறை வந்திருக்கிறேன்."

நிர்மல்குமார் ரசீதை வாங்கி மணிபர்ஸுக்குள் வைத்துக் கொண்டு காருக்கு வந்தான்.

ஓட்டலின் முக்கிய கட்டடத்துக்கு நேர் பின்புறம் இருந்தன தனித்தனி காட்டேஜ்கள்.

தங்கள் காட்டேஜுக்கு வந்தார்கள்.

காட்டேஜ் மிக அழகாக இருந்தது. முன்புறம் வரிசையாகத் தொட்டிச் செடிகள் வைத்திருந்தார்கள். சிட் அவுட்டில் ஒரு மூங்கில் கூடை காற்றில் மெதுவாகச் சுழன்றது. உள்ளே ஒரு சிறிய ஹால், படுக்கையறை என்று இரண்டு பிரிவுகளாக இருந்தன.

படுக்கையை வெட்டி ஆறு தனிப் படுக்கையைச் செய்யலாம் போல அகலமாக, புஷ்டியாக உப்பியிருந்தது. டைரக்டரியுடன் தொலைபேசி தலைமாட்டில் சங்கீதம். அருகில் சிறிய டெலிவிஷன். சுவரில் மாட்டியிருந்த அந்த வடக்கத்திப் பெண்ணை விலாவாரியாக மெல்லிய துணியினூடே பார்க்க முடியாமல் 'ஷேடோ லைட்டிங்' செய்திருந்தான் எவனோ ஒரு புத்திசாலி காமிராக்காரன். தரை முழுக்க உயர்ந்த வகை 'காயர்' விரிப்பு. அதில் கட்டங்கள். ஒரு கட்டம் வெள்ளை, ஒரு கட்டம் கறுப்பு என்று இருக்க, காய்களுக்குப் பதிலாக மனிதர்களை நிறுத்தி அதில் செஸ் விளையாடலாம் போலிருந்தது.

ரூம் பாய் காரிலிருந்த லக்கேஜ்களை எடுத்து வந்து உள்ளே வைத்து விட்டுச் சென்றதும், "காட்டேஜ் எப்படி இருக்கு திவ்யா?" என்றான்.

"பிரமாதமா இருக்குங்க."

"ஊட்டில ஷூட்டிங்னா நான் இந்த ஓட்டல் காட்டேஜ்லதான் தங்குவேன். ஒவ்வொரு டெக்கரேஷனும் பார்த்துப் பார்த்து நுணுக்கமா செஞ்சிருக்காங்க பாரு. நல்ல ரசனை. ஆனா, அதை ரசிக்கிறதுக்கும் ஒரு ரசனையான மனசு வேணும்."

"இப்ப முழுசா ரசிக்க முடியாம ரெண்டு விசயம் தடையா இருக்குங்க. ஒண்ணு பசி. ரெண்டு குளிர்" என்றாள் திவ்யா.

"ஒரு போன் செஞ்சாப் போதும். டிபன் வந்துடும். ஒரு தடையைப் போக்கிடலாம். சாப்பிட்டு முடிச்சுட்டு இன்னொரு தடையை நான் போக்கிடறேன்" என்று அவளை அர்த்தத்துடன் பார்க்க...

சற்றுத் தாமதமாகப் புரிந்து கொண்டு. "ச்சீ!" என்றாள் திவ்யா.

நிர்மல்குமார் இண்டர்காமில் டிபன் அயிட்டங்களை சொல்லிவிட்டுப் பெட்டியைத் திறந்து நைட் டிரஸ் எடுத்து அணியத் தொடங்கினான். ட்ரஸ்ஸிங் மேஜை மேல் மேக்கப் சாதனங்களை எடுத்து வைத்தாள் திவ்யா.

இருவரும் சாப்பிட்டு முடித்து, ரூம் பையன் பிளேட்களை எடுத்துச் சென்றதும் கதவைச் சாத்திய நிர்மல் குமார் கதவில் 'Dont Disturb' எழுத்துகளை சுவிட்ச் போட்டு வெளிச்சமாக்கிவிட்டு அவளை நோக்கி வந்தான்.

"திவ்யா, பரபரப்பே இல்லாத இந்தத் தனிமைக்காக எத்தனை நாளா நீ ஏங்கிப் போய்ட்டே" என்றான். அவளை அப்படியே அள்ளி, வேண்டுமென்றே பொத்தென்று படுக்கையில் போட்டான். நீச்சல் குளத்தில் குதிப்பவன் போல ஒன், ட்டு, த்ரீ சொல்லிக் கொண்டு அவள் மேல் பாய்ந்தான்.

"இருங்க. இன்னும் எதுக்கு தாடி?" என்றாள் அவன் முகத்தை விலக்கி.

    தீர்ப்பு தேடி வரும்

"மறந்துட்டேன்" என்று 'விக்'கையும் மற்றவற்றையும் கழற்றி வைத்துவிட்டு, இரவு விளக்கைத் தவிர, மற்ற விளக்குகளை அணைத்து விட்டு அவளை முத்தமிடத் தொடங்கினான்.

சம்பத் ஊட்டி பஸ் ஸ்டாண்டில் பஸ்ஸை விட்டு இறங்கினான். வீரியமில்லாத வெளிச்சத்தால் காலை பத்து மணி என்பதை அவனால் நம்ப முடியவில்லை.

இன்னும் பனி இருந்தது. மலைகளும், கட்டடங்களும் கொசு வலைக்குள்ளிருந்து பார்ப்பதைப் போலத்தான் தெரிந்தன.

சம்பத் மெதுவாகநடந்தான். டாப் பாயிண்ட் என்னும் ஓட்டலைத் தேர்வு செய்து வந்து தங்கி, வெந்நீரில் குளித்து விட்டு உடை மாற்றினான். புதிதாக வாங்கிய ஸ்வெட்டர் அணிந்து தவறாமல் மாறுவேடமிட்டுக் கொண்டு வெளியே புறப்பட்டான்.

கைகளைக் கட்டிக்கொண்டு சரிவான சாலையில் நடப்பது இதமாக இருந்தது. பொட்டானிகல் கார்டன் வந்தவன் வாசலில் நின்ற கார்களில் தேட... நிர்மல்குமார் புறப்பட்டு வந்த நீல நிற அம்பாஸடர் காரைப் பார்த்தான்.

❧

15

பொட்டானிகல் கார்டன் வாசலில் நிர்மல்குமார் புறப்பட்டு வந்த அம்பாஸடர் காரைப் பார்த்த சம்பத் உடனே நுழைவுக் கட்டணம் செலுத்தி உள்ளே வந்தான்.

தஞ்சாவூர் வயல் போல பச்சைப் புல்வெளியில் வண்ண வண்ண பிளாஸ்டிக் பறக்கும் தட்டுக்களை வீசிப் பிடித்து வயது விந்தியாசமில்லாமல் விளையாடிக் கொண்டிருந்தார்கள்.

விதவிதமான பூக்கள் அவற்றைப் பின்னணியாக வைத்துத் தங்கள் மனைவியை, மகளை, குடும்பத்தை 'க்ளிக், க்ளிக்' என்று புகைப்படம் எடுத்துக் கொண்டிருந்தார்கள். ஒரு மரத்தைக்கூட விட்டு வைக்காமல் ஜோடி ஜோடியாக அமர்ந்திருந்தார்கள். பார்த்தால் பார்த்துக்கொள் என்று சிலர் பகிரங்கமாக அணைத்து, முத்தமிட்டு, மடியில் படுத்துக் கொஞ்சிக் கொண்டிருந்தார்கள்.

திவ்யா சேலை கட்டி மேலே ஸ்வெட்டர் அணிந்திருந்தாள். அந்த மரத்தில் ஒரு கையை உயர்த்திப் பிடித்து சாய்ந்து நின்றபடி, "எவ்வளவு நேரங்க இப்படியே நிக்கிறது?" என்றாள்.

பத்தடி தள்ளி கவிழ்த்த 'வி' போல கால்களை வைத்துக் தொண்டு காமிரா வழியாக அவளைப் பார்த்துக் கொண்டிருந்த நிர்மல்குமார், "ஒரு நிமிஷம் திவ்யா... இதோ மேகம் விலகிடும். இந்த போஷை ஃப்ளாஷ் இல்லாம நேச்சுரல் லைட்டிங்ல எடுத்தால்தான் நல்லா இருக்கும். யெஸ்... ரெடி... அப்படியே லேசா சிரி. பல்லு தெரியாம சிரி, கரெக்ட். அப்படியே இரு" என்றான். க்ளிக் செய்தான்.

"எடுத்தாச்சு... வா."

புல்வெளியில் ஏற்கெனவே விரித்து வைத்திருந்த நீளமான துண்டில் வந்து அமர்ந்து கொண்டாள் திவ்யா. லென்ஸ் கவரைப்

போட்டு காமிராவை மூடிவிட்டு வந்து அவளருகில் அமர்ந்தான் நிர்மல்குமார்.

"காலையிலேர்ந்து என்னையேதான் போட்டோ எடுத்துக்கிட்டிருக்கீங்க. உங்களை நான் எடுக்கறேனே ஒண்ணு. ரெண்டு..."

"இந்த தாடி மூஞ்சியோடவா? கண்ணாடில பார்த்துக்கிட்டா எனக்கே சகிக்கலை. வேணாம் திவ்யா. வேணும்னா காட்டேஜுக்குள்ளே என்னை போட்டோ எடு. இப்போ தாடியை எடுத்தேன்னா ரெண்டே நிமிஷத்துல கூட்டம் மொய்ச்சி என்னைப் பிடுங்கி எடுத்துடும். ஓகேயா?"

"வேணாம்பா... கல்யாணமாகி இத்தனை நாள்ல இன்னிக்குத்தான் நிதானமா என் பக்கத்துல உக்காந்து ரெண்டு வார்த்தை அமைதியா பேசிக்கிட்டிருக்கீங்க. அதைக் கெடுத்துடாதீங்க."

நிர்மல்குமார் சட்டென்று அவள் மடியில் தலை வைத்துப் படுத்துக் கொண்டான்.

"திவ்யா..."

"ம்..."

"சினிமால மேக்கப் போட்ட மூஞ்சிங்களா பார்த்துப் பார்த்து சலிச்சுப் போச்சு தெரியுமா? மேக்கப் எதுவும் இல்லாம எளிமையான அலங்காரத்தோட இருக்கிற உன்னோட ஸாஃப்ட்டான முகத்தைப் பார்த்துக்கிட்டிருக்கிறதே எவ்வளவு இதமா இருக்கு தெரியுமா?"

"வசனமா? நல்லாருக்கு."

"பார்த்தியா? நான் அனுபவிச்சுச் சொல்றேன் திவ்யா. உன் முகத்தைக் கொஞ்சம் அவகாசம் எடுத்துக்கிட்டுப் பார்க்க இத்தனை நாளா மிஸ் பண்ணிருக்கேனென்னு இப்ப நினைக்கிறேன். எவ்வளவு அவசரமா போய்டுச்சு பாரு என் வாழ்க்கை!"

"நம்மை மீறி எப்படிங்க போகும்? தொழிலும் முக்கியம், குடும்பமும் முக்கியம்னு மனசுல முதல்ல பதிச்சுக்கணும். அதுக்குச் சரியா நேரம் ஒதுக்கணும்."

"இனிமே அப்படித்தான் செய்யப்போறேன் திவ்யா. சும்மா உழைச்சுக்கிட்டே இருக்கிறதிலயும் அர்த்தம் இல்லை. வாழ்க்கையையும் அனுபவிக்கணும்."

"இப்ப பேசுவீங்க... ஊருக்குப் போனதும் மறுபடி மெஷின் மாதிரி ஆயிடுவீங்க. பத்து நிமிஷம் எனக்காக ஒதுக்க மாட்டீங்களான்னு நான் எப்பவும் போல ஏங்கத்தான் போறேன்."

"இல்லை திவ்யா. கொஞ்சம் திட்டம் போட்டு என்னோட நடவடிக்கைகளை அமைச்சுக்கத்தான் போறேன். சொன்னா நம்பமாட்டே. செயலாக்கிக் காட்டறேன்."

"பார்க்கலாம்."

"எவ்வளவு நேரம் இங்கேயே உக்காந்திருக்கிறது? ஏரிக்குப் போய் படகு ஓட்டலாமா திவ்யா?"

"போலாங்க.'

எழுந்துகொண்டு அவளைக் கைபிடித்து எழுப்பினான். துண்டை மடித்து கைப்பைக்குள் வைத்து அவர்கள் வாசலை நோக்கி நடக்க...

அவர்களைப் பார்த்துவிட்டான் சம்பத்.

நிர்மல்குமாரை மாறுவேடத்தில் பார்த்த சம்பத் உடனே வந்த சிரிப்பை அடக்கிக் கொண்டான். என்ன ஒற்றுமையடா! பழிவாங்கப் போறவனும் மாறுவேடத்தில், பழிவாங்கப்பட இருப்பவனும் மாறுவேடத்தில்!

சம்பத் இடைவெளி விட்டு அவர்களைத் தொடரத் தொடங்கினான்.

அவர்கள் கார்டனுக்கு வெளியே வந்து தங்கள் காரில் ஏறிக்கொள்ள, சம்பத் ஓர் ஆட்டோவில் ஏறிக்கொண்டு, "அந்த கார் பின்னாடியே போங்க" என்றான்.

     தீர்ப்பு தேடி வரும்

தீயணைப்பு வண்டிக்கு வழிவிடும் மற்ற வாகனங்களைப் போல், முக்கி முக்கி வானத்தில் சூரியன் முன்னேறத் தொடங்க, பனி மேகங்கள் அவசர கதியில் விலகிக் கொண்டிருந்தன. தீராத தலைவலிக்காகக் காற்று தன் உடம்பு முழுக்க யூகலிப்டஸ் தேய்த்துக் கொண்டிருந்தது.

டூரிஸ்ட் என்று எழுதின பஸ்கள் நிறைய விரைந்தன. பிளாட்பார ஓரங்களில் நேபாளப் பெண்கள் கும்பல் கும்பலாய் குவித்து வைத்து வுல்லன் துணிகள் விற்றுக் கொண்டிருந்தார்கள். அந்த வரிசையில் முதல் பெண் ஒரிஜினல் காபி என்றால், மற்ற எல்லோரும் பிரதியெடுத்த ஜெராக்ஸ் காப்பிகள்! மலைகளில் செதுக்கிச் செதுக்கிக் கட்டட பொம்மைகளை நட்டு வைத்திருந்தார்கள்

ஊட்டி ஏரியின் ஒரு பகுதியில் சினிமா ஷூட்டிங் நடந்து கொண்டிருக்க, அரைவட்டமாக மக்கள் நின்று வேடிக்கை பார்த்துக் கொண்டிருந்தார்கள்.

அந்தக் கும்பலைக் கடந்து நடந்த நிர்மல்குமார் திவ்யாவிடம் சொன்னான். "இத்தனை பேர் பார்த்துக்கிட்டிருக்கிறப்ப கதாநாயகியைக்காதலிச்சாகணும்திவ்யா. அவஅப்பதான்பூண்டு ரசம் சாப்பிட்டுட்டு வந்திருப்பா. சினிமால காதலிக்கிறதுல சுவாரஸ்யம் இல்லை தெரியுமா?"

"வேணாம். அநாவசியமா என் வாயைப் பிடுங்காதீங்க. நான் எதாச்சும் சொல்லிடுவேன். போய் படகுக்குப் பணம் கட்டிட்டு வாங்க. நான் இப்படி உக்காந்திருக்கேன்."

திவ்யா ஏரியைப் பார்த்தபடி அமர்ந்து கொள்ள, நிர்மல்குமார் பணம் கட்டும் கௌண்ட்டரை நோக்கி நடந்தான்.

ஒரு விநாடி தயங்கிய சம்பத், நிர்மல்குமாரைத் தொடர்ந்தான்.

ஏரியில் வண்ண வண்ணப் படகுகள் தொட்டி மீன்கள் போல அலைந்து கொண்டிருந்தன. ஸ்பீக்கரில் சில படகுகளின் எண்களைச் சொல்லி அழைத்துக் கொண்டிருந்தார்கள். பணம் செலுத்தியவர்களின் பெயர்களைச் சொல்லி அவர்களைப் படகு எடுத்துச் செல்லச் சொன்னார்கள்.

பணம் கட்டும் இடத்தில் நிறைய கூட்டம் இருந்தது. க்யூவில் நின்ற நிர்மல்குமாருக்கு அடுத்து சம்பத் சென்று நின்றான்.

நிர்மல்குமாரின் பாண்ட் பின்பாக்கெட்டில் அவன் செருகி வைத்திருந்த வீக்கமான மணிபர்ஸ் லேசாக வெளியே தலைநீட்டிக் கொண்டிருந்தது. சம்பத்தின் பார்வை அந்த மணிபர்ஸின் மேலேயே இருந்தது.

க்யூ நகர்ந்து தன் முறை வந்ததும் நிர்மல்குமார் தனக்குத் தேவையான படகைக் கேட்டான். பெயர் கேட்கப்பட்டபோது 'ஈஸ்வர்' என்றான். விலாசம் கேட்கப்பட்டபோது சிண்ட்ரெல்லா ஓட்டலின் காட்டேஜ் விலாசத்தைச் சொன்னான். கேட்கப்பட்ட டெபாசிட் தொகையை மணிபர்ஸ் திறந்து எடுத்துக் கொடுத்தான்.

"அரை மணி நேரம் நீங்க காத்திருக்கணும் சார்" என்று சொல்லி தரப்பட்ட ரசீதை மடக்கி மணிபார்ஸுக்குள் வைத்து, அதை மீண்டும் பாண்ட் பின் பாக்கெட்டில் வைத்துக்கொண்டு வெளியே வரும்போது ஒரு கும்பலைத் தாண்டி, விலக்கி வர வேண்டியிருந்தது.

திவ்யாவின் அருகில் வந்து அமர்ந்தான்.

"அரை மணி நேரம் காத்திருக்கணும் திவ்யா. காலால பெடல் பண்ற படகு கேட்டிருக்கேன்."

"வெய்ட் பண்ணலாம். இப்ப என்ன வெட்டி முறிக்கிற வேலை இருக்கு நமக்கு? க்ளைமேட் ரொம்ப நல்லா இருக்குதில்லே?"

"இதே ஊர்ல இருக்கிறவங்களைக் கேட்டுப் பாரு. சலிச்சுக்குவாங்க. அவங்களுக்குக் கொஞ்சம் வெயிலைப் பார்க்க மாட்டோமான்னு இருக்கும். நமக்கு வெயில்லயே இருக்கிறதால இந்த க்ளைமேட் ரொம்பப் பிடிச்சுப் போய்டுது" என்றான் நிர்மல்குமார்.

சற்று நேரத்தில் ஸ்பீக்கரில் 'ஈஸ்வர்' என்று அழைக்கப்பட, முதலில் யாரையோ என்று அலட்சியமாய் இருந்த நிர்மல்குமார் பிறகு அழைப்பு தனக்குத்தான் என்பதை உணர்ந்து எழுந்து கொண்டான்.

தீர்ப்பு தேடி வரும்

படகு எண் பதினேழை நோக்கி இருவரும் செல்ல, அங்கே இருந்தவன் "ரசீது காமிங்க சார்" என்றபோது பாண்ட் பின்பாக்கெட்டில் மணிபர்சை எடுக்க முயன்ற நிர்மல்குமார் விழித்தான். நன்றாக விரல்களை விட்டுத் தேடிப் பார்க்க, மணிபர்சைக் காணவில்லை.

"என்னாச்சுங்க?" என்றாள் திவ்யா.

"மணிபர்சைக் காணோம் திவ்யா."

"பின்பாக்கெட்ல வைக்காதீங்கன்னு எத்தனை தடவை சொல்லிருக்கேன். கேட்டாதானே... வாங்க, நாம உட்கார்ந்திருந்த இடத்தில் தேடிப் பார்க்கலாம். எவ்வளவு பணம் இருந்தது அதில?"

"ஐயாயிரம் ரூபாய்க்கு மேல இருந்தது திவ்யா. ஐந்நூறு ரூபா நோட்டா வெச்சிருந்தேன்."

இருவருமாக அமர்ந்திருந்த இடத்தில்... பணம் கட்டிய கௌண்ட்டர் அருகில் என்று தேடிப் பார்த்தார்கள். கீழே கிடந்தெடுத்து யாராவது ஒப்படைத்தார்களா என்று கௌண்ட்டரில் விசாரித்தார்கள். 'இல்லை' என்று பதில் சொல்லப்பட்டது.

"சரி, விடு திவ்யா. சட்டை பாக்கெட்ல கொஞ்சம் தனியா பணம் வெச்சிருக்கேன். ரூம்ல பெட்டியில நிறைய பணம் இருக்கு. போனாப் போகுது. போட்டிங் போகலாம், வா" என்றான் நிர்மல்குமார்.

"வேணாங்க... எனக்கு மனசு சரியில்லை. காட்டேஜுக்குப் போயிடலாங்க" என்றாள் திவ்யா.

இருவரும் காரில் ஏறிப் புறப்பட, நிர்மல்குமாரின் மணிபர்சைத் தன் பாண்ட் பாக்கெட்டுக்குள் தொட்டுப் பார்த்துக் கொண்ட சம்பத், மற்றொரு ஆட்டோ அமர்த்திக் கொண்டு அவர்களின் காரைத் தொடர்ந்து போகச் சொன்னான்.

நிர்மல்குமாரா, நான் உன்னிடமிருந்து லவட்டியிருக்கும் இந்த மணிபர்ஸ்தான் தூண்டிலில் மாட்டப் போகிற புழு!

ஊட்டியில் நீங்கள் இருவரும் எந்த ஓட்டலில் எந்த காட்டேஜில் தங்கியுள்ளீர்கள் என்பது தெரிந்தாயிற்று.

இப்போது திட்டத்தின் அடுத்த கட்டத்தைத் தொடங்க வேண்டும்.

எப்போது தொடங்கலாம்? தீர்மானித்த பிறகு தயக்கம் கூடாது. தாமதமும் கூடாது.

இன்றே!

இன்றிரவே!

சம்பத் புன்னகைத்துக் கொண்டான்.

⸻◦⸻

மஞ்சள் நிற ஸாட்டீன் துணியில் தைத்த முழுநீள நைட்டி அணிந்திருந்தாள் திவ்யா. பின்னலிடாமல் பிரித்து விடப்பட்ட கூந்தலின் ஓரத்தில் ஒற்றை மஞ்சள் ரோஜா குத்தியிருந்தாள்.

நாற்காலியில் சாய்ந்து அமர்ந்திருந்தவள். நிர்மல்குமார் தன் காயை நகர்த்தியதும் முன்புறம் நகர்ந்து அமர்ந்து இரண்டு கைகளையும் கன்னங்களில் தாங்கி டீப்பாய் மேலிருக்கும் செஸ் போர்டில் பாதி ஆட்டத்தில் இருக்கும் காய்களைப் பார்த்தாள். "ரொம்ப சிக்கலான மூவா இருக்கே..." என்றாள்.

"யோசி டார்லிங்" என்ற நிர்மல்குமார் அருகில் ஸ்டூலில் இருந்த விஸ்கி எடுத்துக் குடித்துவிட்டு வைத்திருந்த கிளாஸில் மீண்டும் நிரப்பிக் கொண்டு, ஐஸ்கட்டிகளை இடுக்கியால் எடுத்துப் போட்டுக் கொண்டான்.

"என்னங்க இது... ஒரேஒரு கிளாஸ் சாப்பிடறேன்னு சொன்னீங்க. இப்ப மறுபடியும் ஊத்திக்கிறீங்க?"

"ஊட்டி குளிருக்கு ஒரு பெக் எல்லாம் பத்தாது திவ்யா. இந்த ஒரு பெக்கோட போதும். ப்ளீஸ்... சும்மா ஒரு கதகதப்புக்காகத்தானே?" என்ற நிர்மல்குமார் மாறுவேடமின்றி இருந்தான். "சரி, உன் மூவ் என்ன? இவ்வளவு நேரமா யோசிக்கிறது?"

திவ்யா தனது குதிரையை இடம் மாற்றி வைத்து, "உங்க ராஜாவுக்கு செக். உங்க ராணியை இழக்கறது தவிர வேற வழியே இல்லை. யோசிங்க சார்" என்றாள்.

எழுந்து ஜன்னல் ஓரமாக வந்து தடிமனான திரைச் சீலையை விலக்கிக் கண்ணாடிக்கு வெளியே பார்த்தாள். ஒரே இருட்டாக இருந்தது. கண்ணாடியில் பனி ஊசி முனைப் புள்ளிகள் வைத்திருந்தது.

திவ்யாதன்ரிஸ்ட் வாட்ச்சைப் பார்த்துக் கொண்டு, "மணி ஏழுகூட ஆகலை... ராத்திரி பத்துப் பதினொரு மணி ஆகிவிட்ட மாதிரி ஒரே அமைதியா இருக்கு, பாருங்க" என்றவள், பழக்கூடையில் இருந்து ஒரு ஆப்பிளையும், கத்தியையும் எடுத்துக் கொண்டு வந்து அமர்ந்து ஆப்பிளை கட் செய்யத் தொடங்கினாள்.

நிர்மல்குமார் சிப்ஸைக் கடித்தபடி, ஒரு கையால் தன் தலையை லேசாகக் கலைத்துக்கொண்டு போர்டைப் பார்த்து யோசித்தான், "உனக்கு செஸ் விளையாடக் கத்துக் கொடுத்ததே நான்தான். எனக்கே தண்ணி காட்றியே" என்றான்.

ஆப்பிள் துண்டைக் கடித்தபடி, "ஆப்பிள் சாப்பிடறீங்களா?" என்று சிரித்தாள்.

"இரு. வெறுப்பேத்தாதே. என் ராணியை எப்படியும் காப்பாத்தியாகணும்."

"வழியே இல்லைங்க. முயற்சி பண்ணிப் பாருங்க."

நிர்மல்குமார் கிளாஸில் மிச்சமிருந்த விஸ்கியைக் கவிழ்த்துக் கொண்டு தாடையைத் தடவியபடி யோசிக்க, டெலிபோன் சங்கீத ஒலியுடன் ஒலிக்கத் தொடங்கியது.

எடுத்து. "ஹலோ" என்றான்.

"குட் ஈவினிங் சார். உங்களுக்கு ஒரு லோக்கல் கால் வந்திருக்கு. கனெக்ஷன் தர்றேன். பேசுங்க" என்றான் ரிசப்ஷனிஸ்ட் சந்திரமேனன்.

சில விநாடிகள் காத்திருப்புக்குப் பின்...

"ஹலோ, மிஸ்டர் ஈஸ்வர்தானே பேசறது?"

நிர்மல்குமார் ஒரு சிறிய தடுமாற்றத்துக்குப் பின்,

"ஆமாம். நீங்க யாருங்க?" என்றான்.

"என் பேரு முகம்மது சர்புதீன். கோத்தகிரி போற வழியில் ஓட்டல் ரெயின்போட்வர்ஸ் இருக்கு. அதுல ரூம் நம்பர் த்ரீ ஆன் செவன்ல தங்கியிருக்கேன். அரைமணி நேரத்துக்கு முன்னாடி ஏரிப் பக்கமா ஒரு சின்ன வாக் போயிருந்தேன். அப்போ ஒரு

தீர்ப்பு தேடி வரும்

மணிபர்ஸ் கிடைச்சது. அதுல போட்கிளெப்ல பணம் கட்டின ரசீது இருந்துச்சு. அதில உங்க பேரும், அட்ரஸும் இருந்துச்சு. பர்ஸ்ல நிறையப் பணம் இருந்ததாலே நேரடியா ஒப்படைச்சுடலாம்னு நினைச்சு ரூமுக்கு வந்துட்டேன். நீங்க நேர்ல வந்து வாங்கிட்டுப் போகலாம் சார்.''

''ரொம்ப... ரொம்ப தாங்க்ஸ் சார். பணிபர்ஸைத் தொலைச்சதிலேர்ந்து மனசுக்கு ரொம்ப சங்கடமா இருந்துச்சு சார். உங்களை மாதிரி சில நல்ல மனுஷங்க இருக்கிறதாலதான் நாட்டுல மழையே பெய்யுது சார்.''

''பாருங்க, நேர்மையா நடந்துகிட்டாலே ஆச்சரியப்பட வேண்டிய அளவுக்கு இருக்கு நாடு. எப்ப வந்து வாங்கிக்கறீங்க?''

''ஒரு நிமிஷம்...'' என்று ரிஸீவரைப் பொத்தின நிர்மல்குமார், ''திவ்யா, என்னோட மணிபர்ஸ் கிடைச்சிடுச்சு. ஒரு நல்ல மனுஷன் கையில கிடைச்சதால மெனக்கெட்டு போன் பண்றாரு. இப்பவே போய் வாங்கிட்டு வந்துடட்டுமா?''

''என்னங்க நீங்க... விஸ்கி சாப்பிட்டிருக்கீங்களே... இந்த நெடியோட போய்ப் பார்ப்பீங்களா? காரை எப்படி ஓட்டிட்டுப் போவீங்க முதல்ல?''

''அதுவும் சரிதான். வழில போலீஸ் எவனாச்சும் மடக்கினா, நான் நிர்மல்குமார்னு சொல்ல வேண்டியிருக்கும். அப்புறம் 'நிர்மல்குமார் குடித்து விட்டு காரை ஓட்டினார்'னு எல்லா பேப்பர்லயும் எழுதுவாங்க'' என்று இவளிடம் சொன்னவன், பொத்தியிருந்த கையை எடுத்து, ''ஹலோ சார், நாளைக்குக் காலையில நானே உங்க ஓட்டல் ரூமுக்கு வந்து மணிபர்ஸை வாங்கிக்கறேன்'' என்றான்.

''சார், நாளைக்கு காலையில அஞ்சு மணிக்கெல்லாம் நான் ரூமைக்காலி செய்துட்டு ஊருக்குப் புறப்படறேன் அதனாலதான் இப்ப வந்து வாங்கிட்டுப் போறீங்களான்னு கேட்டேன்.''

''அப்படியா?'' நிர்மல்குமார் தன் வாட்சைப் பார்த்து, ''சரி சார்... இப்ப மணி ஏழாகுது. நான் கரெக்டா ஒன்பது மணிக்கு உங்க ரூமுக்கு வர்றேன். ஓ.கே.யா? என்ன ரூம் நம்பர் சொன்னீங்க?'' என்றான். பேனா எடுத்துக் கொண்டான்.

திவ்யா அருகில் இருந்த செய்தித்தாளை எடுத்துத் தர, அதன் ஓர வெள்ளைப் பகுதியில், "317, ஓட்டல் ரெயின்போ டவர்ஸ், முகம்மது சர்புதீன்" என்று எதிர்முனையில் சொல்லச் சொல்ல எழுதிக் கொண்டான்.

எதிர்முனையில் அந்தப் பொதுத்தொலைபேசியில் ரிஸீவரைப் பொருத்திவிட்டு வெளியில் வந்து தனது ஓட்டல் அறையை நோக்கி நிதானமாக நடந்தான் சம்பத்.

"அதென்ன ஒண்பது மணிக்கு வர்றேன்னு சொல்லிட்டீங்க? இங்க காட்டேஜில..." என்றாள் திவ்யா.

"என்ன பண்ணச் சொல்றே? காலைல அஞ்சு மணிக்கெல்லாம் அவர் காலி பண்ணிட்டுப் போறாராம். ரெண்டு மணி நேரமானா போதை இறங்கிடும். அதனாலதான் ஒன்பது மணிக்கு வர்றேன்னு சொன்னேன். அஞ்சாயிரம் ரூபா பணத்தோட ஒரு மணிபர்ஸ் கிடைச்சா பணத்தை எடுத்து பாக்கெட்டுல வெச்சுக்கிட்டு மணிபர்ஸைக் கடாசிட்டுப் போய்க்கிட்டே இருப்பாங்க. இவர் பாரு பொறுப்பா போன் பண்ணிச் சொல்றாரு! ரியலி ஹி ஈஸ் கிரேட்!"

"அது இருக்கட்டும்... ஆட்டத்தைப் பாதியோட விட்டுட்டுப் போய் கட்டில்ல உக்கார்ந்தா என்ன அர்த்தம்?"

"அது கிடக்கட்டும் திவ்யா. இப்படி வந்து உக்காரு. வேற ஏதாவது பேசலாம்."

"அப்ப தோத்துட்டதா ஒப்புக்குங்க."

"ஸோ வாட் திவ்யா? ஓய்ம்ப்கிட்டே தோற்கிறதிலே ஒரு சந்தோஷம் இருக்கு. வா, இங்கே உக்காரு" என்று தன் மடியைக் காட்டினான் நிர்மல்குமார்.

இரவு எட்டு முப்பதுக்கு ஓட்டல் சிண்ட்ரெல்லாவை நோக்கி நடந்தான் சம்பத். சாலைகளில் நடமாட்டம் வெகுவாகக் குறைந்திருந்தது. புகை போட்டது போல பனி, காட்சிகளைப் பதுக்கி வைத்திருந்தது. மரங்கள் தங்கள் காதலிகளை ரகசியமாக 'ஸ்ஸ்ஸ்' என்று அழைத்துக் கொண்டிருந்தன.

   தீர்ப்பு தேடி வரும்

சிண்ட்ரெல்லாவின் ரிசப்ஷன் கொளண்ட்டருக்கு வந்தான் சம்பத்.

ஆங்கில நாவல் ஒன்றில் மூழ்கியிருந்த ரிசப்ஷனிஸ்ட் சந்திரமேனன் நிமிர்ந்து, "யெஸ்" என்றான்.

"பொள்ளாச்சியிலேருந்து என்னோட ஃப்ரெண்ட் ஒருத்தர் மணிவண்ணன்னு பேரு. இன்னிக்கு ராத்திரி எட்டரை மணிக்கு இங்கே வந்து ரூம் போடப் போறதா சொல்லி என்னை வந்து பார்க்கச் சொன்னார். அவர் வந்துட்டாரா சார்?"

"மணிவண்ணனா? அப்படி யாரும் ரூம் போடலையே சார்."

"எட்டரை மணிக்கு வருவேன்னு சொன்னார். மணி இப்போ எட்டரையாகுது. இப்ப வந்துடுவார்னு நினைக்கிறேன். நான் வெய்ட் பண்ணிப் பார்த்துட்டுப் போறேன். தாங்க் யூ"

சம்பத் வரவேற்பு ஹாலில் போடப்பட்டிருந்த வசதியான சோபா ஒன்றில் அமர்ந்து அங்கிருந்த சினிமா இதழ் ஒன்றை எடுத்துப் பிரித்துக் கொண்டான்.

அவனுக்கு நேரெதிராக இருந்த ஜன்னல் வழியாக நிர்மல்குமார் தங்கியுள்ள எட்டாம் நம்பர் காட்டேஜின் வாசலைப் பார்க்க முடிந்தது. வாசலில் அந்த அம்பாஸடர் கார் நின்று கொண்டிருப்பதும் தெரிந்தது.

ஏற்கெனவே வந்து இந்த இடத்தின் அமைப்பை சம்பத் பார்த்துவிட்டுச் சென்றிருந்ததால் இப்போது இயல்பாக அந்த இடத்தில் வந்து அமர்ந்து கொள்ள முடிந்தது.

சம்பத் பத்திரிகையிலிருந்து சில விநாடிகளுக்கொரு முறை பார்வையை நிமிர்த்தி, நிர்மல்குமார் தன் காட்டேஜை விட்டுப் புறப்படுகிறானா என்று பார்த்துக் கொண்டான். தன் பாக்கெட்டில் இருக்கும் கத்தியை ஒருமுறை தொட்டுப் பார்த்துக் கொண்டான்.

இன்னும் கொஞ்ச நேரத்தில் போனில் சொன்னபடி நிர்மல்குமார் ஒட்டல் ரெயின்போடவர்ஸுக்கு காரில் புறப்பட்டுச் செல்வான். அங்கே போனால் அப்படி ஒரு முகம்மது சார்புதீன் இருக்கப் போவதில்லை குழம்புவான்.

நிர்மல்குமார் அந்த ஓட்டல்வரை காரில் போய்த் திரும்ப குறைந்தது அரை மணி நேரமாகும். அந்த அரை மணி நேரத்துக்குள் கச்சிதமாக காரியம் செய்ய வேண்டும்.

மணி ஒன்பதாக பத்து நிமிடங்கள் இருக்கும்போது நிர்மல்குமார் தன் காட்டேஜை விட்டு வெளியே வந்து காரில் அமர்வதைப் பார்த்தான் சம்பத். உள்ளுக்குள் தோன்றிய பரபரப்பை அடக்கிக் கொண்டான்.

நிர்மல்குமார் தன் காரை நேராக ரிசப்ஷனுக்கு எதிரில் கொண்டு வந்து நிறுத்தி விட்டு சந்திரமேனனிடம் வந்தான், "எக்ஸ்க்யூஸ் மி, ஓட்டல் ரெயின்போ டவர்ஸ் இங்கேருந்து எத்தனை கிலோ மீட்டர் போகணும்?"

"கோத்தகிரி ரோட்லே இருக்கு சார். எட்டு கிலோ மீட்டர் போகணும். என்ன சார், இந்த நேரத்துல போறீங்க?" என்றான் சந்திரமேனன்.

"இன்னிக்கு என்னோட மணிபர்ஸ் தொலைஞ்சு போச்சு. அந்த ஓட்டல்ல தங்கியிருக்கிற ஒருத்தர் கையில அந்த பர்ஸ் கிடைச்சிருக்கு வந்து வாங்கிட்டுப் போங்கனு போன் செஞ்சு சொன்னார். அதான் வாங்கிட்டு வரலாம்னு போறேன்" என்று நகர்ந்தவன் திரும்ப வந்து, "என் ரூமுக்கு இண்டர்காம்ல கனெக்ஷன் கொடுங்களேன். அவரோட ரூம் நம்பர் நோட் செஞ்சதை எடுத்துக்க மறந்துட்டேன்."

சந்திரமேனன் இண்டர்காம் டெலிபோனை நிர்மல்குமார் பக்கம் திருப்பி "முதல்ல ஜீரோ போட்டு உங்க காட்டேஜ் நம்பர் எட்டு போடுங்க" என்று கூறிவிட்டு, அன்றைய பதிவேட்டில் ஏதோ எழுதத் தொடங்கினான். எங்களைச் சுழற்றிவிட்டு நிர்மல்குமார், "ஹலோ திவ்யா... நான்தான்... ரிசப்ஷன்லேருந்து பேசறேன். அவர் பேரு முகம்மது சர்புதீன். அது ஞாபகமிருக்கு. அவரோட ரூம் நம்பர் எதிலயோ குறிச்சேன். கொஞ்சம் பார்த்து சொல்லேன்..."

சிறிது நேரம் காத்திருந்தான். "த்ரீ ஒன் செவனா? ஓகே... பால் கேட்டியே... எத்தனை மணிக்கு அனுப்பச் சொல்லட்டும்? சரி. இல்லைம்மா, நான் அரை மணி நேரத்துல வந்துடுவேன்.

    தீர்ப்பு தேடி வரும்

இங்கேர்ந்து எட்டு கிலோ மீட்டர்தானாம். வரட்டுமா?" என்று ரிஸீவரை வைத்து விட்டு நகர்ந்தான்.

"ரோட்லேர்ந்து லெஃப்ட் சைடுல இருக்கும் சார் ஓட்டல்."

"தாங்ஸ்! நான் பார்த்துக்கறேன். ஒரு பத்து நிமிஷம் கழிச்சு என் ரூமுக்கு ஒரு கிளாஸ் பாலும் ஒரு ஸாரிடான் மாத்திரையும் அனுப்பி வெச்சுடுங்க. போய்ட்டு வந்துடறேன்."

மாறுவேடத்தில் இருந்த நிர்மல்குமார் காரில் அமர்ந்து புறப்பட்டுச் சென்றதும், மாறுவேடத்தில் இருந்த சம்பத் எழுந்து கொண்டு, "நான் நாளைக்கு வந்து பார்த்துக்கறேன் சார்" என்று ரிசப்ஷனை விட்டு விலகி...

தன்னை யாரும் பார்க்கவில்லை என்பதை நிச்சயப்படுத்திக் கொண்டு நிர்மல்குமாரின் காட்டேஜை நோக்கி தீர்மானமாக நடந்தான்.

வாசலை அடைந்து கதவை மெதுவாகத் தட்டினான்...

⸺◦⸺

17

ஒட்டலில் கேட்டரிங் பகுதிக்கு வந்து ஒரு கிளாஸ் பால் எடுத்துக் கொண்டு, காட்டேஜ் எண் எட்டு என்று சொல்லி பில் போட்டு வாங்கிக் கொண்டான் ரூம் பாய் தியாகு.

ஒரு சின்ன ட்ரே மேல் பாலை வைத்து, ஒரு வட்ட பிளாஸ்டிக் தட்டால் அதை மூடி அதன்மேல் ஸாரிடான் மாத்திரையை வைத்து காட்டேஜை நோக்கி நடந்தான்.

"குக்குக்கூ குயில் ஒண்ணு கூவுது... கூவுது" என்ற பாடலை விசில் செய்தபடி நிர்மல்குமாரின் காட்டேஜின் வாசலுக்கு வந்து நின்று அழைப்பு மணியை அழுத்தி, விட்டுத் தன் தொப்பியைச் சரிசெய்து கொண்டான்.

வாசல் கதவு கால்வாசி திறந்தே இருந்தாலும், அனுமதியில்லாமல் உள்ளே செல்லக் கூடாதென்ற ஒட்டல் நாகரிகம் காரணமாக மீண்டும் மணி படம் பொறிக்கப்பட்ட சுவிட்ச்சை அழுத்தினான்.

உள்ளிருந்து அனுமதிக் குரல் எதுவும் இல்லை. "மேடம்! மேடம்!" என்றான். பதில் இல்லை. 'குளிக்கிறார்களோ... இந்த நேரத்திலா?'

மீண்டும், "மேடம்! " என்று அழைத்து விட்டுக் கதவில் கை வைக்க, அது மேலும் விலகியது.

உள்ளே பார்த்த தியாகு உடனே கையில் இருந்த ட்ரேயை நழுவ விட்டு விட்டான், "ஐயோ! கொலை! கொலை" அவன் உதடுகள் அனிச்சையாக அலறின.

வேகமாக சிண்ட்ரெல்லாவின் ரிசப்ஷன் பகுதிக்கு ஓடி வந்தான். மூச்சிரைத்தான். சந்திரமேனன் ஆங்கில நாவலை மேஜை மேல் கவிழ்த்து வைத்துவிட்டு, "என்ன தியாகு? ஏன் இப்படி

ஓடி வர்றே?" என்றான். "எட்டாம் நம்பர் காட்டேஜ்ல... காட்டேஜ்ல..."

"காட்டேஜ்ல என்ன?"

"கொலை! அந்தம்மா செத்துக் கிடக்காங்க! ஒரே ரத்தம்!"

சந்திரமேனன் அதிர்ந்துபோய் வேகமாக கௌண்ட்டரை விட்டு வெளியில் வந்து அந்த காட்டேஜுக்கு ஓட்ட நடையில் விரைந்தான்.

வாசல் கதவு திறந்தே இருந்ததால், மேலும் திறக்க அவசியமில்லாமல் சந்திரமேனனும் அவனைத் தொடர்ந்து தியாகுவும் உள்ளே நுழைந்தார்கள்.

கட்டிலுக்கு அருகில் கீழே மல்லாந்து கிடந்த திவ்யா, சர்வநிச்சயமாக இறந்து போயிருந்தாள். அவளது இடது மார்பில் இருந்து ஊற்றுப் போல ரத்தம் பொங்கி வழிந்து கழுத்து, கூந்தல் என்று நனைத்து உறைந்து போயிருந்தது. கைகளும் கால்களும் ஒழுங்கற்றுக் கிடந்தன. மஞ்சள் ஸாட்டின் நைட்டி அவளின் முழங்கால்கள் வரை வெளிப்படுத்தி விலகிக் கிடந்தது.

ஒரு நாற்காலி கவிழ்ந்து கிடக்க, கட்டிலின் மேல் இருக்க வேண்டிய தலையணை ஒரு மூலையில் கிடந்தது. கட்டில் அருகில் இருந்த அழகான ஷேடுடன் கூடிய இரவு விளக்கு கவிழ்ந்திருக்க, ஒரு டீப்பாய் சைடில் லிழுந்திருக்க, சுற்றிலும் செஸ் ஆட்டத்தின் காய்கள் சிதறிக் கிடந்தன. கப்போர்டின் கதவு திறந்திருக்க, உள்ளே இருந்த இரண்டு சூட்கேஸ்களும் திறந்து உள்ளிருக்கும் துணிகள் கலைந்திருந்தன.

"நீ எதையும் தொட்டுடலையே?" என்றான் சந்திரமேனன்.

"இல்லை சார். கதவை மட்டும் தள்ளி திறந்தேன்."

"சரி, வந்துடு. முதல்ல போலீஸுக்குச் சொல்லியாகணும். வா, எதையும் தொட்டுடாதே."

சந்திரமேனன் ரிசப்ஷனுக்கு விரைந்து போன் செய்த ஐந்து நிமிடங்களிலேயே ஓட்டல் சிண்ட்ரெல்லாவின் வாசலில் போலீஸ் ஜீப் வந்து நின்றது.

போலீஸ் ஜீப் வந்து நிற்பதைப் பார்த்ததும் ஓட்டலுக்கு எதிர்ப்புறத்தில் ஒரு டிக்கடை அருகில் நின்று பொய் தாடி மீசையை எடுத்துவிட்டு சிகரெட் பிடித்துக் கொண்டிருந்த சம்பத் திருப்தியுடன் புன்னகைத்துக் கொண்டான்.

சிகரெட்டை தரையில் வீசி அதன் நெருப்பு முனையை மிதித்து அணைத்து விட்டு, தான் தங்கியுள்ள டாப் பாய்ண்ட் ஓட்டல் அருகே வந்து மீண்டும் மாறுவேடத்தை அணிந்து ஓட்டலுக்குள் நுழைந்தான்.

தனது அறைக்குள் வந்து கதவை மூடினான். அவசரமாக உடைகளைமாற்றத்தொடங்கினான். கழற்றியபாண்ட்டிலிருந்து கீழே விழுந்தது கத்தி. தேடி விசாரித்து பூம்புகார் கலைக் கூடத்தில் இவன் வாங்கிய அலங்காரக் கத்தி. நிர்மல்குமார் தன் பயணப் பெட்டியில் பாதுகாப்புக்காக வைத்திருக்கும் அதே அலங்காரக் கத்தியைப் போன்றே மெனக்கெட்டு வாங்கிய கத்தி!

சம்பத் அந்தக் கத்தியைத் தன் உடைகளுக்கு நடுவில் வைத்து சூட்கேஸை மூடினான்.

நிதானமாக தனது ஷூ வின் பாதப் பகுதியில் ரத்தக்கறை ஏதாவது இருக்கிறதா என்று கால் மாற்றி கால் பார்த்துக் கொண்டான்.

அறையில் உள்ள தனது பொருட்களை எல்லாம் சூட்கேஸில் எடுத்து வைத்தபடி யோசித்தான் சம்பத்.

'எந்த இடத்திலாவது அந்தக் காட்டேஜில் எனது கைரேகையை விட்டு வந்திருக்கிறேனா?'

அறைக்குள் நுழைவதற்கு முன்பாக கவனமாகக் கைகளில் க்ளவுஸ் அணிந்து கொண்டாயிற்று. அதற்குப் பிறகுதான் கதவில் கை வைத்தேன்.

நிர்மல்குமாரின் சூட்கேஸில் அந்த மணிபர்ஸை வைத்தபோதுகூட அதை நன்றாகத் துடைத்துவிட்டேன்.

அந்தக் காட்டேஜை விட்டு வெளியேறும் வரைக்கும் என் கைகளில் கையுறைகள் நிச்சயமாக இருந்தன.

                                          தீர்ப்பு தேடி வரும்

அதனால் அங்கே என் கைரேகை எதுவும் கிடைக்க வாய்ப்பே இல்லை. அந்த காட்டேஜுக்குள் நான் உள்ளே சென்றதையோ, வெளியே வந்ததையோ யாரும் பார்க்கவே இல்லை.

ஆக, எந்த வகையிலும் இந்தக் கொலையில் என்னைச் சம்பந்தப்படுத்த வாய்ப்பே இல்லை.

அறையை மூடிக்கொண்டு ஓட்டல் ரிசப்ஷனுக்கு வந்து அறையைக் காலி செய்வதாகச் சொன்னான்.

சில நிமிடங்களில் சம்பத் ஊட்டி பஸ் ஸ்டாண்டில் இருந்தான்.

கோயம்புத்தூருக்குச் செல்லும் ஒரு ரிட்டர்ன் டாக்ஸி ஆள் சேர்த்துக் கொண்டிருக்க, எவ்வளவு என்றெல்லாம் விசாரிக்காமல் சம்பத் அதில் ஏறிக்கொண்டான்.

ஐந்து நபர்கள் சேர்ந்ததும் அந்த டாக்ஸி புறப்பட்டது. நிமிடங்களில் ஊட்டி எல்லையைக் கடந்து மலைப் பாதையில் வளைந்து வளைந்து இறங்கத் தொடங்கியது.

* * *

இன்ஸ்பெக்டர் எட்வின் ஜோசப்ராஜ் கறுப்பாக இருந்தார். அதனால் இமை திறக்கும்போது கண்களும், பேசும்போது பற்களும் பல்ப் போட்டது போல பிரகாசமாகத் தெரிந்தன. அவர் கையை உயர்த்தினால் ஓட்டல் சிண்ட்ரெல்லாவின் ரிசப்ஷனில் பொய்க்கூரைக்குக் கீழே தொங்கிச் சுழலும் மின்விசிறி அவர் விரல்களைச் சீவிவிடும். அந்த உயரத்தில் இருந்தார்.

சந்திரமேனன், தியாகு மற்றும் சில ஓட்டல் பணியாளர்கள் அவர் எதிரில் கைகட்டி நின்றிருக்க, எட்வின் ஜோசப்ராஜ் தற்சமயம் டெலிபோனில் ஊட்டி எஸ்.பி. ஏழுமலையிடம் பேசிக் கொண்டிருந்தார்.

"இல்லை சார். ரேப் மாதிரி தெரியலை சார். துணிச்சலான திருட்டு மாதிரிதான் தெரியுது சார். அந்தம்மா ரூம் பூரா ஓடி கொஞ்சம் போராடியிருக்காங்கன்னு தெரியுது. ஓட்டல்ல பழக்கூடையோட கொடுத்திருக்கிற ஓட்டல் பேர் போட்ட கத்தியாலதான் குத்தியிருக்கான். கரெக்டா லெஃப்ட் செஸ்ட்ல ஸ்டாபிங்! யெஸ் சார். ஆயுதம் கிடக்குது. ஆம்புலன்ஸுக்குச்

சொல்லிருக்கேன். நாய் வந்தா தேவலாம்னு அதுக்கும் சொல்லிருக்கேன். யாரோ மெட்ராஸ் பார்ட்டி. ஈஸ்வர்னு பேரு. ஹனிமூன் ஜோடி. ஈஸ்வர் இல்லை. வெளில போயிருக்கார். விசாரிச்சு வரவழைச்சிடறேன். ரைட் சார்! ஓகே சார்! நீங்க வந்து பார்க்கிறவரைக்கும் பாடியை ரிமூவ் பண்ணலை சார்."

எட்வின் போனை வைத்து விட்டு சந்திரமேனனைப் பார்த்தார்.

"அந்தப் பெண்ணோட புருஷன் ஈஸ்வர் எங்கே போயிருக்கிறதா சொன்னீங்க? " என்றார்.

"ஓட்டல் ரெயின்போ டவர்ஸ்" என்றான் சந்திரமேனன்.

ஓட்டல் ரெயின்போ டவர்ஸின் போர்ட்டிகோவில் காரை நிறுத்திவிட்டு இறங்கி ரிசப்ஷனுக்கு வந்தான் நிர்மல்குமார்.

ஜீன்ஸ் பாண்ட்டும் பனியனும் அணிந்த பாப் தலையுடனிருந்த ரிசப்ஷனிஸ்ட் பெண், "யெஸ் சார்" என்றாள்.

"ஐ ஆம் ஈஸ்வர்... ரூம் நம்பர்த்ரீ ஒன் செவன்ல மிஸ்டர் முகம்மது சர்புதீனைப் பார்க்கணும். எந்த மாடியில இருக்கு ரூம்?"

"மூணாவது மாடி" என்றவள் நகர்ந்த அவனை "ஒன் மினிட் சார்" என்று அழைத்து, "த்ரீ ஒன் செவன்ல முகம்மது சர்புதீன்னு யாரும் இல்லையே" என்றாள்.

கூடவே அருகில் இருந்த பெரிய லெட்ஜரைப் பார்த்து, "யெஸ் ஐ'ம் ரைட். த்ரீஒன் செவன்ல தினேஷ்குப்தா ஃப்ரம் பாம்பேதான் இருக்கார்" என்றாள்.

நிர்மல்குமார் குழப்பமடைந்தான்.

"கொஞ்சம் நல்லாப் பாருங்க மேடம். த்ரீ ஒன் செவன்தான் சொன்னார். ஏழு மணிக்கு என்கூட போன்ல பேசினார்."

அவள் லெட்ஜர் முழுக்கப் பார்த்துவிட்டு, "நாட் பாஸிபிள் சார். தினேஷ் குப்தா ஒரு வாரமா அந்த ரூம்ல தங்கியிருக்கார். முகம்மது சர்புதீன்னு யாரும் வேற எந்த ரூம்லயும்கூட இல்லை" என்றவள், "எக்ஸ்க்யூஸ் மீ" என்று விட்டு ஒலித்த போனை எடுத்து, "ரெயின்போ டவர்ஸ்" என்றாள்.

  தீர்ப்பு தேடி வரும்

"ஓட்டல் சிண்ட்ரெல்லாலேர்ந்து இன்ஸ்பெக்டர் எட்வின் பேசறேன். உங்க ஓட்டலுக்கு அங்கே தங்கியிருக்கிற ஒருத்தரைப் பார்க்க ஈஸ்வர்னு ஒருத்தர் வந்திருப்பார். அவரோட அர்ஜெண்டா பேச வேண்டியிருக்கு மேடம். கேன் யு ஹெல்ப் மீ?"

"ஒன் மினிட் சார்! அவர் இப்பதான் வந்தார்... எதிரிலேயே இருக்கார்" என்றவள் ரிஸீவரை நிர்மல்குமாரிடம் நீட்டி, "மிஸ்டர் ஈஸ்வர்... எ கால் ஃப்ரம் சிண்ட்ரெல்லா ஃபார் யு" என்று கொடுத்தாள்.

"ஹலோ, ஈஸ்வர் பேசறேன். யாரு?" என்றான் நிர்மல்குமார்.

"போலீஸ் இன்ஸ்பெக்டர் எட்வின் பேசறேன் சார். நீங்க உடனே இங்கே அவசரமா திரும்பி வாங்க. கொஞ்சம் உடனே வந்துடுங்க. விவரம் நேர்ல சொல்றேன்." போனை வைத்த இன்ஸ்பெக்டர் மீண்டும் காட்டேஜுக்கு நடந்தார்.

போலீஸ் டிபார்ட்மெண்ட்டின் போட்டோகிராபர் மட்டும் கொட்டாவியை மென்றபடி வந்து சேர்ந்திருக்க, அவனிடம் எந்தெந்த கோணங்களில் புகைப்படம் தேவை என்று விளக்கம் சொன்னார் எட்வின்.

லேசாக வாய்பிளந்து உலகை மறந்திருந்த திவ்யாவை சில விநாடிகள் எட்வின் பார்த்தார். முகத்தில் தேங்கியிருந்த இளமையும் கழுத்தில் புரண்டு கிடந்த தாலியும் அவரை வதைத்தது.

எவ்வளவு இளமையான பெண். திருமணமாகி எத்தனை வருடங்கள் ஆகியிருக்கும்? வருடங்களா இல்லை, மாதங்களா?

ஒரு வெறி பிடித்த திருடனின் பணத்தேவைக்காக அநியாயமாக ஓர் இளம்பெண்ணின் உயிர் பலியாவது கொடுமை. இவள் தாயாகியிருப்பாளா? எதிர்காலம் பற்றி எத்தனை கனவுகள் கண்டிருப்பாள்? இன்னும்எவ்வளவோவாழ்க்கைமிச்சமிருக்க... உல்லாசத்துக்கு வந்த இடத்தில் இப்படி அசந்தர்ப்பமாக உயிரை விட்டிருப்பது என்ன ஓர் அபத்தம்!

எட்வின் அவளை விட்டு விலகி ஸ்டாண்டில் தொங்கின சட்டை, பாண்ட்டுகளைப் பார்த்தார். ஒரு சட்டை பாக்கெட்டில் கைவிட்டு உள்ளே இருப்பவற்றை வெளியில் எடுத்துப் பார்க்க... அதில் நிர்மல்குமாரின் புகைப்படத்துடன் நிர்மல் குமாரின் பெயரில் ஒரு வங்கியின் கிரெடிட் கார்டு ஒன்றும் இருக்க... புருவங்களைச் சுருக்கினார் இன்ஸ்பெக்டர்.

⸻●⸻

தீர்ப்பு தேடி வரும்

18

இன்ஸ்பெக்டர் எட்வின், நிர்மல்குமாரின் புகைப்படத்துடன் கூடிய கிரெடிட் கார்டைப் பார்த்துக் குழப்பமுற்று, "குப்தா..." என்றார்.

அங்கு புகைப்படக்காரருக்கு உதவி செய்து கொண்டிருந்த சப்-இன்ஸ்பெக்டர் குப்தா, இவர் அருகில் வந்து, "என்ன சார்?" என்றார்.

"இது யாருன்னு தெரியுதா உங்களுக்கு?" கிரெடிட் கார்டைக் காட்டினார் எட்வின்.

"என்ன சார் இவரைத் தெரியாதா? நிர்மல்குமார் சார். இன்னிக்குத் தமிழ் சினிமால புயல் மாதிரி முன்னேறிக்கிட்டிருக்கிற ஹீரோ! கமல், ரஜினி ரெண்டு பேரையும் இவர் ஓரங்கட்டிடப் போறார்னு பத்திரிகைகள்ல எழுதறாங்க சார்" என்றார் குப்தா.

"அதெல்லாம் சரி. இங்கே காட்டேஜ் எடுத்துத் தங்கியிருக்கிறவர் பேரு ஈஸ்வர். அவரோட சட்டை பாக்கெட்ல நிர்மல்குமாரோட கிரெடிட் கார்டு எப்படி வந்தது?"

கான்ஸ்டபிள் ஒருவர் வந்து, "சார், அந்த ஈஸ்வர் வந்துட்டார். நீங்க சொன்னபடி ரிசப்ஷன்லயே உக்கார வெச்சிருக்கேன்" என்றார்.

"கொலை விஷயத்தை யாரும் சொல்லிடலையே?"

"இல்லை சார்."

எட்வின் ரிசப்ஷனுக்கு வந்தார். தாடி, மீசை விக்குடன் அமர்ந்திருந்த நிர்மல்குமார் எழுந்து கொண்டு, "என்ன சார் ப்ராப்ளம்?" என்றான் லேசான பதற்றத்துடன்.

"சொல்றேன். கொஞ்சம் உங்ககூடப் பேசணும். பதற வேணாம். உக்காருங்க. உங்க பேர் என்ன?" என்ற எட்வின் அவனை அமரச் சொல்லி எதிரில் அமர்ந்து கொண்டார்.

அவசரமாக நிர்மல்குமார் தனது விக்கையும் ஒட்டு மீசையையும் கழற்றினான்.

"நான் நிர்மல்குமார். லெட் மீ எக்ஸ்ப்ளைன்..." என்றான்.

"என்ன வேஷம் இது?" என்றார்.

"சார், நான் எந்த மாறுவேடமும் இல்லாம இப்படியே வந்தா என் ரசிகர்கள் வந்து சூழ்ந்துகிட்டு தொந்தரவு செய்வாங்க. என் தனிமையும் சுதந்திரமும் கெட்டுப் போயிடும். கல்யாணம் ஆனதிலேர்ந்து என் மனைவியை நான் எங்கேயும் அழைச்சுக்கிட்டுப் போகலை. இப்போ ஒரு வாரம் ஓய்வு கிடைச்சது. அதனால ஜாலியா ஊட்டிக்கு வரலாம்னு வந்தோம். எங்களோட பிரைவஸிக்காக இந்த மாதிரி தாடி, மீசை எல்லாம் ஒட்டிக்கிட்டு ஈஸ்வர்னு வேற பேர்ல ரூம் புக் பண்ணினேன். தட்ஸ் ஆல்... வேற எந்தத் தப்பான நோக்கமும் இதிலே இல்லை" என்றான் நிர்மல்குமார்.

எட்வின் சற்றே குழப்பமுற்று தன் நடுமண்டையில் ஒற்றை விரலால் கீறிக் கொண்டார்.

"எட்டாம் நம்பர் காட்டேஜ்ல உங்களோட தங்கியிருக்கிறது யாரு?"

"என் மனைவி திவ்யா."

"இப்போ எங்கே போயிருந்தீங்க?"

"ஓட்டல் ரெயின்போ டவர்ஸ் போயிருந்தேன்."

"எதுக்கு?"

"ஊட்டி ஏரிக்கரையில என்னோட மணிபர்ஸை இன்னிக்குக் காலையில தவற விட்டுட்டேன். ரெயின்போ டவர்ஸ்ல தங்கியிருக்கிற முகம்மது சர்புதீன்கிறவர் கையில அது கிடைச்சிருக்கு. ரூம் நம்பர் சொல்லி வந்து வாங்கிட்டுப்

          தீர்ப்பு தேடி வரும்

போங்கனு அவர் போன் செஞ்சாரு. அந்த மணிபர்ஸை வாங்கிட்டு வரலாம்னுதான் போனேன்.''

''வாங்கிட்டீங்களா?''

''இல்லை. அங்கே போனா அவர் சொன்ன ரூம்ல வேற யாரோ தங்கியிருக்கிறதா சொல்றாங்க. முகம்மது சர்புதீன்னு ஒரு ஆளே அந்த ஓட்டல்ல வேற எந்த ரூமிலேயும் தங்கலைனு ரிசப்ஷன்ல சொன்னாங்க. எனக்கு எதுவும் புரியாம குழம்பி நின்னப்பதான் நீங்க போன் செஞ்சு கூப்பிட்டீங்க. எனக்கு டென்ஷன் ஆகுது சார். என்ன பிரச்னைன்னு சொன்னாப் பரவாயில்லை. ப்ளீஸ்...''

எட்வின் தன் மோவாயைத் தடவிக் கொண்டு நிர்மல்குமாரையே உன்னிப்பாகப் பார்த்தார். எழுந்து அருகில் வந்து நின்றார்.

''நீங்க உங்க மனசைக் கொஞ்சம் தைரியப்படுத்திக்குங்க நிர்மல்குமார். ஐ ஹாவ் டு டெல் யு எ பேட் நியூஸ். நீங்க மணி பர்ஸை வாங்கறதுக்காக வெளில போயிருந்த சமயம் உங்க காட்டேஜ்ல யாரோ நுழைஞ்சு கொள்ளையடிச்சிருக்காங்க. அந்த நபரோட ஏற்பட்ட போராட்டத்துல உங்க மனைவி... கம்வித் மி...'' என்று அவர் நடக்க...

பதற்றமாக அவரைத் தொடர்ந்தான் நிர்மல்...

''திவ்யா? திவ்யாவுக்கு என்ன ஆச்சு சார்?''

காட்டேஜின் வாசலை அடைந்த பிறகுதான் எட்வின் சொன்னார். ''ஸாரி சார். உங்க மனைவி கொலை செய்யப்பட்டிருக்காங்க. உள்ளே வாங்க. எதையும் தொட்டுடாதீங்க.''

அவர் சொன்னதிலேயே அதிர்ந்து போன நிர்மல்குமார், காட்டேஜின் உள்ளே வந்து திவ்யா கிடந்த கோலத்தைப் பார்த்து உறைந்தே போனான்.

அதிக ரத்த ஓட்டத்தால் முகம் சிவக்க, கைகளின் நரம்புகளில் முறுக்கேற, ''சார்... இது... நோ! திவ்... திவ்யா! மை காட்! ஒ... நோ!'' திணறலாக உதடுகள் வார்த்தைகளை வெளியேற்றிக் கொண்டிருக்க, பரிதவித்தான். அந்த அறை முழுக்க அவன் கண்கள் அலைபாய்ந்தன.

சிதறியிருந்த செஸ் காய்கள். கவிழ்ந்த நாற்காலி. இறந்த திவ்யா. உறைந்த ரத்தம். அந்தக் கத்தி.

மடங்கி முழங்கால்களில் அமர்ந்து, "திவ்யா! திவ்யா" என்றான். சட்டென்று தன் முகத்தில் அறைந்து கொண்டான்.

"இப்படி உன்னைப் பறிகொடுக்கறதுக்காகவா சந்தோஷமா கூட்டிக்கிட்டு வந்தேன்? ஐயோ! கல்யாணமாகி இத்தனை நாள்ல இப்பதான் ரொம்ப சந்தோஷமா இருக்கேன்னு சொன்னியே திவ்யா!" பதற்றமாக எழுந்து நிர்மல்குமார் இன்ஸ்பெக்டரின் கைகளைப் பிடித்துக் கொண்டான். "சார், என்னை நேர்ல கேட்டிருந்தா ஆயிரக்கணக்கில் அள்ளிக் கொடுத்திருப்பேன். கேவலம் நகைக்காகத் திட்டம் போட்டு இப்படி என் திவ்யாவைத் தீர்த்துட்டாங்களே சார்! அவங்களைப் பிடிங்க சார். இந்த மாதிரி திட்டத்துக்காகத்தான் பொய்யா எனக்கு போன் செஞ்சு வெளியே அனுப்பியிருக்காணுங்க சார்... இந்த முட்டாளுக்கு அது புரியாமப் போச்சே! என் திவ்யா சார்! எவ்வளவு பொறுமை தெரியுமா? இவளை நான் எவ்வளவு லவ் பண்றேன் தெரியுமா?" உணர்ச்சிகரமாகப் பேசிக் கொண்டிருந்த நிர்மல்குமார் திடீரென்று உடைந்து போய் அழத் தொடங்கினான்.

அவன் தோளில் கை போட்ட எட்வின் ஆறுதலாக, "ரிலாக்ஸ் ப்ளீஸ்... கொஞ்சம் இப்படி வாங்க" என்று அவனை அதே காட்டேஜில் அந்தப் படுக்கை அறைக்கு முன்னால் இருந்த வரவேற்புப் பகுதிக்கு அழைத்து வந்து அமரச் செய்தார்.

"இது கொடுமை சார்! அக்கிரமம் சார்!"

"கொஞ்சம் அமைதியா இருங்க நிர்மல். நீங்க ஒத்துழைச்சாதான் நாங்க மேற்கொண்டு நடவடிக்கைகள் எடுக்க முடியும். பத்து நிமிஷம் ஆசுவாசப் படுத்திக்கிட்டு முதல்ல என்னென்ன பொருள்கள் திருட்டுப் போயிருக்குன்னு கொஞ்சம் பார்த்துச் சொல்லணும் நீங்க. கணேசா! இவருக்கு ஒரு காபி கொண்டாந்து கொடுக்கச் சொல்லு..."

இன்ஸ்பெக்டர் எட்வின், நிர்மல்குமாரை விட்டு மீண்டும் உள்ளே உடல் கிடக்கும் படுக்கையறையில் சப்-இன்ஸ்பெக்டர் குப்தாவிடம் வந்தார்.

                    தீர்ப்பு தேடி வரும்

"சார், ஒரு சினிமா பத்திரிகை விடாம படிக்கிறவன் நான். சமீப காலமா நிர்மல்குமாருக்கும் நடிகை பரணிக்கும் கல்யாணம் நடக்கப் போறதா எல்லாம் செய்தி வந்திச்சு. 'இது சம்பந்தமா நிர்மல்குமாருக்கும் அவர் மனைவிக்கும் அடிக்கடி தகராறு வருகிறது'ன்னுகூட ஒரு செய்தி படிச்சேன்" என்றார் குப்தா தன் குரலை மிகவும் சன்னமாக்கி.

"இருங்க. அவசரப்பட வேணாம். மெதுவா முடிச்சுப் போடலாம். மாறுவேஷத்தில வேற பேர்ல வந்து தங்கியிருக்கார். இடிக்குது. ஆனா, சொல்ற காரணம் நியாயமோங்கற மாதிரி இருக்கு. மனுஷன் நிஜமா அழறார்" என்றார் எட்வின்.

"ஒரு சினிமா நடிகனுக்கு இயற்கையா அழற மாதிரி நடிக்கிறது பெரிய கஷ்டமில்லை சார்."

"இப்படி உடனே ஒரு முடிவுக்கு வந்துடக்கூடாதுங்க குப்தா, நிர்மல்குமாரை நாம சந்தேகப்படவும் வேணாம். அதே சமயம் சந்தேகத்திலேர்ந்து விலக்கிடவும் வேணாம்."

முன்பகுதியில் பிரமை பிடித்தவன் போல அமர்ந்திருந்த நிர்மல்குமாரிடம் மீண்டும் எட்வின் வந்து அவன் தோளில் கை வைத்தார். "கொஞ்சம் உள்ளே வந்து, என்னென்ன திருட்டுப் போயிருக்குன்னு சொல்றீங்களா?" என்றார்.

நிர்மல்குமார் கைக்குட்டையால் கண்களைத் துடைத்துக் கொண்டு உள்ளே வந்து திவ்யாவைப் பார்த்தான். குரல் அடைக்க ஒவ்வொன்றாகச் சொல்லத் தொடங்கினான்.

"திவ்யா வைரத்தோடுகள் போட்டிருந்தா சார். ரெண்டு கையிலேயும் நாலு, நாலு வளையல்கள். ஒவ்வொண்ணும் ரெண்டு பவுன். கழுத்தில டாலரோட ஒரு நீளமான செயின் போட்டிருந்தா. அது எட்டு பவுன்னு ஞாபகம். அவ உடம்புல போட்டிருந்தது இவ்வளவுதான்."

சப்-இன்ஸ்பெக்டர் குப்தா உன்னிப்பாக நிர்மல்குமாரின் முகத்தைப் பார்த்தபடி ஒரு காகிதத்தில் அவன் சொன்ன நகைகளைப் பற்றிக் குறிப்பு எழுதிக்கொண்டார்.

"இதைத் தவிரவும் உங்க மனைவி நகைகள் எடுத்துக்கிட்டு வந்திருந்தாங்களா?"

"ஒரு க்ரீன் செட் எடுத்துட்டு வந்திருந்தா. பச்சைக் கல் வெச்ச நெக்லஸ், பச்சைக்கல் வெச்ச வளையல்கள், தோடுகள், இதெல்லாம் ஒரு நகைப் பெட்டியில் வெச்சு தன் சூட்கேஸ்ல வெச்சிருந்தா. சூட்கேஸ் திறந்து கிடக்கறதைப் பார்த்தா அதுவும் கொள்ளை போயிருக்கும்னுதான் நினைக்கிறேன்."

நிர்மல்குமார் கொஞ்சம் திறந்திருந்த திவ்யாவின் சூட்கேஸை நன்றாகத் திறந்து வைத்து ஏற்கெனவே கலைந்து கிடந்த அவளின் உடைகளுக்கு அடியில் தேடிப் பார்த்து, "அந்த நகைப்பெட்டியைக் காணோம் சார்" என்றான்.

"சரி அப்புறம்? வேற என்ன மிஸ் ஆகியிருக்கு?"

"என்னோட சூட்கேஸ் பத்தாயிரம் ரூபா ஒரு கட்டா ட்ரெஸ்ஸுக்கு அடியில வெச்சிருந்தேன். அது இருக்கான்னு பார்த்துடறேன் சார்" என்று நிர்மல்குமார் தன்னுடைய சூட்கேஸைத் திறந்து, சில பாண்ட், சட்டைகளை எடுத்து வெளியில் வைத்துவிட்டு அடியில் தேட முனைய...

இவன் எடுத்து வைத்த ஒரு பாண்ட்டின் மடிப்புக் குள்ளிருந்து லேசாக தலை நீட்டிக் கொண்டிருந்த கறுப்பு மணிபர்ஸைப் பார்த்தார் எட்வின்.

எட்வின் அந்த மணிபர்ஸைக் கையில் எடுத்துப் பார்த்து, உள்ளே என்ன இருக்கிறது என்று ஆராய்வதைக் கவனிக்காத நிர்மல்குமார் குனிந்து பெட்டிக்குள் மேலும் தேடி, 'நல்லவேளை, இதோ இருக்கு சார்' என்று நூறு ரூபாய் நோட்டுக்கட்டை வெளியில் எடுத்துக் காட்டினான். "இது அவங்க கண்ணுல படலை போலிருக்கு" என்றான்.

எடுத்த மணிபர்ஸை பின்புறம் கட்டியிருந்த கைகளில் வைத்துக் கொண்டிருந்த எட்வின், "இருக்கட்டும்... காலையில தொலைஞ்சு போனஉங்க மணிபர்ஸ் என்னநிறம்நிர்மல்குமார்?" என்றார்.

"கறுப்பு சார். ப்யூர் லெதர் மணிபர்ஸ்."

"அதிலே எவ்வளவு பணம் இருந்தது?"

   தீர்ப்பு தேடி வரும்

"ஐயாயிரத்து சொச்சம் இருந்தது. ஐந்நூறு ரூபா நோட்டா வெச்சிருந்தேன்."

"அந்த மணிபர்ஸ் காணோம்னு நீங்க பதறினீங்க. அதைக் கண்டு எடுத்ததா ஒருத்தர் போன் செஞ்சார். அதை வாங்கிட்டு வரலாமேன்னு நீங்க போனீங்க. ஆனா, அங்கே அப்படி யாருமில்லை. அப்படித்தானே?"

"ஆமாம் சார்"

'நிர்மல்குமார், உங்களுக்கு கற்பனை சரளமா வருது. ஆனா, நீங்க குற்றத்துக்குப் புதுசுன்னு புரியுது. காணாமப் போன மணிபர்ஸ் காத்துல பறந்து வந்து உங்க சூட்கேஸுக்குள்ள உக்காந்திருக்கு. பாத்தீங்களா?" என்று பின்புறமிருந்த தன் கையை எடுத்து அவன் முகத்துக்கு நேரே நீட்டினார் எட்வின்.

காலையில் ஏரியில் தொலைந்து போன தனது அதே மணிபர்ஸ் இன்ஸ்பெக்டர் கையில் இருப்பதைப் பார்த்து திகைத்தான் நிர்மல்குமார்.

⸻◦◦◦⸻

19

ஊட்டியின் ராத்திரிக் குளிர் நிர்மல்குமாருக்கு உறைக்கவே இல்லை. நெற்றியிலும் கழுத்திலும் கைக்குட்டையால் அடிக்கடி அவன் துடைத்துக் கொண்டாலும், வியர்வை வற்றாமல் துளிர்த்துக் கொண்டிருந்தது.

எஸ்.பி. அலுவலகத்தில் நாற்காலியில் அமர்ந்திருந்த அவன் டெலிபோனில் பேசிக்கொண்டிருந்த எஸ்.பி. ஏழுமலையயைப் பரிதாபமாகப் பார்த்தான்.

ஏழுமலை முகத்தில் நிறைய அம்மை வடுக்கள் இருந்தன. போதாதென்று வலது புருவத்துக்கு மேல் ஒரு வெட்டுத் தழும்பு இருந்தது. முகத்தில் பிரதானமாக மீசை. தொடர்ந்த சிகரெட்டில் கறுத்து தடித்த கீழுதடு. போலீஸ் உடுப்பைக் கழற்றிவிட்டு வீட்டில் லுங்கியும், பனியனுமாய் இவரைப் பார்த்தால் எஸ்.பி. என்று நம்பிக்கை வராது.

அவர் முதுகுக்குப் பின்னால் சுவரில் அவரின் ஆணைக்குட்பட்ட காவல் நிலையங்கள் இருக்கும் இடத்தை தூர இடைவெளியைக் குறித்த வரைபடமும், பெரிதுபடுத்தப்பட்ட தமிழ்நாடு வரைபடமும் தொங்கின. மர மேஜை மேல் பச்சைத் துணி விரித்து அதன்மேல் கண்ணாடி பரப்பி, பழுப்பு நிற மேல் காகிதம் கொண்ட கோப்புகளும், இரண்டு தொலைபேசிகளும், பேனா ஸ்டாண்டும், அவர் பெயர் எழுதின மரக்கட்டையும் இருந்தன.

கண்ணாடிக்கு அடியில் முக்கிய தொலைபேசி எண்கள் குறிக்கப்பட்ட பட்டியல் செருகப்பட்டிருந்தது. தவிர, அவரது குடும்பப் புகைப்படம், சில விலாச அட்டைகள், நாளை மறுநாள் அவர் தலைமை தாங்குகிற சைக்கிள் போட்டிக்கான அழைப்பிதழ்... இன்னும் நிறைய துண்டுக் காகிதங்கள் செருகப்பட்டிருந்தன.

ஏழுமலை ரிஸீவரை வைத்த கையோடு ஆஷ்ட்ரேயின் குறுக்கே ஓய்வுக்குப் படுக்க வைத்திருந்த சிகரெட்டை எடுத்து அதன் சாம்பல் குல்லாவைத் தட்டிவிட்டு உதட்டில் வைத்துக் கொண்டு, "சொல்லுங்க நிர்மல்குமார்..." என்றார்.

"அதான் இவ்வளவு நேரம் எல்லாத்தையும் விளக்கமா சொன்னேனே சார்" என்றான் நிர்மல்குமார்.

ஏழுமலை சிரித்தார். எண்ணெய் போடாமல் ஊஞ்சலாடிய 'கிரீச், கிரீச்' சத்தமாகத்தான் அது வெளியே வந்தது.

"சார், நான் சொன்னதெல்லாம் உண்மை சார்."

"நிர்மல்குமார், நீங்க ஒரு பிரபலமான புள்ளி. லட்சக்கணக்கான ரசிகர்களைக் கொண்ட ஒரு முன்னணி நடிகர். அதனாலதான் உங்களுக்குக் கொடுக்க வேண்டிய மரியாதையைக் கொடுத்து, உட்கார வெச்சுப் பொறுமையா நாங்க விசாரிச்சிக்கிட்டிருக்கோம். அதை முதல்ல நீங்க புரிஞ்சுக்கணும்."

தான் அரை நிர்வாணமாக உட்கார்ந்திருப்பது போல குறுகிப் போனான் நிர்மல்குமார். 'இன்ஸ்பெக்டரைப் போலவே இவரும் என்னை நம்பப் போவதில்லையா?'

"சார், நீங்க என்னைச் சந்தேகப்படறீங்களா?"

"வொய் நாட் சார்? கொஞ்ச நேரம் உங்களை உடுப்பு போட்ட ஒரு போலீஸ் அதிகாரியா நினைச்சுக்கிட்டு நீங்க சொன்ன விளக்கங்களை அலசிப் பாருங்க நிர்மல்குமார். நிறைய முரண்பாடுகள் இருக்கறது புரியும்!"

"சார், யாரோ திட்டம் போட்டு என்னை மாட்டி வைக்கிறதுக்காகவே..."

"ஸ்டாப் இட்! இதை நூறு தடவை சொல்லிட்டீங்க. ஒருத்தர் கொலை செய்துட்டு அந்தக் கொலைப் பழியை இன்னொருத்தர் மேல சாமர்த்தியமா சுமத்தறதெல்லாம் நீங்க நடிக்கற சினிமாலதான் நடக்கும். நடைமுறை வாழ்க்கையில பொதுவா அப்படியெல்லாம் நடக்கிறதில்லை. உங்களைப்

பழிவாங்கணும்னா நேரா வந்து பழி வாங்குவான். இப்படிச் சுத்தி வளைக்க மாட்டான் ஒருத்தன்.''

''ஆனா, அதுதான் சார் உண்மை கற்பனையே பண்ணிப் பார்க்க முடியாத பல விஷயங்கள் உண்மை வாழ்க்கையில் நடக்கிறது உண்டே சார்.''

ஏழுமலை தன் நாற்காலியை விட்டு எழுந்து கொண்டார். புதிய சிகரெட் எடுத்து உதட்டில் வைத்துக் கொண்டு பழைய சிகரெட்டிலிருந்து நெருப்பு மாற்றிக் கொண்டார். நிதானமாக அந்த அறையின் நீளவாக்கில் நடந்து கொண்டே நிர்மல் குமாரைப் பார்க்காமல் பேசினார்.

''சரி... என்னோட கேள்விக்கெல்லாம் சின்ஸியரா பதில் சொல்லிக்கிட்டே வாங்க. நான் கொஞ்சம் அப்பட்டமா கேட்பேன். வருத்தப்படக்கூடாது.''

''சரி சார்.''

''உங்களுக்கும் நடிகை பரணிக்கும் என்ன மாதிரியான உறவு?''

''ரெண்டு பேரும் ஒரே நடிப்புத் தொழில்ல இருக்கிற சக கலைஞர்கள்.''

''அவ்வளவுதானா?''

''அவ்வளவுதான்!''

''உங்களையும் பரணியையும் சம்பந்தப்படுத்தி நிறைய கிசுகிசு படிச்சேனே மிஸ்டர் நிர்மல்குமார்...''

''பத்திரிகைகள்ல சுவாரஸ்யத்துக்காக எதுவேணும்ன்னாலும் எழுதுவாங்க. இதெல்லாம் உண்மை கிடையாது.''

''அப்படின்னா, நீங்க இந்த மாதிரி செய்திகளை மறுத்திருக்கணுமே.''

''ஒவ்வொரு செய்தியையும் நான் மறுத்துக்கிட்டிருந்தா அதுக்குத்தான் சார் நேரம் சரியா இருக்கும். ரெண்டாவது, அப்படி மறுக்கறப்போ சம்பந்தப்பட்ட அந்த நிருபருக்கும், அந்தப் பத்திரிகைக்கும் நான் வேண்டாதவனா ஆயிடுவேன்.

                    தீர்ப்பு தேடி வரும்

என் தொழில்ல கூடுமான வரைக்கும் பத்திரிகைக்காரங்களைப் பகைச்சுக்காம இருக்கறதுதான் நல்லது.”

“சரி, இது உண்மையா இருக்கலாமோன்னு சந்தேகப்பட எனக்கு உரிமை இருக்கு. இல்லையா? அதே மாதிரி இந்தக் கிசுகிசு செய்திகளைப் படிச்சுட்டு உங்க மனைவி திவ்யா உங்களைச் சந்தேகப்பட்டதுண்டா?”

“அது பொம்பளைங்களுக்கே உரிய குணம் சார். பல தடவை என்னைச் சந்தேகப்பட்டிருக்கா. கேள்வியும் கேட்டிருக்கா. நான் விளக்கம் சொல்லிச் சமாதானப்படுத்தியிருக்கேன்.”

“ஒரு தடவை இது சம்பந்தமான சண்டையில நீங்க உங்க மனைவியை அடிச்சீங்களா? அதுகூட செய்தியா வந்ததாமே...”

“ஆமாம் சார். சம்பந்தமே இல்லாம என்மேல அவ குற்றம் சாட்டிப் பேசினா. அதுவும் வீட்ல எல்லாருக்கும் முன்னாடி பேசினா. அதனால பொறுமை இழந்து அவளை அடிச்சது உண்மைதான். நானும் மனுஷன்தான் சார். எல்லாரோட குடும்பத்திலயும் இந்த மாதிரி பிரச்னைகள் வர்றது சகஜம்தானே சார்?”

“அதெல்லாம் நியாயம்தான். எல்லாருக்குமே பொறுமைக்கும் ஒரு எல்லை இருக்கு. அன்னிக்கு டென்ஷன்ல நீங்க அறைஞ்சீங்க. அதே டென்ஷன் இன்னும் பல மடங்கா ஒரு சூழ்நிலையில் ஏறுதுன்னு வைங்க... பக்கத்துல ஒரு கத்தியும் இருந்தா எடுத்து சதக்குன்னு ஒரு குத்து குத்தச் சொல்லும். எல்லாருமே மனுஷங்கதானே? நான் என்ன கேக்கறேன்னா... ஓட்டல் காட்டேஜ்ல அந்த மாதிரி உங்க வெறியைத் தூண்டற அளவுக்கு உங்க மனைவி என்ன பேசினாங்க?”

நிர்மல்குமார் வெறுத்துப்போய் அவரைப் பார்த்தான்.

“சார், சத்தியமா அப்படியெல்லாம் எதுவும் நடக்கலை. என்னை தயவுசெஞ்சு நம்புங்க, ப்ளீஸ்...”

“நம்பறதுக்கு முயற்சி பண்றேன். கல்யாணமாகி இத்தனை வருஷமில்லாம இப்ப திடீர்னு உங்க மனைவியை ஹனிமூன் அழைச்சுக்கிட்டு வரணும்ன்னு ஏன் தோணிச்சு உங்களுக்கு?”

"அவ மனசுல இருந்த ஏக்கத்தைப் போக்க நினைச்சு ரெண்டு மூணு தடவை பயணத்துக்குத் திட்டம் போட்டும் புறப்பட முடியலை. இந்தத் தடவை எனக்குக் கொஞ்சம் நேரம் கிடைச்சது. இந்த சான்ஸை விட்டா அப்புறம் மறுபடி நான் இயந்திரம் மாதிரி பிஸியாயிடுவேன். அதனாலதான் இப்பக் கூட்டிக்கிட்டு வந்தேன்."

"ரசிகர்கள் தொல்லையிலேர்ந்து தப்பறதுக்காகன்னு நீங்க காரணம் சொன்னாக்கூட, இந்த மாறுவேஷ சமாசாரம் இருக்கு பாருங்க. அது கொஞ்சம் நெருடுது."

"வேற என்ன விளக்கம் சொல்றதுன்னு எனக்குப் புரியலை சார்."

"சரி... காலையில போட்கிளப்ல மணிபர்ஸைத் தொலைச்ச நீங்க ஏன் போலீஸ்ல அதைப் பத்தி புகார் கொடுக்கலை?"

"நான் நிர்மல்குமார்னு சொல்லிக்கிட்டாகணும். டென்ஷன்! எனக்கு ஐயாயிரம் ரூபாய் பெரிய நஷ்டம் படலை."

"முகம்மது சர்புதீன் உங்களுக்கு மணிபர்ஸ் பத்தி போன் செய்தபோது நீங்க குடிச்சிருந்தாலேதான் உடனே போகாம ஒன்பது மணிக்குக் கிளம்பினதா சொன்னீங்க... அப்படித்தானே?"

"ஆமாம் சார்."

"நீங்க ஓட்டல் ரிசப்ஷனுக்கு வந்து ரெய்ன்போ டவர்ஸ் ஓட்டலுக்கு எத்தனை கிலோ மீட்டர் போகணும்ம்னு விசாரிச்சுட்டுப் புறப்பட்டப்போ மணி எட்டு அம்பதுன்னு ரிசப்ஷனிஸ்ட் சொல்லியிருக்கார். அது சரிதானா?"

"சரிதான் சார்."

"திவ்யாவோட பிணத்தை முதல்ல பார்த்தது ரூம்பாய் தியாகு. அவன் பார்த்தப்போ மணி ஒன்பது பதினஞ்சு. ரிசப்ஷனிஸ்ட் எங்களுக்கு போன் செஞ்சு, இன்ஸ்பெக்டர் ஸ்பாட்டுக்கு வந்து பார்த்துட்டு, எனக்கு இன்ஃபார்ம் பண்ணிட்டு ஓட்டல் ரெய்ன்போ டவர்ஸுக்கு போன் செஞ்சு உங்ககூடப் பேசினப்போ மணி ஒன்பதே முக்கால். ஒப்புக்கறீங்களா?"

"ஒப்புக்கறேன் சார்."

  தீர்ப்பு தேடி வரும்

"ரெய்ன்போ டவர்ஸ் ரிசப்ஷனிஸ்ட் உங்களை இப்பதான் வந்ததா சொல்லியிருக்காங்க. ஸோ, ஒம்பதே முக்காலுக்குத்தான் நீங்க அந்த ஓட்டலுக்குப் போனீங்க. இங்கே புறப்பட்டது எட்டு அம்பதுக்கு. மொத்தம் அம்பத்தஞ்சு நிமிஷம் எடுத்துக்கிட்டிருக்கீங்க எட்டு கிலோ மீட்டர் தூரத்துக்கு கார்ல போய்ச் சேர்றதுக்கு மாப்பிள்ளை ஊர்வல வேகத்துல போனாக்கூட இன்னும் முன்னாடி போய்ச் சேர்ந்துடலாம் நிர்மல்குமார்."

நிர்மல்குமார் தன் நெற்றியில் அறைந்துகொண்டான்... "எனக்கு நேரம் சரியில்லை... அதனால்தான் எல்லாமே எனக்கு எதிரா அமைஞ்சிருக்கு நான் எந்த உண்மையைச் சொன்னாலும் நீங்க சந்தேகத்தோடவே பார்க்கறீங்க. இந்த உண்மையையும் அப்படித்தான் பார்ப்பீங்க ஆனா, நடந்தென்வோ அதுதான். ஊட்டி எல்லை தாண்டினதுமே கார்நின்னு போச்சு, எவ்வளவோ முயற்சி செஞ்சும் ஸ்டார்ட் ஆகலை. என்ன செஅறதுன்னு முழிச்சிக்கிட்டு நின்னேன். அப்போ மோட்டர் பைக்ல ஒருத்தர் வந்தார். விசாரிச்சார். தனக்கு கார் மெக்கானிஸம் தெரியும்னு சொன்னார். நான் டார்ச் பிடிச்சிக்கிட்டேன். அவர் சரிபார்த்தார். கோளாறைச் சரி செஞ்சதுக்கு தாங்ஸ் சொல்லி அம்பது ரூபா பணம் கொடுத்தேன். வாங்கிக்காம மறுத்துட்டுப் போய்ட்டார். அதுக்கப்புறம்மாதான் நான் ரெய்ன்போ டவர்ஸ் வந்தேன்."

ஏழுமலை, நிர்மல்குமாரின் அருகில் வந்து அவன் முகத்தை உற்றுப் பார்த்து, "அவர் யாருன்னு பேர் கேட்டீங்களா? பைக் நம்பர் நினைவிருக்கா?"

"இல்லை சார். இப்படியெல்லாம் நான் பெரிய வில்லங்கத்துல மாட்டிக்குவேன்னு தெரியுமா? இயல்பா எனக்குப் பேர் கேக்கத் தோணலை சார்"

ஏழுமலைஏதோசொல்லவாயெடுத்தவர்ஒலித்த டெலிபோனை எடுத்தார். "ஹலோ" என்றார்.

"சார், நான் எட்வின் ஜோசப் பேசறேன். பஸ் ஸ்டாண்ட்ல, ரயில்வே ஸ்டேஷன்ல அறுபது பேருக்கு மேல விசாரிச்சதுல, ஒரு முக்கியமான தகவல் கிடைச்சது சார். ஏரிக்கரை ஓரத்துல சந்தேகத்துக்கு இடமா யாரோ ஒருத்தன் எதையோ வீசிட்டுப்

போனதைப் பார்த்ததா சொன்னார் ஒருத்தர். அவர் சொன்ன இடத்துல ரெண்டு பேரைத் தண்ணியிலே குதிச்சுத் தேடச் சொன்னேன். ஒரு கர்சீப்ல கட்டின சின்ன மூட்டையை எடுத்திருக்காங்க சார். பிரிச்சுப் பார்த்தா அதில திவ்யா போட்டிருந்த நகைகள் பூரா இருக்கு. அந்த கர்சீப்ல 'என்'னு இனிஷியல் எம்பிராய்டரி பண்ணியிருக்கு.

"வெரிகுட் எட்வின்! நீங்க அதை எடுத்துக்கிட்டு இங்கே வாங்க" என்று வைத்து விட்டு நிர்மல்குமார் பக்கம் திரும்பினார்.

"உங்க பொய்கள் ஒரு முடிவுக்கு வந்துடுச்சு. நீங்க ரெய்ன்போ டவர்ஸுக்குப் போய்ச்சேர ஏன் அவ்வளவு நேரமாச்சுன்னு புரியாம இருந்தது. இப்போ அதுவும் க்ளியர் ஆயிடுச்சு. காட்டேஜ்ல உங்க மனைவியை நீங்களே கொலை செய்துட்டு... அது திருட்டுக்காக நடந்த கொலை மாதிரி செட்டப் பண்றதுக்காக அவங்க நகைகளைக் கழற்றி உங்க கர்சீப்ல மூட்டையாகட்டி எடுத்துட்டுப் போய் ஏரியில வீசிட்டு அப்புறம் ரெய்ன்போ டவர்ஸ் போயிருக்கீங்க. நீங்க செஞ்ச ரெண்டு முட்டாள்தனங்கள். நகைகளை உங்க கர்சீப்லயே கட்டினது. தொலைஞ்சு போனதா சுலபமா எங்க கைக்குக் கிடைக்கிற மாதிரி ஒளிச்சு வெச்சது பரவால்லே. நீங்க தொழில்முறை குற்றவாளி இல்லையே... அதனால இப்படித் தவறுகள் செய்துதான் ஆகணும். உங்களை நாளைக்கு கோர்ட்ல ப்ரட்யூஸ் பண்ணி ரிமாண்ட் செய்யப் போறோம். இன்னிக்கு ராத்திரி பூரா நல்லா யோசனை பண்ணுங்க. குற்றத்தை ஒப்புக்கறதுதான் நல்லது" என்றார் ஏழுமலை.

ரத்தமிழந்த முகத்துடனிருந்த நிர்மல்குமார். "ஐயோ! என்னை நம்புங்க! நல்லா விசாரிங்க! அவசரப்பட்டு என்னை இந்தக் கொலையில்சம்பந்தப்படுத்திடாதீங்க! என்இமேஜே போயிடும் சார்! நான் யார் முகத்திலயும் முழிக்க முடியாது. நாளைக்கு கோர்ட்ல நான் குற்றவாளி இல்லைன்னு தீர்ப்பானாக்கூட, சமூகத்தைப் பொறுத்த வரைக்கும் என்மேல விழுந்த சந்தேகம் போகாது சார். நான் என் பணபலத்தால நீதியை விலைக்கு வாங்கிட்டதாதான் சொல்வாங்க. ப்ளீஸ் சார்... எப்படி உங்களை நம்ப வைக்கிறதுன்னு எனக்குத் தெரியலை சார்! எவனோ ஒரு இன்ட்டெலிஜெண்ட் ஸ்கவுண்ட்ரல் ரொம்ப ரொம்ப

  தீர்ப்பு தேடி வரும்

யோசிச்சுத் திட்டம் போட்டு சந்தர்ப்ப, சாட்சியங்களை எனக்கு எதிராத் திருப்பியிருக்கான் சார். இதுதான் உண்மை! உண்மை! உண்மை!" என்று கிட்டத்தட்ட கத்தினான் நிர்மல்குமார்.

"உரக்கப் பேசறதெல்லம் வேணாம்" என்று அவனை அடக்கினார்,

"ஓ.கே.சார். எனக்குச் சாதகமா, என்னை நிரூபிக்க ஒரு வலுவான ஆதாரம் நிச்சயமா இருக்கும். என்னை மாட்ட வைக்க நினைச்சாலும் நிச்சயமா ஒரு தப்பு எங்கேயாவது செஞ்சிருப்பான். எனக்கு ஒரு வக்கீலோட உதவி தேவை. நான் மெட்ராஸுக்கு போன் செய்ய அனுமதிப்பீங்களா?"

ஒரு விநாடி யோசித்துவிட்டு டெலிபோனை அவன் பக்கம் நகர்த்தி வைத்ததும், நிர்மல்குமார் எண்களை ஒற்றிவிட்டு, "ஹலோ, நான் நிர்மல்குமார் ஊட்டிலேர்ந்து பேசறேன். லாயர் விஜயராகவன்கிட்டே பேசணும். உடனே பேசணும். ரொம்ப அர்ஜெண்ட்" என்றான்.

❦

20

காலைச் செய்தித்தாள்களில் செய்தி வெளிவந்திருந்தது.

'நடிகர் நிர்மல்குமார் கைது!'

மனைவி கொலை!

நிர்மல்குமார் கொலை செய்தாரா?

பிரபல தமிழ் நடிகர் நிர்மல்குமார் 'சோதனை போதும்,' 'வீரன்,' 'ஆடும் வரை ஆட்டம்,' 'சிப்பாய்' ஆகிய வெற்றிப் படங்களில் நடித்தவர். இவர் நேற்று இரவு ஊட்டியில் கைது செய்யப்பட்டார்.

நிர்மல்குமாரும் அவரது மனைவி திவ்யாவும் தங்கியிருந்த ஓட்டலின் காட்டேஜ் அறையில் திவ்யா கத்திக் குத்துப்பட்டு ரத்த வெள்ளத்தில் இறந்து கிடந்தார். இது தொடர்பாக போலீஸார், நிர்மல்குமாரைக் கைது செய்து விசாரித்து வருகின்றனர்.

திருட்டுக்காக நடந்த கொலையைப் போன்று தோற்றமளித்தாலும், இந்தக் கொலையைத் திட்டமிட்டு நிர்மல்குமார் நடத்தியிருக்கலாம் என்றும், அதற்கான பின்னணிக் காரணங்களை ஆராய்ந்து வருவதாகவும் காவல்துறை அதிகாரி ஒருவர் நமது நிருபரிடம் கருத்து தெரிவித்தார்.

கைது செய்யப்பட்ட நிர்மல்குமார் இன்று காலை பத்து மணிக்கு ஊட்டி சப்-மாஜிஸ்ட்ரேட் கோர்ட்டில் ஆஜர்படுத்தப்படுகிறார். நடிகர் நிர்மல்குமாரைச் சந்திக்க நிருபர்களையும், புகைப்பட நிபுணர்களையும் காவல்துறையினர் அனுமதிக்கவில்லை.

படித்து முடித்த திவ்யாவின் அப்பா, சற்றுத் தள்ளி தன் அம்மாவுடன் பேசிக் கொண்டிருந்த தன் மகன் விக்னேஷிடம் வந்து காட்டினார்.

"பார்த்தியா... பார்த்தியாடா... பேப்பர்காரனே எழுதிட்டான் பாரு. அந்தப் படுபாவிதான் என் பொண்ணைக் கொலை செஞ்சுட்டான்."

ஊட்டி அரசாங்க ஆஸ்பத்தியின் மர நிழலில் அவர்கள் நின்று கொண்டிருந்தார்கள். மூவரின் கண்களும் சிவந்திருந்தன. செய்தி கிடைத்ததும் கார் எடுத்துக் கொண்டு நிர்மல்குமாரின் செகரெட்டரி சேகருடன் இரவு முழுக்கப் பயணம் செய்து வந்து சேர்ந்த களைப்பு அப்பட்டமாகத் தெரிந்தது.

ஜீன்ஸ் பேண்ட்டும், முழுக்கை வைத்த காட்டன் சட்டையும் அணிந்திருந்த திவ்யாவின் தம்பி விக்னேஷ் கலக்கத்தையும், தூக்கத்தையும் மீறி தைரியமாகத் தெரிந்தான்.

"அப்பா, பேப்பர்காரன் எழுதறதுக்கு ஏதாச்சும் சுவாரஸ்யமா செய்தி கிடைக்காதான்னு அலையறவன். அவன் அப்படித்தான் எழுதுவான். தீர்ப்பை நீதிபதி சொல்லப் போறாரா? இல்லை, பேப்பர்காரன் சொல்லப் போறானா? ஒரு விஷயத்தில் முதல்ல நாம தெளிவா இருக்கணும். திவ்யாவுக்கு விதி முடிஞ்சு போச்சு. அவ போய்ட்டா. நம்ம மாப்பிள்ளை இதில எக்கச்சக்கமா சிக்கிக்கிட்டிருக்கார். அவர் மேல அடிப்படையா நமக்கு இருக்கிற நம்பிக்கையை மாத்திக்கக் கூடாது. பழசை எல்லாம் மறந்துடக்கூடாது. எப்படி இருந்த நம்ம குடும்பத்தை எப்படி மாத்தினார்? எனக்கு லா காலேஜ்ல ஸீட் வாங்கிக் கொடுத்ததோட இல்லாம படிச்சு முடிச்சதும் நம்பர் ஒன் வக்கீல் விஜயராகவன்கிட்டே ஜூனியரா சேர்த்தும்விட்டார். மல்லிகாவோட கல்யாணம் அவர் மனசு வைக்கலைன்னா நடந்திருக்குமா? அடமானத்தில இருந்த வீட்டை மீட்டிருப்போமா? அம்மாவுக்கு ஓபன் ஹார்ட் சர்ஜரி நடந்திருக்குமா? கிராமத்திலேர்ந்து கொண்டாந்து மெட்ராஸ்ல நமக்கு வீடு பிடிச்சுக் கொடுத்து அந்த வீட்டு வாடகைகூட அவர் கட்டிக்கிட்டிருக்கார். இதையெல்லாம் ஒரே நிமிஷத்தில மறந்துடறதா?" விக்னேஷ் சற்று உணர்ச்சிவசப்பட்டுப் படபடப்பாகவே பேசினான்.

அம்மா அவன் கையைப் பிடித்து, "நீ அமைதியா இரு விக்னேஷ், அதெல்லாம் யார் இல்லைன்னு சொல்ல முடியும்?

ஆனா, சமீபகாலமா அந்தப் பொண்ணு பரணியோட சுத்திக்கிட்டிருக்கார்னு திவ்யாவே என்கிட்டே பல தடவை சொல்லியிருக்காளே. இவ்வளவு ஏன், நாம மூணு பேரும் மாப்பிள்ளையைப் பார்க்கப் போயிருந்தப்போ நம்ம கண் எதிரிலேதான் அவளை எப்படி அறைஞ்சார்?" என்றாள்.

"அதுக்காக அவர்தான் திவ்யாவைக் கொலை செஞ்சார்னு ஆயிடுமா? உங்களை இங்கே விட்டுட்டு நானும் சேகரும் ஸ்டேஷன்லே இருக்கிற நிர்மல்குமாரைப் பார்த்துப் பேசிட்டுத்தானே வந்தோம். நடந்ததை முழுக்கச் சொன்னார் மச்சான். எவனோ ஒரு ராஸ்கல் திட்டம் போட்டு வகையா இவரைச் சிக்க வெச்சிருக்காம்மா. நீங்க உங்க பொண்ணு போய்ட்ட வேகத்தில் அவரைச் சந்தேகப்படறீங்க. திவ்யா எனக்கு அக்காவா இருந்தாலும், நான் ஒரு வக்கீல். உங்களை மாதிரி அவசரப்பட்டு உணர்ச்சிபூர்வமா எல்லாம் சந்தேகப்பட முடியாது. அப்படிச் சந்தேகப்படவும் கூடாது."

ஆஸ்பத்திரி கட்டடத்தில் இருந்து இவர்கள் இருந்த மரநிழலுக்கு வந்தான் சேகர். "போஸ்ட்மார்ட்டம் நடந்துக்கிட்டிருக்கு. பாடியை ஒப்படைக்கிறதுக்கு எப்படியும் இன்னும் ஒரு மணி நேரத்துக்கு மேலே ஆகும். இப்போ பிளான் எப்படி... மெட்ராஸ் எடுத்துக்கிட்டுப் போற மாதிரிதானே?" என்றான்.

"இல்லைங்க. நாங்க பேசி முடிவு பண்ணிட்டோம். மெட்ராஸ்ல சொநத்க்காரங்க யாரும் இல்லை. எடுத்துக் கிட்டுப் போறதா இருந்தா கிராமத் துக்குத்தான் எடுத்துட்டுப் போகணும். நல்ல சாவா இருந்தாப் பரவாயில்லை. அதனால இங்கே ஊட்டிலேயே எரிச்சுடலாம்னு முடிவு பண்ணியிருக்கோம். என் சிஸ்டர் மல்லிகா பெங்களூர்ல இருக்கா. அவளுக்கு போன் பண்ணிச் சொல்லிட்டேன். அவ மட்டும் வந்தால் போதும்."

"வாங்க, ஒருகாபிசாப்பிட்டுட்டுஊட்டியிலேயோஎரிக்கிறதுன்னா அதுக்கான ஏற்பாடுகளைச் செஞ்சுட்டு வந்துடலாம். முதல்ல இங்கே சுடுகாடு எங்கே இருக்குன்னு விசாரிக்கணும்" என்றான் சேகர்.

விக்னேஷின் அப்பாவும், அம்மாவும் மரத்தடியிலேயே அமர்ந்துவிட. இவர்கள் இருவரும் ஆஸ்பத்திரியை விட்டு

   தீர்ப்பு தேடி வரும்

வெளியே நடந்து அந்தச் சிறிய ஓட்டலில் அமர்ந்து கொண்டார்கள். காபி சொன்னார்கள்.

"உங்க சீனியர் விஜயராகவன் எந்த ஊர் போயிருக்கார்?"

"சேலம் போயிருக்கார். சேலத்துக்குப் பக்கத்துல ஒரு கிராமத்தில் அவரோட குலதெய்வம் கோயில் இருக்கு. அந்தக் கோயில்ல திருப்பணி முடிஞ்சு கும்பாபிஷேகம். அதுக்காகப் போயிருக்கார். நேத்து நிர்மல்குமார் இங்கேர்ந்து போன் பேசினப்போவீட்ல வேலைக்காரங்க இருந்திருக்காங்க. அவங்க உடனே என்கிட்ட வந்து சொன்னாங்க. நான் உடனே ஊட்டிக்கு போன் போட்டு மச்சான்கிட்ட பேசிட்டு என் சீனியரையும் போன்ல பிடிச்சிட்டேன். இன்னிக்கு சாயங்காலத்துக்குள்ளே ஊட்டிக்கு வந்துடறேன்னு சொல்லிட்டார். ரூம் போட்டு வெச்சுட்டேன்."

"பத்து மணிக்கு கோர்ட்ல ஆஜர்படுத்தப் போறாங்களே..."

"அதைத் தடுக்க முடியாது. நான் எஸ்.பி.ஏழுமலை கிட்டே பேசிப் பார்த்துட்டேன். அவங்களுக்குத் தேவையான எல்லா எவிடென்ஸம் கிடைச் சுட்டாலே போலீஸ் கஸ்டடி கேட்கப் போறதில்லை. ஜூடிஷியல் கஸ்ட்டில் வைக்கிறதில எந்த அப்ஜெக்ஷனும் இல்லைன்னு சொன்னார். என்னோட சீனியர் நேர்ல வந்து நிர்மல்குமாரோட பேசிட்டு அதுக்கப்புறம் வாய்ப் பிருந்தா பெயில் மூவ் பண்றேன்னு சொல்லிருக்கார்."

சொல்லப்பட்ட காபி, பீங்கான் கோப்பைகளில் வந்தது.

எடுத்துப் பருகியபடி கேட்டான் சேகர்.

"அதென்ன வாய்ப்பிருந்தா?"

"என்னோட சீனியர் சில கொள்கைகள் வெச்சிருக்கார். லட்ச லட்சமாகக் கொட்டிக் கொடுத்தாலும் ஒரு நிஜமான குற்றவாளியைச் சட்டத்தில இருக்கிற ஓட்டைகளை வெச்சு வெளில கொண்டுவர்ற காரியத்தைச் செய்யமாட்டார். தன்கிட்ட வர்ற கேஸ்ல நியாயம் இருக்குன்னு தெரிஞ்சாத்தான் கேஸையே எடுத்துக்குவார். வந்தவன் பொய் சொல்ற மாதிரி லேசாப் பட்டாக்கூடத் திருப்பி அனுப்பிச்சுடுவார். இது வரைக்கும் அவர்

எடுத்துக்கிட்ட கேஸ் எதிலயுமே அவர் தோத்ததே இல்லை, தெரியுமா?"

"சாரைப் பார்க்கிறதுக்காக ரெண்டு தடவை வீட்டுக்கு வந்திருக்கார். ஒரு தடவை சாயங்காலம் நாலு மணிக்கு வீட்ல சந்திக்கலாம்னு உங்க சீனியர்கிட்டே சார் சொல்லியிருந்தார். கரெக்ட்டா நாலு மணிக்கு லாயர் வந்துட்டார். நான்தான் வீட்ல இருந்தேன். 'சார் டப்பிங் போயிருக்காரு, இப்ப வந்துடுவாரு'ன்னு சொன்னேன். அதுக்கே அவருக்கு முகமெல்லாம் சிவந்து போயிடுச்சு. சரியா அஞ்சு நிமிஷம் வெயிட் பண்ணார். அப்புறம் எந்திரிச்சி, 'நான் வந்திருக்கிறது என் காரியமா இல்லை, உங்க சார் காரியமாதான். என்னால வெட்டியா உக்காந்துக்கிட்டிருக்க முடியாது. அவசியம்னா என்னை ஆபீஸ்ல வந்து பார்க்கச் சொல்லு'ன்னு சொல்லிட்டுப் போய்ட்டார். அப்புறம் இவர் போன் பண்ணி ஸாரி சொல்லிட்டு அவரை ஆபீஸ்ல போய்த்தான் பார்த்தார்" என்றான் சேகர்.

"நிர்மல்குமாரை திவ்யா கல்யாணம் செய்துகிட்ட தாலதான் எங்கள் குடும்பமே தலை நிமிர்ந்தது. எங்களுக்கு என் மச்சான் எவ்வளவோ வகையில் உதவி செஞ்சிகிட்டிருக்கார். அந்த நன்றியை மறந்துட்டா நாங்க மனுஷங்களே இல்லை. எங்கப்பாவும் அம்மாவும் அவரைக் கண்மூடித்தனமா சந்தேகப்படறாங்க. ஆனா, நான் அவரை நம்பறேன். இந்த இக்கட்டுலேர்ந்து என் சீனியர் மூலமா எப்படியாச்சும் அவரை வெளில கொண்டாந்துடணும். போலீஸ் உங்களை எல்லாம்கூட விசாரிக்கும் சேகர்."

"விசாரிக்கட்டும். எனக்குத் தெரிஞ்ச உண்மைகளைச் சொல்லப் போறேன். அடிப்படைல ஒரு பாயிண்டை கவனிக்கணும். மாறுவேஷத்தில வந்து, வேற கார்ல போய், வேற பேர்ல ரூம் எடுக்கறவனுக்கு தன் மனைவியைக் கொலை செய்யறது நோக்கமா இருந்தா, புறப்படறப்போ வீட்ல எல்லார்கிட்டேயும் சொல்லிட்டா போவாரு?"

"தட் ஈஸ் எ குட் பாயிண்ட் சேகர்."

"நிச்சயமா இது வேற யாரோ செஞ்ச வேலைதான்."

 தீர்ப்பு தேடி வரும்

காபிக்குப் பணம் கொடுத்துவிட்டு இருவரும் வெளியே வந்தனர்.

"பத்திரிகைக்காரங்க கன்னாபின்னான்னு எழுதப் போறாங்க. அதை எப்படிச் சமாளிக்கிறதுன்னு தெரியலை. சாரை நினைச்சா ரொம்பக் கவலையா இருக்குங்க விக்னேஷ். இமேஜ் பத்தி ரொம்ப யோசிப்பாரு. ஒரு ரசிகன் முன்னாடி சிகரெட் பிடிக்கிறதைக்கூட தவிர்ப்பாரு. கையில் சிகரெட்டோட ஸ்டில்லுக்கு போஸ் தரவே மாட்டார். அவருக்குப் பாருங்க, எவ்வளவு பெரிய சிக்கல்! கோர்ட்ல பதினஞ்சு நாள் காவல்ல வைக்கச் சொல்வாங்க, இல்லையா?"

"ஆமாம்."

"எங்கே வைப்பாங்க?"

"அநேகமா ஊட்டி சப்-ஜெயில்ல வைப்பாங்க. ஆனா அதைத் தவிர்க்கறதுக்கு நான் நிர்மல்குமாருக்கு யோசனை சொல்லிட்டேன்."

"என்ன அது?"

"கோர்ட்ல மாஜிஸ்ட்ரேட்கிட்டே 'போலீஸ் இந்தக் கொலையியில என்னைச் சம்பந்தப்படுத்தின அதிர்ச்சியில எனக்கு நெஞ்சு வலிக்குது... எனக்கு வைத்திய உதவி வேணும்'னு கேக்கச் சொல்லியிருக்கேன். உடனே ஹாஸ்பிடல்ல அட்மிட் பண்ணி செக்கப் பண்ணச் சொல்லி உத்தரவு கொடுப்பாரு. ஆஸ்பத்திரிலே டாக்டர்கிட்ட பேசி ரெண்டு நாள் ஹாஸ்பிடல்ல வெச்சு வைத்தியம் பண்ணணும்னு சொல்லச் சொல்லிடலாம். அந்த ரெண்டு மூணு நாளைக்குள்ளே என் சீனியர் பெயில்ல வெளியில கொண்டுவர ஏற்பாடு பண்ணிடுவார்" என்றான் விக்னேஷ், பாண்ட் பாக்கெட் இரண்டிலும் கைகளை நுழைத்து நடந்தபடி.

போஸ்ட்மார்ட்டத்துக்குப் பிறகு திவ்யாவின் சடலம் ஒப்படைக்கப்பட்டு, அதை காரில் சுடுகாடு கொண்டு சென்று எரித்தார்கள்.

சப்-மாஜிஸ்ட்ரேட் கோர்ட்டில் நிர்மல்குமாரை ஆஜர்படுத்த அழைத்து வந்தபோது ஏராளமான காமிராக்கள் - 'க்ளிக், க்ளிக், க்ளிக்' என்று அவனது முள் தாடி முகத்தை ஓயாமல் படமெடுத்தன.

கோர்ட்டில் குற்றத்தை நிர்மல்குமார் மறுத்தான். தன்னை போலீஸார் அடிக்கவில்லை என்றான். தனக்கு நெஞ்சு வலிக்கிறது என்றான்.

நிர்மல்குமாரை மாஜிஸ்ட்ரேட் பதினைந்து நாட்கள் கோர்ட் காவலில் வைக்க உத்தரவிட்டு அவனது நெஞ்சு வலிக்கு உடனடியாக ஆஸ்பத்திரியில் சேர்த்து சிகிச்சை தரும்படி உத்தரவிட்டார்.

அரசாங்க ஆஸ்பத்திரியின் சிறப்பு வார்டில் கட்டிலில் அமர்ந்திருந்தான் நிர்மல்குமார். அறை வாசலில் துப்பாக்கிகளுடன் இரண்டு கான்ஸ்டபிள்கள் நின்று கொண்டிருக்க...

உள்ளே அவனுக்கெதிரில் நாற்காலியில் கால் மேல் கால் போட்டு அமர்ந்திருந்த வக்கீல் விஜயராகவன் நெற்றியில் விபூதி ஒரு கோடும், அதன் கீழே குங்குமம் ஒரு கோடுமாய் இருந்தது. நாற்பது வயதுக்குரிய துவக்க நரைமுடிகள் தலையில் இங்கொன்றும் அங்கொன்றுமாய் இருந்தன. காதுமடல்களிலும் முடி. கண்களை மூடியிருந்தார். ஒரு கையில் கைக்குடை, மறுகையில் கழற்றிப் பிடித்த கண்ணாடி. அருகில் பவ்யமாக நின்று கொண்டிருந்தான் விக்னேஷ்.

விஜயராகவன்கண்களைத்திறந்தார். "மிஸ்டர்நிர்மல்குமார்!நீங்க பொய் சொல்லலை. போலீஸ் கொஞ்சம் அவசரப்பட்டுட்டாங்க. உங்களை வெளியில கொண்டு வரவேண்டியது என் பொறுப்பு. டோண்ட் வொர்ரி" என்று அவன் தோளில் தட்ட விக்னேஷ் முகம் மலர்ந்தான்.

நிர்மல்குமார் சற்றே தெம்பாக நிமிர்ந்து அமர்ந்தான்.

—◦◦—

21

லாயர் விஜயராகவன் அந்த ஆஸ்பத்திரியின் தனி வார்டில் தனது முன் நெற்றியை லேசாகத் தட்டியபடியே அறையின் குறுக்கில் இரண்டு, மூன்று முறை சிந்தனையாக நடந்தார். ஓசையில்லாமல் அவர் மனம் தனக்குத்தானே பேசிக் கொண்டிருந்தது. கைகள் அனிச்சையாகக் காற்றில் ஏதோ எழுதி அழித்துக் கொண்டிருந்தன.

"புத்திசாலி! அதி புத்திசாலி!" என்றார். கட்டிலில் அமர்ந்திருந்த நிர்மல்குமாரைத் திரும்பிப் பார்த்தார். "உங்களை இப்படி ஒரு செமத்தியான சிக்கல்ல இழுத்துவிட்டிருக்கிறவனைத்தான் சொல்றேன்" என்றார்.

"நான் சொல்ற எதையும் இன்ஸ்பெக்டரும் சரி, எஸ்.பியும் சரி... நம்பவே இல்லை சார்" என்றான் நிர்மல்.

"எனக்கே முதல்ல நம்ப முடியலை நிர்மல்குமார். ரெண்டு பாயிண்ட்ஸ் இதிலே இருக்கு. உங்களுக்கு ஒரு லோக்கல் கால் வந்ததையும், ஓட்டல் ரிசப்ஷனிஸ்ட் கனெக்ஷன் கொடுத்ததையும் ஒப்புக்கறேன். அது ஒரு பாயிண்ட். உங்க ஸ்டேட்மெண்ட்படி அந்த கால் சர்புதீன் பேசினது. இதை போலீஸ் நம்பத் தயாரில்லைன்னா, அந்த கால் பேசினது யார்னு அவங்க கண்டுபிடிச்சு சொல்லியாகணும். அல்லது அப்படி ஒரு கால் செய்ய நீங்களே யாரையோ ஏற்பாடு செய்ததாக நிரூபிக்கணும். இது நமக்கு ஒரு சாதகமான பாயிண்ட். அப்புறம்... லேக்ல காணாமல் போன உங்களோட மணிபர்ஸ். காட்டேஜ்ல உங்க சூட்கேஸுக்குள்ளேயே கிடைச்சது பாருங்க, அது! யாருக்கும் தெரியாம உங்க மனைவியைக் கொலை செய்யறதுதான் உங்க நோக்கம்னா, அதுக்காகத்தான் மெட்ராஸ்லேர்ந்து திட்டம் போட்டு வேற கார்ல வேற பேர்ல, வேற வேஷத்துல நீங்க வந்திருந்தா இப்படி முட்டாள்தனமா மணிபர்ஸை உங்க

சூட்கேஸுக்குள்ளேயே போலீஸ் கைக்குச் சுலபமா கிடைக்கிற மாதிரி வைக்க மாட்டீங்க. ஆனா..."

விஜயராகவன் நிறுத்தினார். தன் கோட்டின் இரண்டு பட்டன்களைக் கழற்றி உள் பாக்கெட்டில் இருந்து பைப் எடுத்தார். சிறிய பிளாஸ்டிக் டப்பா எடுத்தார்.

லாபரெட்டரியில் பரிசோதனை செய்து காட்டுவது போல பேச்சை அந்தரத்தில் நிறுத்திவிட்டு, மிகக் காரியமாக டப்பாவிலிருந்து புகையிலைத் தூளை எடுத்து பைப்பில் நிரப்பினார். லைட்டர் எடுத்துப் பற்ற வைத்துக் கொண்டு கொஞ்ச நேரம் தன் ஜூனியர் விக்னேஷையே பார்த்துக் கொண்டு புகை ஊதினார்.

"ஆனா... என்ன சார்?" என்றான் நிர்மல்குமார்.

"நான் சொன்ன ரெண்டு பாயிண்ட்ஸும் உங்களை நான் நம்பறதுக்குத்தான் உதவும். கோர்ட்ல உதவாது. ஜட்ஜ் நம்ப மாட்டார். இந்த பாய்ண்ட்ஸுக்குச் சரியான சப்பைக் கட்டை போலீஸ் தரப்புல கொடுக்க முடியும். விக்னேஷ்!"

"சொல்லுங்க சார்" என்று ஓர் அடி முன்னால் வந்தான் விக்னேஷ்.

"நான் கேக்கறேன், பதில் சொல்லு. இப்போ போலீஸோட தியரி என்ன? சுருக்கமா சொல்லு..."

விஜயராகவன் கண்களை மூடிக் கொண்டு புகையை அனுபவித்து நுரையீரலுக்கு அனுப்பி வைத்துக் கொண்டிருந்தார்.

"நிர்மல்குமார் ஒரு முன்னணி நடிகர். முன்னணி நடிகை பரணியோடு அவருக்கு ரகசியமான காதல் உண்டு. ரெண்டு பேருக்கும் கல்யாணம் பண்ணிக்கிற ஒரு திட்டம் உண்டு. அந்தத் திட்டத்துக்கு திவ்யா ஒரு தடைக்கல். தன்மேல் பழி வராம அவளைச் சாமர்த்தியமா தீர்த்துக் கட்ட தீர்மானித்தார், நிர்மல். வேற கார்ல, வேற அடையாளத்துல ஊட்டிக்கு வந்து ஈஸ்வர்ங்கிற பொய்ப் பேர்ல காட்டேஜ் எடுத்துத் தங்கினார். சம்பவ ராத்திரியில கத்தியால தன் மனைவியைக் குத்திக் கொலை செய்துட்டு, அது திருட்டுக்காக நடந்த கொலை மாதிரி செட்டப் செய்தார். மனைவி உடம்புல இருந்த நகைகளைக்

கழட்டி எடுத்துக்கிட்டுப் போய் லேக்ல போட்டுட்டார். கொலை நடந்தப்போ தான் அங்கே இல்லைன்னு ஸ்தாபிக்கிறதுக்காக மணிபர்ஸ் வாங்கப் போனதா ஒரு கற்பனைக் கதை உருவாக்கி வெச்சுக்கிட்டார்” என்று நிதானமாகக் கை கட்டியபடி சொன்னான் விக்னேஷ்.

“நிறைய அபத்தங்கள் இருக்கு. அதை அப்புறம் பார்க்கலாம். இந்த தியரியை போலீஸ் உருவாக்க காரணமா இருந்த தடயங்கள், ஆதாரங்கள் என்னென்ன?”

“நிர்மல்குமார் பொய்ப் பேர்ல, மாறுவேஷத்துல இருந்தது...”

“சரி, நெக்ஸ்ட்...?”

“தொலைஞ்சு போனதா சொன்ன மணிபர்ஸ், சூட்கேஸ்லயே கிடைச்சது.”

“நெக்ஸ்ட்...?”

“கொள்ளையடிக்கப்பட்டதா நினைக்க வெச்ச திவ்யாவோட நகைகள் ஏரியில கிடைச்சது. அந்த நகைகள் கட்டப்பட்டிருந்தது நிர்மல்குமாரோட கர்சீப்ல...”

“ஓ.கே., கொலைக்குப் பயன்படுத்தப்பட்ட ஓட்டலுக்குச் சொந்தமான அந்தக் கத்தியில் நிர்மல்குமாரோட கைரேகை இருக்கா?”

“இல்லை சார். கத்தியில கைரேகை இல்லைன்னு இன்ஸ்பெக்டரே சொன்னார்.”

“எப்படிக் கைரேகை இல்லாமப் போகும்?”

'நிர்மல்குமார் கொலை செஞ்சதுக்கப்புறம் கத்தியில உள்ள தன்னோட கைரேகையைத் துடைச்சுட்டார்னு இன்ஸ்பெக்டர் அபிப்பிராயப்படறார்...”

“வெரிகுட்! கோர்ட்ல இதே லைன்லதான் சொல்லப் போறாங்களா?”

“ஆமாம் சார்.”

"ஒரு கொலைகாரன் கொலை செஞ்ச கத்தியில் உள்ள தன் கைரேகையை எதுக்காக அழிப்பான் விக்னேஷ்?"

"தான் மாட்டிக்கக் கூடாதுங்கற எச்சரிக்கை உணர்வால சார்."

"அப்போ போலீஸ் வாதப்படி நிர்மல்குமார் பிரமாதமா திட்டம் போடக்கூடியவர். எச்சரிக்கை உணர்வு உள்ளவர். அப்படித்தானே?"

"ஆமாம்..."

"அவ்வளவு எச்சரிக்கை உணர்வு உள்ள ஆசாமி, யாரோ நகை திருட வந்த திருடன்தான் தன் பொண்டாட்டியைக் கொலை செய்துட்ட மாதிரி செட்டப் பண்ற புத்தி கூர்மை உள்ள ஆசாமி, அந்த நகைகளைத் தன்னோட இனிஷியல் போட்ட கர்சீப்லயே கட்டி ஏரியில போடுவானா ஸ்வாமி? அவ்வளவு எச்சரிக்கை உணர்வு உள்ளவன், மணிபர்ஸைப் பத்தி ஒரு கதையே போலீஸ் கிட்ட சொல்ல நினைச்சவன், அந்த மணிபர்ஸைத் தன் சூட்கேஸுக்குள்ளேயே வைப்பானா ஸ்வாமி?"

நிர்மல்குமார் முகமலர்ந்தான்.

இந்தச் சிக்கலில் இருந்து விஜயராகவன் எப்படியும் தன்னைக் காப்பாற்றிவிடுவார் என்ற நம்பிக்கை பிறந்தது.

"சார், கொலையைக்கண்ணால பார்த்த நேரடி சாட்சியாரும் இந்த வழக்குல இல்லை. இப்ப நீங்க கேக்கற லாஜிகல் கேள்வியும் ரொம்ப நியாயமானது. நிச்சயமா நாம ஜெயிச்சுடுவோம்" என்றான், ஆர்வமாக விக்னேஷ்.

"அர்த்தமில்லாம உளறாதே. நான் கேட்கற இத்தனை கேள்விகளுக்கும் ஒரே வாக்கியத்துல பதில் சொல்லி ஜட்ஜை கன்வின்ஸ் செய்துடுவார் பப்ளிக் பிராஸிகியூட்டர். 'நிர்மல் குமாருக்குக் கொலை செய்வது தொழில் இல்லை. பாதி புத்திசாலித்தனமும், பாதி பதற்றமுமாக அவர் காரியங்கள் செய்திருப்பதால் சில குளறுபடிகள் செய்திருக்கிறார் யுவர் ஆனர்' அப்படின்னு சொன்னால் போதும். நாம தலையைத் தொங்கப் போட்டுக்கணும்..."

மலர்ந்த நிர்மல்குமாரின் முகம் மீண்டும் சுரத்திழந்தது.

　　　　　தீர்ப்பு தேடி வரும்

"அப்போ, என்னைக் காப்பாத்தறது சிரமமா சார்?" என்றான்.

"நிர்மல்குமார், எனக்கு உங்களைக் காப்பாத்தறது முக்கியமில்லை. உண்மையைக் காப்பாத்தியாகணும். எந்தக் காரணம் கொண்டும் சட்டத்துக்கு முன்னால உண்மை ஊமையா நிக்கறதை என்னால பொறுத்துக்க முடியாது. சந்தர்ப்ப சூழ்நிலை காரணமா, சில அசட்டு தர்க்கம் காரணமா, ஒரு நிரபராதி தண்டிக்கப்படறதை என்னால தாங்க முடியாது. எனக்குத் தெரியுது, நீங்க நிரபராதி. உங்களைக் காப்பாத்தியே ஆகணும். ஆனா அதுக்கு வெறும் வாதத் திறமையோ, வார்த்தை ஜாலமோ பத்தாது. உங்களுக்கு எதிரா ஸாலிடா நிறைய ஆதாரங்கள் இருக்கு. அது அத்தனையையும் உடைக்கிற மாதிரி உங்க பக்கத்துக்கு ஆதாரம் வேணும். அப்போதான் உங்களைக் காப்பாத்த முடியும்."

விஜயராகவன் பைப் புகைத்தபடி மீண்டும் நடந்து கொண்டே சிந்திக்கத் தொடங்கினார்.

"அப்படி என்ன ஆதாரத்தை எதிர்பார்க்கறீங்க சார்?" என்றான் நிர்மல்.

"ஓர் உயிருள்ள ஆதாரம்தான் இப்போ உங்களைக் காப்பாத்த முடியும்...'

"யார் சார்?"

"உங்களை இப்படிக் குற்றவாளியாக்கிச் சிரிச்சுக்கிட்டிருக்கிறானே அந்த உண்மையான குற்றவாளி! விக்னேஷ்..."

"சொல்லுங்க சார்..."

"போலீஸ் தியரியைச் சொன்னே, அலசிப் பார்த்தோம். நம்ம டிஃபன்ஸ் தியரி என்ன? சொல்லு..."

"நிர்மல்குமார் தன் மனைவியோட சந்தோஷமா இருக்கறதுக்காகத்தான் ஊட்டி வந்தார். ரசிகர்கள் தொல்லையைத் தவிர்க்கத்தான் பொய்ப் பேரும், பொய் அடையாளமும். பரணியோட வெறும் நட்புதான். கிசுகிசு உண்மை இல்லை. நிர்மல்குமாரை இந்தக் கொலைப்பழியில் சிக்க வைக்கத் திட்டம் போட்டு ஒருத்தன் செயல்பட்டிருக்கான். அந்த

ஒருத்தன் ஏரிக்கரையில இவரோட பர்ஸைத் திருடியிருக்கான். கொலைக்குத் தேர்ந்தெடுத்த நேரத்துல நிர்மல்குமாரை காட்டேஜை விட்டு வெளியேத்தறதுக்காக சர்புதீன்கிற பேர்ல போன் செஞ்சு பேசியிருக்கான். அதை நம்பி நிர்மல்குமார் காரில் போனார். அவன் காட்டேஜுக்குள்ளே வந்து கொலை செய்துட்டு, மணிபர்ஸை சூட்கேஸில் வெச்சுட்டு, நகைகளை நிர்மல்குமாரோட கர்சீப்ல கட்டி எடுத்துக்கிட்டுப் போய் ஏரியில வீசிட்டு தலைமறைவாயிட்டான். நிர்மல்குமார் நிரபராதி. அப்பாவி! இதுதான் சார் நம்ம தியரி" என்றான் விக்னேஷ்.

"சரி, நம்ம வாதத்துக்கு வலு சேர்க்கற மாதிரி என்ன ஆதாரம் மெட்டீரியலா இருக்கு?"

"எதுவுமே இல்லை."

விஜயராகவன் நடப்பதை நிறுத்தி நிர்மல்குமாரிடம் வந்தார். "நிர்மல், நீங்க, ஓட்டல் ரெயின்போ டவர்ஸை நோக்கி காரை ஓட்டிக்கிட்டுப் போனப்போ கார் ரிப்பேராகி, அப்போ கார் மெக்கானிஸம் தெரிஞ்ச ஒருத்தர் உதவிட்டுப் போனதா சொன்னீங்க, ஞாபகமிருக்கா?" என்றார்.

"ஆமாம்..."

"கொஞ்சம் நல்லா யோசனை பண்ணிப் பாருங்க. அவர் எப்படி இருந்தார்? அவரோட என்ன பேசினீங்க? அவர் பேர் கேட்டீங்களா? அவர் என்ன செய்யறார்னு ஏதாவது சொன்னாரா?'

"இதையேதான் சார் எஸ்.பி.யும் கேட்டார். அரைகுறை வெளிச்சத்தில் அவர் முகம்கூட எனக்குச் சரியா மனசுல பதிவாகலை சார். மோட்டார் பைக்ல வந்தார். கறுப்பு ஸ்வெட்டர் போட்டிருந்தார். 'என்ன ட்ரபிள் சார்?'னு கேட்டார். 'தெரியலை'ன்னேன். 'நான் பார்க்கறே'ன்னார். பார்த்தார். சரி செஞ்சார். பணம் எடுத்தேன். 'சார் நான் மெக்கானிக் இல்லை. ஒரு ஹெல்ப்பா செஞ்சேன், தாங்க்ஸ்'னு சொல்லிட்டுப் போயிட்டார். அந்த பைக் நம்பரை கவனிக்கணும்னு எனக்கு எப்படி சார் தோணும்!" என்றான் நிர்மல்குமார்.

"தோணாதுதான். அது என்ன பைக்?"

　　　　　　　தீர்ப்பு தேடி வரும்

"ஹீரோ ஹோண்டா பைக்..."

"விக்னேஷ்! நாளைக்கு முதல் காரியமா ஊட்டியில பைக் மெக்கானிக் ஷாப்ஸ் எல்லாம் போ! ஹீரோ ஹோண்டா ஓனர்ஸ் விலாசம் எல்லாம் கலெக்ட் பண்ணு. ஒவ்வொருத்தர் வீடா போ. 'நிர்மல்குமார் கார்ல ரிப்பேர் சரி செஞ்சீங்களா?'னு கேட்டுக்கேட்டு நம்ம ஆளைப் பிடிக்கணும். நமக்கு அந்த ஆசாமி ஒரு வலுவான சாட்சி! இந்த மெத்தட்ல வொர்க் அவுட் ஆகலைன்னா பேப்பர்ல ஒரு விளம்பரமே கொடுத்துடலாம். இப்போ..." என்று கட்டிலில் நிர்மல்குமாரின் அருகில் அமர்ந்து அவனை உற்றுப் பார்த்தார் விஜயராகவன்.

"என்ன சார்?" என்றான்.

"என்கிட்டே எதையும் மறைக்காம நீங்க பேசணும். அப்பத்தான் உங்களுக்கு நான் உதவ முடியும்."

"உங்ககிட்டே மட்டுமில்லை சார். போலீஸ்கிட்டேகூட நடந்த எதையும் கொஞ்சமும் மறைக்காம அப்படியேதான் சொல்லிக்கிட்டிருக்கேன்...'

"உங்களைக் கொலைகாரனாக்கிப் பிடிக்கணும்னு ஒருத்தன் கங்கணம் கட்டிக்கிட்டு உழைச்சிருக்கான். அப்படின்னா அவன் ஏதோ ஒரு வகையில் உங்களால பெரிய அளவில் பாதிக்கப்பட்டிருக்கணும்... நீங்க செஞ்ச ஏதோ ஒரு காரியத்தால யாராவது ரொம்ப பாதிக்கப் பட்டிருக்காங்களா? கொஞ்சம் யோசனை பண்ணிச் சொல்லுங்க."

"என்னை போலீஸ் சந்தேகப்பட ஆரம்பிச்ச நிமிஷத்திலேர்ந்து இதேதான் சார் நான் யோசனை பண்ணிக்கிட்டிருக்கேன். இவ்வளவு பெரிய எதிரி யாரையும் என்னால நினைச்சுப் பார்க்க முடியலை. ஆனா..." என்று யோசித்தான் நிர்மல்குமார்.

"ஆனா? சொல்லுங்க..."

"சார், சமீபத்துல ஒரு ராத்திரி எவனோ ஒருத்தன் போன் செஞ்சு கன்னாபின்னான்னு சகட்டுமேனிக்குக் கெட்ட வார்த்தை எல்லாம் சொல்லித் திட்டினான். நான் ரொம்ப அப்செட் ஆனேன். என்னோட ஃப்ரெண்டு போலீஸ் ஆபீஸர்கிட்டேகூட

சொன்னேன். அதே ஆசாமி எனக்கு ஒரு விசித்திரமான கிரீட்டிங் கார்டு அனுப்பியிருந்தான் சார். அதில 'உன் பணபலத்தையும் காட்டினாய். நான் பாதிக்கப்பட்டேன். என் மூளையின் பலத்தை நான்காட்ட வேண்டிய நேரம். உன் அவஸ்தையும், துடிப்பும்தான் இனி எனக்கு ஆனந்தம் தரும். அவற்றின் தொடக்கத்துக்காகச் சற்றே பொறுத்திரு'னு எழுதியிருந்தான் சார்."

விஜயராகவன் எழுந்தே விட்டார். "நான் உடனடியா அந்த கிரீட்டிங் கார்டைப் பார்க்கணும். நமக்கு ஓர் ஆரம்பம் கிடைச்சிருக்குன்னு நினைக்கிறேன்" என்றார் நம்பிக்கையுடன்.

  தீர்ப்பு தேடி வரும்

22

"மறுபடியும் சொல்லுங்க... அந்த கிரீட்டிங் கார்டுலே அவன் என்ன எழுதியிருந்தான்?" என்றார் விஜயராகவன் கண்களை மூடிக்கொண்டு.

நிர்மல்குமார் மறுபடி சொன்னான், "உன் பண பலத்தைக் காட்டினாய். நான் பாதிக்கப்பட்டேன் இப்போது என் மூளை யின் பலத்தை நான் காட்ட வேண்டிய நேரம். அவஸ்தையும், துடிப்பும்தான் இனி எனக்கு ஆனந்தம் தரும். அவற்றின் தொடக்கத்துக்காகச் சற்றே பொறுத்திரு'னு எழுதியிருந்தான்."

"எந்த ஊர்ல போஸ்ட் ஆகியிருந்துச்சு?"

"மெட்ராஸ்லதான் சார்."

"மெட்ராஸ்ல எந்த ஏரியா? தபால் முத்திரையில தெரியுமே..."

"என்செகரெட்டரி சேகரைக் கேட்டாளூ ஞாபகமா சொல்லிடுவான். அவன்தான் அந்த கிரீட்டிங் கார்டை எனக்குக் காமிச்சான். இந்த மாதிரி மிரட்டல்கள் லெட்டர்ல, போன்ல சகஜமா வரும். அதனால ரொம்ப முக்கியத்துவம் தரலை நான். தனியா எடுத்து வைன்னு மட்டும் சொன்னேன்."

"வெளில ஆஸ்பத்திரி ரிசப்ஷன்லதான் சேகரை உட்காரச் சொன்னேன் சார். கூட்டிக்கிட்டு வரட்டுமா?" என்று தன் சீனியரிடம் அனுமதி பெற்றுக் கொண்டு விக்னேஷ் அந்த அறையை விட்டு வெளியேறினான்.

விநாடிகளில் சேகரோடு உள்ளே வந்தான்.

சேகரை சிற்பக் கூடத்தில் சிலையைப் பார்ப்பதுபோல விஜயராகவன் ஆராய்ந்து பார்த்துவிட்டு விவரம் விளக்கி, "எந்த ஏரியா முத்திரைனு ஞாபகமிருக்கா?" என்றார்.

"இருக்கு சார். மெட்ராஸ் 108-ன்னு முத்திரை இருந்திச்சு சார்..."

விக்னேஷைப் பார்த்தார் விஜயராகவன். "ஓன் நாட் எய்ட்ன்னா எந்த ஏரியா அது?"

விக்னேஷ் ஒரு விநாடி தன் நெற்றியில் தடவி யோசித்து, "பிராட்வே சார்" என்றான்.

நிர்மல்குமார் பக்கம் திரும்பினார் விஜயராகவன். "அந்த ஏரியாவுல உங்க ஞுக்கு வேண்டாதவங்க யாராவது இருக்காங்களா?" என்றார்.

"வேண்டாதவங்கன்னு அப்படி யாரும் இல்லை சார். பொதுவா நான் எல்லார்கிட்டேயும் அனுசரிச்சுப் போறவன். ஆனா, சினிமாவுலகத்துல முகத்துக்கு நேரா சர்க்கரையாப் பேசிட்டு ரகசியமா குழி பறிக்கிறவங்க சில பேர் இருப்பாங்க. அப்படி யாராவது எதிரி எனக்கு இருக்கலாம். ஆனா, யாரையும் குறிப்பிட்டுச் சொல்ல என்னால முடியலை."

"நல்லா நிதானமா யோசிங்க. உங்க மனசுக்கு யார் மேலயாவது லேசான சந்தேகம் வந்தாக்கூடச் சொல்லுங்க. நிவர்த்தி பண்ணிக்கிறது நல்லது. அப்புறம் ஒரு வாரம் இப்படித் தனிமையில மனைவியோட ஊட்டி வர்றதுங்கற உங்க பிளான் யார் யாருக்குத் தெரியும்?" என்றார் விஜயராகவன் பைப் புகைத்தபடி.

"எனக்கும் திவ்யாவுக்கும் மட்டும்தான் சார் தெரியும். சேகர்கிட்டே கூட கேரளா சைடு பக்திப் பயணம்னு சொல்லித்தான் புறப்பட்டேன். வீட்ல வேலைக்காரங்களுக்குக்கூட நாங்க ஊட்டிக்கு வர்றது தெரியாது..."

"அப்படியா?" என்று யோசனையாக மோவாயைத் தடவினார் விஜயராகவன். "இல்லை நிர்மல்குமார். இன்னும் நல்லா யோசிங்க. உங்க பயணத் திட்டம் முழுக்க உங்க எதிரிக்குத் தெரிஞ்சிருக்கு. தெரியாம முழுக்க முழுக்கத் திட்டம் போட்டு இப்படி உங்களை மாட்டிவிட சான்ஸே இல்லை. எப்படியோ தகவல் லீக் ஆகியிருக்கு. எப்படி லீக் ஆகியிருக் கலாம்ன்னு நீங்கதான் யோசிச்சு சொல்லணும்" என்றார்.

    தீர்ப்பு தேடி வரும்

நிர்மல்குமார் உரக்கச் சிந்தித்தான்.

'இந்தத் திட்டத்தைப் பற்றி எங்கேயாவது யாரிடமாவது பேசினேனா?'

சட்டென்று அவனுக்கு நினைவுக்கு வந்தது.

"சார், நான் ஒரு நிகழ்ச்சிக்காக கோயம்புத்தூர் போயிருந்தேன். அப்போ லாட்ஜுல என்னோட காலேஜ் ஃப்ரெண்ட்ஸ் பிரதீப்குமார், கோபால்னு ரெண்டு பேரோட பேசிக்கிட்டிருந்தேன். அப்போ ஒரு பத்திரிகை ரிப்போர்ட்டர் வந்தான். 'உங்க மனைவியை விவாகரத்து செய்யப் போறீங்களாமே?'ன்னு கேட்டு என்னை எரிச்சல் பண்ணினான். 'வர்ற பதினாலாம் தேதிலேர்ந்து ஒரு வாரத்துக்கு என் ஓய்ஃபோட ஹனிமூன் போகப் போறேன். விவாகரத்து செய்றதா இருக்கிறவன் ஓய்ஃபோட ஹனிமூன் போவானா?ன்னு' கேட்டேன். எந்த ஊருக்கு சார் போறீங்க?'ன்னு கேட்டான். 'அதைச் சொல்லமாட்டேன்'னு சொன்னேன்."

விஜயராகவன் நெற்றியைச் சுருக்கிக்கொண்டு அவனையே பார்த்துக் கொண்டிருந்தார்.

"அஃப்கோர்ஸ், பிரதீப்குமார்தான் இந்த மாதிரி மாறுவேஷத்தில ஹனிமூன் போயேன், ரசிகர்கள் தொல்லையிலேர்ந்து தப்பிக்கலாம்னு யோசனையே சொன்னான். அவங்க ரெண்டு பேர்கிட்டே மட்டும் ஊட்டிக்குப் போறதா உண்மையைச் சொன்னேன்."

"அவங்க ரெண்டு பேரும் எப்படிப்பட்டவங்க? ரெண்டு பேரும் கோவையா?"

"ஆமாம் சார். பிரதீப்குமார் ஜுவல்லரி வெச்சிருக்கான். கோபால் ஒரு பாங்க் ஆபீசர். அவங்க என் க்ளோஸ் ஃப்ரெண்ட்ஸ். ஹார்ம்லெஸ்!"

"எல்லாரையும் விசாரிச்சுப் பார்த்து ஹார்ம்லெஸா இல்லை ஹார்ம்ஃபுல்லான்னு நான் முடிவு பண்ணிக்கிறேன். அவங்க ரெண்டு பேர் அட்ரஸும் கொடுங்க. விக்னேஷ், குறிச்சுக்கோ..."

நிர்மல்குமார் சொல்ல விக்னேஷ் ஒரு சிறிய பாக்கெட் நோட்டில் இருவரின் விலாசங்களையும் குறித்துக் கொண்டான்.

"யார் அந்த ரிப்போர்ட்டர்?"

"சேகர், யாருப்பா அது? யாரோ புது ஆளு..."

சேகர் தன் நடு மண்டையைக் கீறி யோசித்து, "சினிமா சுடர்" சார். புது ஆளுதான். அவர் பேரு என்னமோ ப்ரியன்னு வரும், சரியா நினைவில்லை ஆனா, விசிட்டிங் கார்டு கொடுத்தாரு. வெச்சிருக்கேன். விசிட்டிங் கார்டு ஆல்பத்தில பத்திரமா வெச்சிருக்கேன்" என்றான்.

"ஊட்டிக்குப் போறதா உங்க ஃப்ரண்ட்ஸ்கிட்ட சொன்னப்போ, மாறு வேஷத்தில போகச் சொல்லி அவங்க சொன்னப்போ அந்த ரிப்போர்ட்டர் போயிட்டானா?"

'இல்லை. டாய்லெட் ரூம் யூஸ் பண்ணிக்கிறேன்னு சொல்லி உள்ளே போயிருந்தான் சார்."

"ஐ...ஸீ..." என்ற விஜயராகவன் எழுந்து கொண்டார். "வெல்! நிர்மல்குமார். நீங்க தைரியமா இருங்க. சப்ஜெயிலுக்குப் போகாம இதே ஆஸ்பத்திரியில ஒரு வாரம் உங்களை வெச்சிருக்கிறதுக்கு நான் ஏற்பாடு பண்ணியிருக்கேன். நானும் விக்னேஷும் மெட்ராஸ் போறோம். உங்க செகரெட்டரி சேகரும் எங்ககூட வரட்டும். அந்த கிரீட்டிங் கார்டும், விசிட்டிங் கார்டும் எடுத்துத் தந்துட்டு அவர் ஊட்டிக்குத் திரும்பட்டும். மனசுல ஒரு சின்னப் புள்ளி விழுந்திருக்கு, அதை வெச்சு டெவலப் பண்ணிப் பார்க்கறேன். போலீஸ் உங்களை மறுபடி விசாரிக்கலாம். இதுவரைக்கும் சொன்னதையே சொல்லுங்க. புதுசா எதுவும் சொல்லிக் குழப்பிடாதீங்க. எதிலயும் கையெழுத்துப் போட வேணாம். பத்திரிகைக்காரங்க யாரையும் சந்திக்கவே வேணாம். போற வழியில விசாரிச்சுட்டுப் போறோம். உங்களை பெயில்ல வெளியிலே எடுக்கறதுக்கான சில ஆதாரங்களோட சீக்கிரத்தில நான் வந்துடறேன்."

நிர்மல்குமாரின் தோளில் தட்டிவிட்டு விஜயராகவன் வேகமாகச் சென்றதும் விக்னேஷ் அவனிடம் வந்தான்.

                          தீர்ப்பு தேடி வரும்

"மாமா, அத்தை மாதிரி நீயும் என் மேல கோபமா இருப்பேண்ணு நினைச்சேன் விக்னேஷ். நீ இவ்வளவு தூரம் உதவி பண்றதுக்கு ரொம்ப தாங்க்ஸ்" என்றான் நிர்மல்குமார்.

"மச்சான், அவங்க போன தலைமுறை. யோசிக்காம உடனே உணர்ச்சி வசப்படறவங்க. திவ்யாவுக்கு விதி இப்படின்னு இருக்குது. யார் என்ன செய்ய முடியும்? நான் ஒரு வக்கீலா கறுப்பு கோட் போட்டுக்கிட்டு பெருமிதத்தோட கோர்ட்ல நிக்கிறேன்னா அதுக்கு நீங்கதானே காரணம்! அதை மறந்துட முடியுமா! எங்க சீனியரைப் பத்திதான் உங்களுக்கு தெரியுமே. உண்மை இருக்குன்னு தெரிஞ்சாதான் இறங்குவார். அவர் ரொம்ப ஆர்வமா இறங்கிட்டார். இந்த கேஸை உடைச்சு உங்களை வெளில கொண்டு வர்ற வரைக்கும் ஓயமாட்டார். தைரியமா இருங்க. வர்றேன்" என்று சொல்லிவிட்டு விக்னேஷ் நகர்ந்தான்.

* * *

"நீங்க என்ன நினைக்கிறீங்க? நிர்மல்குமார் கொலை செஞ்சிருப்பானா?" என்றார். திண்ணையில் வெற்றிலைக் காம்பு பியத்துக் கொண்டு சாரதி ஐயர்.

"பொண்டாட்டிக்கு முன்னாடியே அந்த பரணியோட கூத்தடிச்சிருக்கானாம். பொண்டாட்டிக்காரிக்கு எப்படி இருக்கும்? சத்தம் போட்டிருக்கா. தீர்த்துட்டான்" என்றாள், பைப்படியில் தண்ணீருக்காகக் காத்திருந்த மங்களம் மோவாயைத் தோளில் இடித்தபடி.

"அவனும் கில்லாடித்தனமா தாடி, கீடி எல்லாம் ஒட்டிக்கிட்டு சினிமாவில வர்ற மாதிரியே மாறுவேஷத்தில போய்தான் கொலை செஞ்சிருக்கான். ஆனா, தமிழ்நாடு போலீஸா கொக்கா? லபக்குன்னு பிடிச்சிடுச்சுப் பாருங்க" என்றான், சலவைக்கடையில் பாண்ட் அயர்ன் செய்தபடி சாமிக்கண்ணு.

"சினிமா நடிகன்னா கொம்பா? அவனும் சிட்டிஸன் ஆஃப் இண்டியாதான். அவனும் சட்டதிட்டத்துக்குக் கட்டுப்பட்டு நடந்தாகணும். காசு இருக்குங்கற திமிர்ல எது வேணாலும் செய்வானுங்கள்ா? இவனுங்களுக்கெல்லாம் தூக்குத் தண்டனை

கொடுக்கணும்டா" என்றான், ஃபில்டர் முனைவரை வந்துவிட்ட சிகரெட்டை மேலும் இழுத்தபடி அந்தக் கல்லூரி மாணவன் ஹரிதாஸ்.

"ஆனா பாருங்க, சட்டத்தில் உள்ள ஓட்டையை வெச்சுத் தப்பிச்சிடுவான். அவன்கிட்ட இல்லாத பணமா? அவனுக்கு எதிரா சாட்சி சொல்றவனை எல்லாம் நாலு லட்சம், பத்து லட்சம்னு விலைக்கு வாங்கிட்டாப் போச்சு" என்றார். மளிகைக்கடை கல்லாவில் காசு வாங்கிப் போட்ட தங்கவேல்.

"நிஜமா நிர்மல்குமார் இந்தக் கொலையைச் செய்யலைன்னு சொல்றதை யாராவது கண்டுக்கறாங்களா? நிரபராதியா இருந்தாக்கூட அவன் ஒரு பாப்புலர் ஹீரோவா இருக்கிறதால அவனைக் குற்றவாளியாக்கிப் பார்க்கறதுல ஜனங்களுக்கு ஒரு சாடிஸ்டிக் ப்ளெஷர். இது ஒரு பெக்கூலியர் சைகாலஜி தெரியுமோ?" என்றார், வெற்றிலைச் சாற்றை விழுங்கியபடி அந்தப் பத்திரிகை ஆசிரியர்.

* * *

சென்னை. தன் அலுவலகத் தனியறையில் சுழல் நாற்காலியில் அமர்ந்திருந்தார் விஜயராகவன். ஏர் கண்டிஷனர் இயங்கிக் கொண்டிருந்தது. அகலமான மேஜையின் மேல் கேஸ் கட்டுகளும், குறிப்புக் காகிதங்களும், சட்டப் புத்தகங்களும் ஒழுங்கற்றுக் கிடந்தன. இரண்டு டெலிபோன்கள். அதில் ஒன்றின் ரிஸீவரைக் கையில் பிடித்திருந்தார். மற்றொரு கையில் அந்த விசிட்டிங் கார்டு இருந்தது.

எதிரே விக்னேஷ் நின்றுகொண்டிருக்க, "ஹலோ, சினிமா சுடரா? நான் லாயர் விஜயராகவன் பேசறேன். உங்க சினிமா ரிப்போர்ட்டர் மிஸ்டர் தேவப்ரியனோட நான் பேசணுமே" என்றார் விஜயராகவன்.

"தேவப்ரியனா? அப்படி யாரும் இல்லை சார், இங்கே..."

"சினிமா சுடர்தானே நீங்க?"

"ஆமாம்."

"உங்க விசிட்டிங் கார்டைப் பார்த்துதான் பேசறேன். தேவப்பிரியன்னு போட்டு உங்க பத்திரிகை பேர் போட்ட விசிட்டிங் கார்டோட ஒரு ரிப்போர்ட்டர் இருக்காரே சார்..."

"நாங்க யாருக்கும் விசிட்டிங் கார்டு போட்டுத் தரலை சார். எங்க பத்திரிகைக்கு ஒரே ஒரு ரிப்போர்ட்டர்தான் சார். அவர் பேர் ராஜநாயகம். அவர் முப்பது வருஷமா இண்டஸ்ட்ரில உள்ளவர். அவரை யாராச்சும் விசிட்டிங் கார்டு இருக்கான்னு கேட்டா அறைஞ்சுட்டு வந்துடுவார். நீங்க சொல்ற மாதிரி தேவப்பிரியன்னு யாரும் எங்ககிட்ட ரிப்போர்ட்டரா இல்லை. நாங்க விசிட்டிங் கார்டு அடிச்சும் தரலை சார்."

விஜயராகவன் புன்னகையுடன் போனை வைத்தார். "விக்னேஷ், இவன்தான்... இவனேதான்!" என்று அந்த விசிட்டிங் கார்டைத் தட்டினார். அவனிடம் நீட்டினார்.

"கிரீட்டிங் கார்டு அனுப்பிச்சவனும், ரிப்போர்ட்டர் மாதிரி வந்து நிர்மல் குமார்கிட்ட நேரடியா தகவல் சேகரிச்சவனும் ஒரே ஆளாதான் இருக்கணும். நீ என்ன செய்யறே? பிராட்வே போய் அந்த ஏரியாவுல உள்ள பிரிண்ட்டிங் பிரஸ் ஒண்ணு விடாம விசாரி. இந்த விசிட்டிங் கார்டு யார் அடிச்சுத் தந்ததுன்னு தெரியணும். தகவலோட எனக்கு போன் செய். பிரிண்ட் பண்ணினவனை நான் விசாரிச்சுக்கறேன்" என்றார்.

விக்னேஷ் உடனே புறப்பட்டான்.

⸺◦◦⸺

23

லாயர் விஜயராகவனின் கைகள் பைப்பிலிருந்து புகையிலைச் சாம்பலை ஆஷ்ட்ரேயில் கொட்டி புதுப் புகையிலையை நிரப்பும் காரியத்தில் ஈடுபட்டிருக்க, கண்கள் திவ்யாவின் பிரேதப் பரிசோதனை அறிக்கையின் நகலில் உன்னிப்பாக நகர்ந்து கொண்டிருந்தன.

பைப்பைப் பற்ற வைத்துவிட்டு ஒரு தனிக் காகிதத்தில் சில குறிப்புகளை எழுதிக்கொண்ட போது டெலிபோன் உறுத்தாமல் ஒலித்தது. பேனாவை மூடி வைத்துவிட்டு ரிஸீவரை எடுத்தார்.

"சார், நான் விக்னேஷ் பேசறேன். அந்த தேவப்ரியன் விசிட்டிங் கார்டு பிரிண்ட் பண்ணின அச்சாபீஸைக் கண்டுபிடிச்சுட்டேன். சாம்பிள் கார்டை மேஜைக் கண்ணாடிக்கு அடியிலேயே செருகி வெச்சிருக்கார்."

"வெரிகுட்! எங்கேர்ந்து பேசறே நீ?"

"அந்த பிரஸ்ஸுக்குப் பக்கத்துக் கடையிலேர்ந்துதான் பேசறேன். ஆனா, அச்சடிக்க வந்தவனோடு முன்னே பின்னே பழக்கமே இல்லைன்னு பிரஸ் ஓனர் சொல்றார்."

"அதெல்லாம் நான் வந்து விசாரிக்கிறேன். நீ அட்ரஸ் சொல்லு..."

"ஆன்டர்சன் ஸ்ட்ரீட் சார். தெய்வா அச்சகம்னு பேர். டோர் நம்பர்..."

அடுத்த சில நிமிடங்களில் விஜயராகவன் அந்த அச்சகத்தின் நாற்காலியில் அமர்ந்திருக்க, பனியன் அணிந்த முதலாளி பதற்றமாக நின்று கொண்டிருந்தார்.

"உக்காருங்க. பதற வேணாம். நான் போலீஸ் இல்லை. என் கட்சிக்காரரைக் காப்பாத்த வேண்டியிருக்கு. உங்க ஒத்துழைப்பு

வேணும். கொஞ்சம் நல்லா ஞாபகப்படுத்திச் சொல்லுங்க. அவன் தன்னோட பேரைச் சொன்னானா?

முதலாளி சற்று தெம்பு வந்து தன் நாற்காலியில் அமர்ந்து, "இல்லை சார். பில்லு போடறப்போகூட தேவப்ரியன்னே போட்டுடுங்கன்னாரு" என்றார்.

"அந்த பில் காப்பியைக் கொஞ்சம் தேடிப்பிடிங்க, பார்க்கலாம்."

"அது சுலபம் சார். ரெண்டு வாரம்தான் இருக்கும்" என்று பில் புத்தகம் எடுத்துப் பக்கம் பக்கமாக எச்சில் தொட்டுப் புரட்டி கார்பன் பிரதிப் பக்கத்தைத் திருப்பி அவரிடம் காட்டினார்.

"விக்னேஷ், இதைப் பக்கத்தில எங்கேயாவது போய் அப்படியே ஜெராக்ஸ் பண்ணிட்டு வந்துடு. நீங்க சொல்லுங்க... ஆள் எப்படி இருந்தான், ஞாபகமிருக்கா?"

"ஒல்லியா, உயரமா இருந்தார். மத்தபடி மூஞ்சி ஞாபகத்துக்கு வரலை சார். ரெண்டு வாரமாச்சே. அதுக்கப்புறம் எத்தனையோ கஸ்டமர் வர்றாங்க, போறாங்க."

"நியாயம்தான். சரி, முதல்ல ஒரு தடவை வந்து ஆர்டர் கொடுத்திருக்கான். அப்புறம் வந்து பணம் கொடுத்துட்டு கலெக்ட் பண்ணிக்கிட்டுப் போயிருக்கான். இந்த ரெண்டு தடவையும் வேற ஏதாவது. எதைப் பத்தியாவது ரெண்டு பேரும் பேசிக்கிட்டீங்களா?"

முதலாளி பென்சில் பின்புறத்தால் தன் நெற்றியில் தட்டிக்கொண்டு நினைவுடுக்குகளில் தேடி, "சார், அவர் சினிமா நிருபர்ங்கிறதாலே கமல்சார்கூட பேசியிருக்கீங்களான்னு கேட்டேன். நிறைய தடவை பேட்டி எடுத்திருக்கேன்னு சொன்னாரு. அப்புறம்... காமிரா வாடகைக்குக் கொடுக்கற கடை ஏதாச்சும் பக்கத்தில இருக்கான்னு விசாரிச்சாரு. மயிலாப்பூர்ல என் தங்கச்சி புருஷன் 'வாணி ஸ்டூடியோ'ன்னு வெச்சிருக்காரு. அவரு கொடுப்பார்ன்னு சொல்லி அட்ரஸ் குறிச்சுக் கொடுத்தேன். விசிட்டிங் கார்டு திரும்ப வாங்க வந்தப்போ, 'உங்க மச்சான்கிட்ட காமிரா வாங்கிக்கிட்டேன். உங்க பேர் சொன்னதும் வாடகைகூடக் குறைச்சுக்கிட்டார்'னு சொல்லிட்டுப்போனாரு" என்றார்.

"அப்படியா? உங்க மச்சான் அட்ரஸ் வேணுமே..." என்ற விஜயராகவன், அவன் சொல்லக் குறித்துக் கொண்டு மேலும் நிறைய கேள்விகள் கேட்டுவிட்டு, ஜெராக்ஸ் செய்த காகிதத்துடன் விக்னேஷ் வந்ததும் எழுந்து கொண்டு, "என்கிட்ட சொன்ன இதே தகவல்களை ஒருநாள் கோர்ட்டுக்கு வந்து சொல்ல வேண்டியிருக்கும்."

"அந்த அளவுக்கு அந்த நிருபர் என்ன சார் பண்ணிட்டார்?"

"அவன் நிருபரே இல்லை. பயங்கர ஃப்ராடு. ஒரு கொலை கேஸ்ல அவனை நாங்க சந்தேகப்படறோம்" என்றதும் அச்சக முதலாளி ஆடிப் போய்விட்டார்.

"என்ன சார் கொலை கேஸுன்றீங்க. கோர்ட்டுக்கு வரணும்னு சொல்றீங்க. எனக்கு எதுவும் பிரச்னை ஆயிடாதே... புள்ளைக்குட்டிக்காரன் சார் நான்."

விஜயராகவன் புன்னகையுடன் அவர் தோளில் தட்டி, "கவலைப்படாதீங்க. எந்தப் பிரச்னையும் வராது" என்றார். வெளியே நடந்தார்.

வாணி ஸ்டுடியோவில் சேரில் சாய்ந்து பக்கோடா தின்றுகொண்டே படித்துக் கொண்டிருந்த சரித்திர நாவலில் மஞ்சள் அழகியின் குழைந்த வயிற்றை ரசித்துக் கொண்டிருந்த வாணியின் புருஷனை நிகழ் காலத்துக்குக் கொண்டு வந்து விவரம் சொல்லி தேதியும் சொன்னதும்,

"ஆமாம், நல்லா ஞாபகமிருக்கே. காமிரா வாடகைக்கு வாங்கிட்டுப் போனாரு. ஐந்நூறு ரூபா டெபாசிட் வாங்கினேன். ரெண்டு நாள் கழிச்சுக் கொண்டுவந்து திருப்பிக் கொடுத்துட்டு வாடகை நூறு ரூபா போக பாக்கி வாங்கிக்கிட்டுப் போனார்" என்றான். "தன் பெயர் ரகோத்தமன்" என்றான், ஸ்டுடியோ உரிமையாளனான அவன்.

"அவனோட அட்ரஸ் கொடுத்தானா?" என்றார் விஜயராகவன்.

"அட்ரஸ் வாங்காம காமிராவைத் தூக்கிக் கொடுப்பேனா சார்? என்னதான் என் மச்சான் சொல்லி அனுப்பின ஆளா

   தீர்ப்பு தேடி வரும்

இருந்தாலும் அட்ரஸ், கையெழுத்து எல்லாம் வாங்கிட்டுத்தான் கொடுத்தேன். பார்க்கிறீங்களா?"

விக்னேஷ் முகம் மலர்ந்தான். நெருங்கியாகிவிட்டது. விலாசம் வாங்கிக் கொண்டு போலீஸ் துணையோடு நேராக அங்கு சென்று கோழிக்குஞ்சை அமுக்குவது போல ஒரே அமுக்காகப் பிடித்து...

ரகோத்தமன் ரசீது புத்தகம் எடுத்து குறிப்பிட்ட தேதியில் புரட்டிக் காட்ட, அதில், 'தேவப்பிரியன், சினிமா சுடர், 11/11, ஜீவரத்தினம் நகர், சென்னை -20' என்று பத்திரிகை முகவரிதான் இருந்தது. தேவப்பிரியன் என்றுதான் கையெழுத்துப் போட்டிருந்தான்.

விக்னேஷ் முகத்தில் இருள் படிய, பைப் புகைத்த விஜயராகவன், "ஹி ஈஸ் வெரி க்ளௌவர். ரொம்ப முன்ஜாக்கிரதையா நடந்துக்கிட்டிருக்கான்" என்றார்.

அவன் எப்படியிருந்தான் என்று கேட்டு, ரகோத்தமன் யோசித்து, யோசித்து வர்ணித்ததை விக்னேஷ் குறித்துக் கொண்டான்.

"ஃபிலிம்ரோல் எதுவும் வாங்கினானா?"

"இல்லை சார்."

"காமிரா ஒப்படைக்க வந்தப்போ ஃபிலிம் ரோல் எதுவும் கழுவக் கொடுத்தானா?"

"ஊஹூம்..."

"காமிரா வாடகைக்கு எடுத்த பேச்சைத் தவிர வேற எதுவும் பேசலையா?"

"இல்லை சார்."

"ரெண்டு தடவையும் தனியாதான் வந்தானா?"

"ஆமாம் சார்."

"கையில ஸ்கூட்டர், பைக் எதோட சாவிக் கொத்தாவது வெச்சிருந்தானா?"

"இல்லை சார்..."

விஜயராகவன் சற்றே அலுப்புற்றுத் திரும்ப அந்த மேஜை மேல் டெலிபோனும் அருகில், 'லோக்கல் கால் ரூ.2.50' என்று எழுதி வைக்கப்பட்ட அட்டையையும் பார்த்துவிட்டு,

"இங்கேர்ந்து யாருக்காவது போன் செஞ்சானா?" என்றார்.

ரகோத்தமன் சற்றே யோசித்துவிட்டு, "ஆமாம் சார். காமிரா வாங்கிட்டுப் போக வந்தப்போ ஒரு லோக்கல் கால் பேசினான்..." என்றான்.

"எந்த நம்பருக்குப் பேசினான்? ஏதாச்சும் குறிச்சு வைக்கிற பழக்கமிருக்கா?"

"இல்லை சார். ஆனா நான் கவனிச்சேன் சார். இந்த போன்ல எஸ்.டி.டி. வசதி இருக்கு. அவன் பாட்டுக்கு லோக்கல்னு சொல்லிட்டு எஸ்.டி.டி. சுத்திட்டான்னா பில்லு எவன் தலையில விடியும்? அதனால என்ன நம்பர் சுத்தறான் என்ன பேசறான்னு கவனிச்சேன். 'பேங்க் ஆஃப் பரோடா, சூளைமேடு பிராஞ்சா?'ன்னு கேட்டான் சார். 'ஞாயிற்றுக்கிழமை உன் வீட்டுக்குக் கூப்பிட்டிருந்தியே... வரமுடியாது. வேலை இருக்கு. இன்னொரு நாளைக்கு வர்றேன்'ன்னு சொன்னான் சார்."

"வெரிகுட்! பேச்சுல அந்த ஃப்ரெண்டோ பேர் எதுவும் வந்திச்சா?"

"அந்த ஃப்ரெண்ட் பேர் சொல்லி அவரைப் பேசச் சொல்லுங்கன்னுதான் சொன்னான் சார். நல்ல பேரு சார். சட்டுன்னு ஞாபகத்துக்கு வரலை. ஒரு சாமியோட பேர் சார்..." ரகோத்தமன் அந்தப் பெயரை நினைவு படுத்திக் கொள்ள மிகவும் பிரயத்தனப்பட்டான்.

"முருகனா?"

"இல்லை சார்"

"விநாயகம்?"

"இல்லை சார்."

"இருங்க. பொறுமையா யோசிங்க. அந்தப் பேர் ரொம்ப முக்கியம்...'

   தீர்ப்பு தேடி வரும்

"இப்ப சொல்லிடறேன் சார். சாமி பேர்தான்..." என்று தவித்த ரகோத்தமன் திரும்பித் தன் ஸ்டுடியோவில் வரிசையாக மாட்டி வைத்திருக்கும் சுவாமி படங்களைப் பார்த்தான்.

பிள்ளையார், சரஸ்வதி, லட்சுமி, வெங்கடாஜலபதி...

வெங்கடாஜலபதி படத்தின்மேல் அவன் பார்வை நிலைத்தது.

"சார்! அவன் ஃப்ரெண்ட் பேரு பெருமாள்..." என்றான் உற்சாகமாக.

* * *

பேங்க் மிக பிஸியாக இருந்தது. பணம் வாங்க, கட்ட நிறையப் பேர் காத்திருந்தார்கள். டைப்ரைட்டர்களின் ஒலி இனிமையாக இருந்தது. மாறி மாறி ஏதோ ஒரு போன் ஒலித்து, யாரோ பேசிக் கொண்டிருந்தார்கள். சலவை மடிப்புக் கலையாமல் நாற்காலியில் அமர்ந்து கால்குலேட்டர் தட்டி லெட்ஜர் எழுதிக் கொண்டிருந்த ஆண்களில், பெண்களில் வாட்ச்மேன் சுட்டிக் காட்டிய பெருமாளின் கௌண்டருக்கு முன்னால் வந்து நின்று, "எக்ஸ்க்யூஸ் மி மிஸ்டர் பெருமாள்" என்றார் விஜயராகவன்.

பெருமாள் நிமிர்ந்தான். தன் விசிட்டிங் கார்டை அது என்னவோ பத்து லட்ச ரூபாய் செக் போல பெருமாளிடம் நீட்டினார்.

பெருமாள் அதை வாங்கிப் பார்த்துவிட்டு,

"யெஸ்..." என்றான்.

"உங்களோட பேங்க் நேரத்துல தொந்தரவு பண்றதுக்கு ஸாரி. உங்களோட பேசணும். ஒரு பத்தே நிமிஷம். கொஞ்சம் தனியாப் பேசணும்..." என்றார் விஜயராகவன்.

பெருமாள் தான் செய்து கொண்டிருந்த வேலையை அடுத்த சீட் பெண்ணிடம் ஒப்படைத்துவிட்டு கௌண்டரை விட்டு வெளியே வந்து சற்றுத் தள்ளியிருந்த வரவேற்புப் பகுதியில் இருந்த சோபாவில் அவர்களை அமரச் சொல்லித் தானும் அமர்ந்து,

"என்ன சார்?" என்றான்.

"மிஸ்டர் பெருமாள், நான் உங்களைப் பயமுறுத்தறதா நினைக்க வேணாம். உங்களை போலீஸ் மூலமா அழைச்சுட்டுப் போய் லாக்கப்ல வெச்சு வேற வகையில் விசாரிக்கச் சொல்ல என்னால முடியும். அதனால மரியாதையா கொஞ்சம் உண்மையைப் பேசிடறது உங்களுக்கு நல்லது. மே ஐ ஸ்மோக்?" என்று கால்மேல் கால் போட்டுக் கொண்டு பைப்பைப் பற்ற வைத்துக் கொண்டார் விஜயராகவன்.

பெருமாள் பதறிப் போனான், "சார்! போலீஸ் என்னை எதுக்கு விசாரிக்கணும்?"

"நடிகர் நிர்மல்குமாரோட மனைவி திவ்யா கொலை செய்யப்பட்டாங்க இல்லையா? அந்தக் கொலை வழக்குல கொலைகாரனுக்கு நீங்க உதவி செஞ்சதுக்காக விசாரிப்பாங்க."

"நீங்க சொல்றது எதுவும் எனக்குப் புரியலை. நான் ஒரு சின்ஸியர் ஸ்டாஃம்ப் சார். வீடு விட்டா பேங்க், பேங்க் விட்டா வீடு. வேற எதுவும் தெரியாது எனக்கு."

"பெருமாள், இந்தக் கொலையை செஞ்ச உங்க ஃப்ரெண்டுக்கு நீங்க என்னென்ன உதவிகள் செஞ்சீங்கன்னு சொல்லிடறீங்களா?"

"என் ஃப்ரெண்டா?"

"ஆமாம்... நிர்மல்குமாரோட வொய்ஃபை நிஜமா கொலை செஞ்சது உங்க ஃப்ரெண்ட் தேவப்ரியன்தான்."

"தேவப்ரியனா? அப்படி எனக்கு யாரும் ஃப்ரெண்ட் இல்லவே இல்லை சார்."

"பொய் சொல்லாதீங்க. இந்த மாசம் ஆறாம் தேதி காலையில் பன்னிரண்டு மணிக்கு அவன் உங்ககூட போன்ல பேசியிருக்கான். அவனை ஞாயிற்றுக்கிழமை வீட்டுக்கு வரச்சொல்லிக் கூப்பிட்டிருந்தீங்க. அவனுக்கு வேற வேலை இருந்ததால 'வரமுடியலை, இன்னொரு நாளைக்கு வர்றேன்'னு போன் பண்ணிச் சொன்னது உண்மையா, இல்லையா?"

"சார், நீங்க என்னைக் குழப்பறீங்க. நான் பொதுவா யாரையுமே என் வீட்டுக்குக் கூப்பிடவே மாட்... இருங்க! ஆமாம், நான் கூப்பிட்டிருந்தேன். வரமுடியலைன்னு போன் பண்ணி

சொன்னான் என் ஃப்ரெண்ட். உண்மைதான். ஆனா, அவன் தேவப்ரியன் இல்லை சார். என்னோட பழைய ஃப்ரெண்ட் சம்பத்..." என்றான் பெருமாள்.

"சம்பத்தா? அவன் ஆள் எப்படி இருப்பான்?"

"ஒல்லியா, உயரமா, கண்ணெல்லாம் உள்ளே போய், உதடு கறுத்திருப்பான்."

* * *

பஸ்ஸை விட்டு இறங்கின சம்பத், அது கடந்ததும் மூக்குப் பொத்தி புழுதி அடங்கக் காத்திருந்து சாலையை கிராஸ் செய்து, பெட்டிக்கடையில் சிகரெட் பற்ற வைத்துக் கொண்டு, தன் பாண்ட் பாக்கெட்டில் பாஸ் புக்கும். செக் புக்கும் இருக்கிறதா என்று தொட்டுப் பார்த்துக் கொண்டான்.

'இன்றைக்கு கணக்கில் உள்ள பணம் முழுவதையும் எடுத்துவிட்டு கணக்கையே க்ளோஸ் செய்துவிட வேண்டும்.'

சம்பத் பேங்க் கட்டடத்தை நோக்கி நடந்தான்.

⚬

24

வாட்டர் கூலரிலிருந்து தண்ணீர் பிடித்துக் குடித்துவிட்டு வந்து பெருமாள் மடமடவென்று எல்லாம் சொன்னான்.

திடீரென்று பல ஆண்டுகளுக்குப் பிறகு சம்பத்தை தனது பேங்கில் சந்தித்தது, அவன் கோத்தகிரியில் தன் மாமா எஸ்டேட்டில் வேலை பார்த்துத் தகராறாகி சென்னை வந்ததாகச் சொன்னது, தன் வீட்டு விலாசம் போட்டு அவனுக்கு எஸ்.பி. கணக்குத் துவக்கிக் கொடுத்து அதில் அவன் முப்பதாயிரம் ரூபாய் போட்டது. அதன் பிறகு அவன் ஒரே ஒரு தடவை வந்து மூவாயிரம் பணம் கணக்கில் இருந்து பெற்றுச் சென்றது வரை சொல்லி...

"சார், தயவு செஞ்சு என்னை எந்த வம்புலயும் மாட்டிவிட்டுடாதீங்க சார். நீங்க சொல்ற மாதிரி அவன் ஒரு அயோக்கியனாக்கூட இருக்கலாம். அவனோட நான் ஸ்கூல் டேஸ்ல பழகினதுதான். அதுக்கப்புறம் இத்தனை வருஷம் கழிச்சு இப்பதான் நான் அவனைப் பார்த்தேன். நடுவுல அவன் மாறிப் போயிருக்கலாம். சத்தியமா நான் அவனுக்கு வேற எந்த உதவியும் செய்யலை. கொலையைப் பத்தியெல்லாம் சாமி சாட்சியா எதுவுமே எனக்குத் தெரியாது" என்ற பெருமாளுடைய குரலின் அடித்தளத்தில் லேசான அழுகை ஒளிந்திருந்தது.

"பதறாதீங்க பெருமாள்" என்றார் விஜயராகவன். "நீங்க எதுக்காக டென்ஷனாகறீங்க? நீங்க எந்தத் தப்பும் செய்ய லைன்னா எந்த விதத்திலயும் நீங்க பாதிக்கப்பட மாட்டீங்க, உங்க ஃப்ரெண்ட் சம்பத்தை எப்படியும் நாங்க பிடிச்சாகணும். அதுக்கு உதவி பண்ணுங்க."

"நான் என்ன செய்யணும்?"

"என் கேள்விக்கு சின்சியரா உண்மையான பதில்களைச் சொல்லணும்.'

விக்னேஷ் குறிப்பு நோட்டைப் புரட்டி வைத்து, பால் பாய்ண்ட் பேனாவின் முனையைப் பிதுக்கிக் கொண்டு தயாரானான். "சம்பத் இப்போ எங்கே இருக்கான்?"

"பாரிஸ் கார்னர்ல ஏதோ ஒரு லாட்ஜ்ல தங்கியிருக்கிறதா சொன்னான்."

"எந்த லாட்ஜ் அது?"

"சொல்லிக்கிற மாதிரி பெரிய லாட்ஜ் இல்லைன்னு சொன்னான். ஒரு சின்ன வீடு வாடகைக்குப் பார்த்துக்கிட்டிருக்கிறதா சொன்னான்."

"இப்போ சம்பத்தை நீங்க காண்டாக்ட் பண்ணனும்னா முடியுமா, முடியாதா?"

"முடியாது சார். அவன் வீடு பிடிச்சதும் அந்த அட்ரஸ் வாங்கிக்கலாம்னு இருந்தேன். அதனால எந்த லாட்ஜுன்னு சரியா நான் கேட்டுக்கலை. ஆனா, இங்கே அவன் கணக்குல இன்னும் பணம் இருக்கறதால எப்படியும் இங்கே வந்துதான் ஆகணும் சார்."

"அது நியாயம்தான். ஆனா, அவன் எப்போ வருவான்னு சொல்ல முடியாதே. அவனை உடனடியா பிடிச்சாகணும். லேட் பண்ற ஒவ்வொரு நிமிஷமும் சிக்கல் அதிகமாகும். இப்போ அவன் எங்கே இருப்பான்னு உங்களுக்கு எந்த ஐடியாவும் இல்லையா?" என்று விஜயராகவன் கேட்டபோது...

சம்பத் அந்த வரவேற்புப் பகுதிக்கு சற்றுத் தள்ளியிருந்த பேங்கின் முக்கிய கண்ணாடி கதவைத் தள்ளி உள்ளே நுழைந்து அவர்களைக் கடந்து கூட்டமாக இருந்த கௌண்டர் பகுதியை நோக்கி நடந்தான்.

அவனுக்கு முதுகு காட்டியபடி பெருமாள் அமர்ந்து பேசிக் கொண்டிருந்ததால் சம்பத்தை அவன் பார்க்கவே இல்லை. விஜயராகவனும் சரி, விக்னேஷும் சரி, சம்பத் கடந்து சென்றதை சாதாரணமாகப் பார்த்துவிட்டு மீண்டும் விசாரணையில் இறங்க... அவர்களைப் பொறுத்தவரைக்கும் யாரோ ஒரு கஸ்டமர்!

பெருமாளின் நாற்காலி காலியாய் இருப்பதை சம்பத் பார்த்து அடுத்த சீட்டில் இருந்த பெண்ணிடம், "பெருமாள் இல்லையா மேடம்?" என்றான்.

"யாரோ வந்திருக்காங்க. ரிசப்ஷன்ல உக்காந்து பேசிட்டிருக்கார். ரிசப்ஷன் தாண்டித்தானே வந்தீங்க? கவனிக்கலையா?"

"கவனிக்கலை. பேசிக்கிட்டிருந்தா அதை டிஸ்டர்ப் பண்ண வேணாம். வரட்டும். நான் வெயிட் பண்றேன்" என்றான் சம்பத்.

அவன் நின்ற இடத்தில் இருந்து ரிசப்ஷன் பகுதி கண்ணில் தெரியவில்லை என்றாலும் அந்த திசையில் ஒரு முறை பார்த்துக் கொண்டான்.

"பெருமாள் சார் ஃப்ரெண்டுதானே நீங்க? உங்களுக்கு பேங்க்ல எதாச்சும் வேலைன்னா சொல்லுங்க, நானே பண்ணித் தர்றேன்" என்றாள் அவள், சக ஊழியர் பெருமாளுக்குக் காட்டும் மரியாதையாக நினைத்து...

"ஒண்ணுமில்லை... ஒரு எஸ்.பி. கணக்கு இருக்கு இங்கே . நான் இந்த ஊரைவிட்டே போறேன். அதனால அதை க்ளோஸ் பண்ணனும்" என்றான்.

"யூஸ் பண்ணாத செக் லீஃப், பாஸ் புக் இதெல்லாம் கொண்டாந்திருக்கீங்களா?"

"இதோ இருக்கு, மேடம்." எடுத்துக் கொடுத்தான்.

"இருங்க, நான் ஒரு பாரம் நிரப்பித் தர்றேன். கையெழுத்துப் போடுங்க

"சரிங்க" என்று காத்திருந்தான் சம்பத்.

* * *

"**சரி**, அதை விடுங்க. நீங்க ரெண்டு பேரும் ஒண்ணா ஸ்கூல்ல படிச்சதா சொன்னீங்க. எந்த ஊர்ல படிச்சீங்க?" என்றார் விஜயராகவன்.

"சேலத்துல சார்."

"சம்பத்துக்கு சேலம்தான் சொந்த ஊரா?"

                தீர்ப்பு தேடி வரும்

"இல்லை. எனக்குத்தான் சேலம் சொந்த ஊர். அவனுக்கு சேலத்துக்குப் பக்கத்துல இருபது, இருபத்தஞ்சு கிலோ மீட்டர் தூரத்துல மகுடஞ்சாவடிங்கிற கிராமம்தான் சொந்த ஊர்" என்று பெருமாள் சொன்னதும்...

"அட!" என்றான் விக்னேஷ், "எங்க கிராமம்தான் சார். நிர்மல்குமார் என் சிஸ்டரைக் கல்யாணம் பண்ணிக்கிறதுக்கு முன்னாடி எங்க குடும்பமே மகுடஞ்சாவடியிலதானே இருந்தது. கல்யாணத்துக்கு அப்புறம் மச்சான்தான் மெட்ராஸ்ல வீடு பிடிச்சிக் கொடுத்துக் கிராமத்து வீட்டைக் காலி பண்ணி அழைச்சிட்டு வந்துட்டார்."

விஜயராகவன் புருவங்கள் முடிச்சிட தன் ஜூனியரைப் பார்த்தார்.

"ஸாரி சார்... நான் எதுவும் தப்பாப் பேசிட்டேனா?"

"இல்லேப்பா. திவ்யாவை சம்பத் கொலை செஞ்சான்னு நாம நம்பறோம் இல்லையா?"

"ஆமாம் சார்."

"கொலைக்கு என்ன காரணம்னு சொல்றோம்?"

"நிர்மல்குமார் மேல கொலைப் பட்டம் விழ வைக்கிறதுக்காகன்னு..."

"இப்போ அந்த சம்பத் உங்க கிராமத்தைச் சேர்ந்தவன்னு தெரியறப்போ குற்றத்துக்கு வேற ஏதோ ஒரு மோட்டிவ் இருக்குமோன்னு நினைக்கிறேன். இருக்கட்டும், அதை அப்புறம் பேசிக்கலாம். பெருமாள், சொல்லுங்க. மகுடஞ்சாவடில இப்பவும் சம்பத்தோட அப்பா, அம்மா எல்லாம் இருக்காங்களா?"

"அவனுக்கு அப்பா, அம்மா சின்ன வயசுலேயே தவறிட்டாங்க. அவனை வளர்த்தது அவங்க அண்ணனும், அண்ணியும்தான். தினம் பஸ்ஸுல சேலம் வந்து படிப்பான். நான் ஒரே ஒரு தடவை மட்டும்தான் அந்தக் கிராமத்துக்குப் போயிருக்கேன்."

"அவங்க அண்ணன் இப்ப அங்கே இருக்கார்ரா?"

"தெரியலை சார். சம்பத்கிட்டே நான் அவங்களைப் பத்தி கேட்க சந்தர்ப்பம் கிடைக்கலை."

"அவங்க அண்ணன் பேர் தெரியுமா? கிராமத்துல என்ன செஞ்சுக்கிட்டிருந்தார்?"

"விவசாயம்தான். சுப்பிரமணின்னு பேரு."

விக்னேஷைத் திரும்பிப் பார்த்தார் விஜயராகவன். "உனக்குக் கிராமத்துல சுப்பிரமணின்னு யாரையாவது தெரியுமா விக்னேஷ்?"

"ஞாபகம் வரலை சார். நாங்க அந்த ஊரைவிட்டு வந்தே பல வருஷம் ஆச்சு. அது கொஞ்சம் பெரிய கிராமம்தான். வெறுமனே சுப்பிரமணின்னு பேர் சொன்னா எப்படி ஞாபகம் வரும்? அவர் வீடு எந்த தெருவுலன்னு தெரியுமா?"

"தெரு பேரெல்லாம் நினைவில்லை. ஆனா, அவர் வீடு எனக்கு நல்லா ஞாபகமிருக்கு. அந்தக் கிராமத்துக்குப் போனா கரெக்டா வழி காட்டி வீட்டை அடையாளம் காட்டிடுவேன்."

"அந்தக் கிராமத்துக்குப் போக வேண்டிய அவசியம் வந்தா நீங்க எங்களோட வருவீங்களா மிஸ்டர் பெருமாள்?"

"கண்டிப்பா வர்றேன் சார்..."

"சரி, சம்பத்தோட போட்டோ உங்ககிட்ட இருக்குமா?"

"தனியா அவன் போட்டோ மட்டுமில்லை. பள்ளிக் கூடத்தில எல்லா ஸ்டூடண்ட்ஸும் சேர்ந்து எடுத்த போட்டோ என் ஆல்பத்தில் இருக்கு. பத்தாவது படிச்சப்போ எடுத்தது. அந்த குரூப்ல சம்பத்தும் இருக்கான்."

"க்ரேட்! நீங்க ஒண்ணு செய்யுங்க. உங்க மானேஜர்கிட்ட போய் பர்மிஷன் சொல்லிட்டு என்னோட வாங்க. நான் கார்ல வந்திருக்கேன். நேரா உங்க வீட்டுக்குப் போகலாம். அந்த குரூப் போட்டோவை எனக்குக் கொடுங்க. மறுபடியும் உங்களை நான் பேங்க்ல ட்ராப் பண்ணிடறேன்."

"சரி சார்... இங்கேயே வெயிட் பண்ணுங்க. மானேஜர்கிட்ட சொல்லிட்டு வந்துடறேன்" என்று எழுந்து கொண்டான் பெருமாள்.

    தீர்ப்பு தேடி வரும்

கணக்கு முடித்த பாஸ் புத்தகத்தையும் அதில் இருந்த பேலன்ஸ் தொகையையும் அந்தப் பெண்ணே கேஷியரிடம் டோக்கன் கொடுத்து உள் வழியாகவே வாங்கி, பெரிய சகாயம் செய்வதாக சம்பத்திடம் தர, சம்பத் நன்றி கூறி பணத்தைப் பெற்றுக்கொண்டு வாசலை நோக்கி நடந்தான்.

ரிசப்ஷனில் பெருமாள் இருந்தால் கணக்கு முடித்து விட்ட விஷயத்தை ஒரு வார்த்தை சொல்லிவிட்டுப் போகலாம் என்று திரும்பிப் பார்க்க, அங்கே பைப் புகைத்தபடி ஒருவரும், அவருக்கு அருகில் வேறு ஒருவரும்தான் இருந்தார்கள். பெருமாள் இல்லை.

பிறகு போன் செய்து பேசிக்கொள்ளலாம் என்று கதவைத் தள்ளித் திறந்து பேங்கை விட்டு சம்பத் வெளியேற...

மானேஜர் அறையில் இருந்து பர்மிஷனுடன் வெளிவந்த பெருமாள் தன் நாற்காலிக்கு வந்து அந்தப் பெண்ணிடம், "என்னைப் பார்க்க வந்தவங்களோட நான் வீடு வரைக்கும் போய்ட்டு வர வேண்டியிருக்கு. ஒரு மணி நேரத்துல வந்துடறேன். மானேஜர்கிட்ட சொல்லிட்டேன்" என்றுவிட்டு பேனா எடுத்து பாக்கெட்டில் குத்திக் கொண்டான்.

"போய்ட்டு வாங்க சார், நான் பார்த்துக்கறேன். உங்க ஃப்ரெண்ட் இப்போ வெளில போனாரே. உங்களைப் பார்க்கலையா?" என்றாள்.

"யாரு?"

"நீங்ககூட உங்க வீட்டு அட்ரஸ் போட்டு எஸ்.பி. அக்கௌண்ட் ஓப்பன் பண்ணிக்கொடுத்தீங்களே... சம்பத்!"

"மை காட்! சம்பத்தா? இங்கே வந்தானா?"

"ஆமாம் சார்! இப்பதான் அவரோட எஸ்.பி. அக்கௌண்ட் கணக்கை க்ளோஸ் பண்ணனும்ம்னு சொன்னார். க்ளோஸ் பண்ணி பேலன்ஸ் பணம் வாங்கிக் கொடுத்தேன். ஒரு நிமிஷம்கூட இருக்காது அவர் போயி..."

பெருமாள் அவன் வழியில் குறுக்கிட்ட அத்தனை நாற்காலிகளையும் நகர்த்திக் கொண்டு எதிரே வருபவர்களை

வலுக்கட்டாயமாக விலக்கிக் கொண்டு பேங்க் வாசலுக்கு ஓட்டமாக வந்து வெளியே கிட்டத்தட்ட பாய்ந்தான்.

வெளியே வந்து சாலையில் இரண்டு திசைகளிலும் கண்ணுக்கெட்டிய தூரம் வரை பரபரப்பாகப் பார்க்க... சம்பத் தட்டுப்படவில்லை.

விஜயராகவனும் விக்னேஷும் அந்தப் பெண்ணும் இன்னும் பத்துப் பன்னிரண்டு பேர் அவனை ஓட்டமாய் அணுகி, "என்ன சார் ஆச்சு?" என்றதற்கு, விஜயராகவனிடம், "ஜஸ்ட் ஒரு நிமிஷத்துல நாம அவனை மிஸ் பண்ணிட்டோம் சார்" என்றான் பெருமாள்.

* * *

டி.எஸ்.பி. அமுதவன் தன் வீட்டுக்கு சைடு பகுதியில் இருந்த டென்னிஸ் கோர்ட்டில் விளையாடி களைப்புடன் மூங்கில் சேரில் அமர்ந்திருக்க... அவருக்கு எதிர் நாற்காலிகளில் விஜயராகவனும், விக்னேஷும் அமர்ந்தி ருந்தார்கள்.

அமுதவன் கையில் அந்தப் பள்ளிக்கூட மாணவர்களின் குரூப் போட்டோ இருந்தது. அதில் பெருமாள் அடையாளம் காட்டிய சம்பத்தின் முகம் மட்டும் சுற்றிலும் பேனாவால் வட்டமடிக்கப்பட்டிருந்தது.

நிமிர்ந்தார் அமுதவன், "விஜயராகவன், பிரச்னையை என்கிட்டே விட்டுடுங்க. இந்தப் படத்தை கம்ப்யூட்டர்ல கொடுத்து இன்னிக்கு இவன் மூஞ்சி எப்படி இருக்கும்னு வரையச் சொல்லலாம். அதைப் பிரதி எடுத்து, பாரிஸ் கார்னர்ல இருக்கிற ஒரு லாட்ஜையும் விட்டு வைக்காம விசாரிச்சு, ஒரே நாள்ல பிடிச்சுக் காட்டறேன். கிவ் மி ஜஸ்ட் ட்வெண்ட்டி ஃபோர் ஹவர்ஸ்" என்றவர், புகைப்படத்தை டீப்பாயின் மேல் வைத்துவிட்டு டெலிபோனைக் கையில் எடுத்தார்.

———◦———

                    தீர்ப்பு தேடி வரும்

25

வக்கீல் விஜயராகவன் அண்ட் பார்ட்டி சேரன் எக்ஸ்பிரஸில் புறப்பட்டு, கோழிகளும் தூங்குகின்ற மூன்றரை மணி அகாலத்தில் சேலம் ஜங்ஷனில் மாற்றி மாற்றி கொட்டாவி விட்டுக்கொண்டு இறங்கினார்கள்.

போன் செய்து ரிசர்வ் செய்திருந்த லாட்ஜில் தொண்டை கட்டிக் கொள்ளுமளவுக்குக் கத்திய பிறகுதான் வாட்ச்மேனை எழுப்ப முடிந்தது. அவன் தூக்கக் கலக்கத்தில் தன் அண்ட்ராயர் பாக்கெட்டில் கொலாப்சிபில் கேட்டின் சாவி தேடுவதற்குள் பொறுமை எல்லாம் தீர்ந்து போனது.

டபுள் ரூம் வந்து, ரயிலில் 'தொடரும்' போட்ட இடத்திலிருந்து தூக்கத்தைத் தொடர்ந்து... காலை ஏழு மணிக்கு விக்னேஷ் கண் எரிய விழித்தபோது, விஜயராகவன் குளித்துத் தயாராகி மடியில் ஆங்கில பேப்பரைப் போட்டுக்கொண்டு, சூடான காபியை சிப்சிப்பாக உறிஞ்சிக் கொண்டிருந்தார்.

தரையில் எக்ஸ்ட்ரா பெட்டில் வாய் பிளந்து உறங்கிக் கொண்டிருந்த பெருமாளின் சட்டை விலகி இடுப்பு அரைஞாண் கயிற்றில் எதற்காகவோ மந்திரித்துக் கட்டப்பட்ட தங்கத் தாயத்து தெரிந்தது.

"குட் மார்னிங் சார்" என்றான் விக்னேஷ், டூத் பிரஷ் தேடியபடி.

"குட் மார்னிங். அவரையும் எழுப்பி விட்டுடு விக்னேஷ். எட்டு மணிக்கு ஒரு டாக்ஸியை வரச்சொல்லியிருக்கேன். அதுக்குள்ளே பிரேக் ஃபாஸ்ட் முடிச்சுட்டு மகுடஞ்சாவடி புறப்பட்டுடணும்" என்றார் விஜயராகவன்.

ஆனால், எட்டு பத்துக்குப் புறப்பட்டார்கள். முன் சீட்டில் பெருமாள் – ஷேர் மார்க்கெட்டில் கம்பெனிகளின் ஷேர் விலைகளைப் பேப்பரில் உன்னிப்பாகப் பார்த்துக் கொண்டிருக்க...

தாராளமாக பின்சீட்டில் சாய்ந்து அமர்ந்திருந்த விஜயராகவன் சுவாரஸ்யமாக பைப் பிடித்தபடி கேட்டார். "ஏன் விக்னேஷ், எனக்கொரு விஷயம் ஆச்சரியமாவே இருக்கு... அதெப்படி நிர்மல்குமார், கிராமத்தில இருந்த உன் சிஸ்டரைக் கல்யாணம் பண்ணிக்கிட்டார்? ரெண்டு பேரும் வெவ்வேற ஜாதின்னு வேற சொல்லிருக்கே... காதலா?"

"ஒரு வகையில சொல்லப் போனா கிட்டத்தட்ட காதல் மாதிரிதான் சார். நிர்மல்குமார் மகுடஞ்சாவடில ஒரு வாரம் தங்கி ஒரு ஷூட்டிங்ல கலந்துக்கிட்டார். கிராமத்துல லெட்ரின் வசதியோட உள்ள நாலஞ்சு வீடுகள்ல சினிமாக்காரங்களை தங்க வெச்சிருந்தாங்க. ஊர் கோயிலுக்கு கணிசமா ஒரு தொகை தர்றேன்னு படத்தோட புரொட்யூசர் சொல்லிட்டதால, சினிமாக்காரங்களைத் தங்க வெச்சு எல்லாவசதிகளையும் செஞ்சு கொடுக்கறதுன்னு பஞ்சாயத்துல முடிவாச்சு, நிர்மல்குமார் எங்க வீட்டுல தங்கியிருந்தார். அந்த ஒரு வாரமும் அவருக்கு மூணு வேளையும் நம்ம வீட்டு சாப்பாடுதான். அப்போ திவ்யா அவர்கிட்ட யதார்த்தமா பேசினதும், நடந்துக்கிட்ட முறைகளும் அவருக்கு ரொம்பப் பிடிச்சுப் போச்சு."

"கையோட தாலி கட்டி கூட்டிக்கிட்டு போய்ட்டாரா?"

"இல்லை சார். ரொம்ப முறையா நடந்துக்கிட்டார். ஷூட்டிங் எல்லாம் முடிஞ்சு எல்லாரும் ஊருக்குப் போனதும் பத்து நாள் கழிச்சு நிர்மல் குமாரோட உறவுக்காரங்க பூ, பழம், வெத்தலை பாக்கோட வந்தாங்க. 'சூது, வாது இல்லாம வெள்ளை மனசா இருக்கிற உங்க பொண்ணை நிர்மல்குமார் கல்யாணம் செய்துக்க ஆசைப்படறார்'னு சொன்னதோட இல்லாம எங்க குடும்பத்துல இருந்த கடன் பிரச்னை, மத்த எல்லாப் பிரச்னையையும் தீர்த்துடுவார்னும் சொன்னாங்க. எங்க எல்லாருக்கும் சம்மதம். ஆனா, திவ்யாவுக்கு இந்தக் கல்யாணத்துல இஷ்டமில்லை."

"ஏன்?"

"ஏன்னு வாயைத் திறந்து அவ காரணத்தைச் சொல்லலை. பிடிவாதமா மறுத்தா. ஒரு சினிமா நடிகர்ங்கிறதால அவளுக்கு ஒரு மாதிரி பயம் ஏற்பட்டிருக்கணும். நாங்க எடுத்துச் சொன்னோம். இந்தக் கல்யாணத்துல எல்லாக் கஷ்டங்களும்

                    தீர்ப்பு தேடி வரும்

தீரும். இன்னொரு தங்கச்சிக்கு கல்யாணம் நடக்கும். என்னால நல்ல படிப்பு படிக்க முடியும். குடும்பமே நிமிர்ந்துடும்னு மாத்தி மாத்தி ஒரு வாரம் சொல்லி அப்புறம் அவளைச் சம்மதிக்க வெச்சோம். அப்புறம் கல்யாணமாகி ஒரு வருஷம் கழிச்சு ஒரு தடவை சொன்னா 'நீங்க எல்லாருமா சேர்ந்து எனக்கு ஒரு நல்ல வாழ்க்கையைத்தான் அமைச்சுக் கொடுத்திருக்கீங்க'ன்னு' என்ற விக்னேஷுக்குக் குரல் அடைத்தது.

விஜயராகவன் ஜன்னலின் கண்ணாடியைக் கீழே இறக்கி, கடந்து செல்லும் கரும்புத் தோட்டங்களை ரசிக்கத் தொடங்கினார். காரை ஓவர்டேக் செய்து கடந்த லாரி கிளப்பிய செம்மண் புழுதிக்காக மிக உடனே கண்ணாடியை மேலே ஏற்ற வேண்டியதாயிருந்தது.

ஊர் எல்லையில் மகுடஞ்சாவடி அவர்களை வரவேற்றதும், மீடியமான கிராமம் தொடங்கியது. சாலையோர கள்ளிச் செடிகளின் இலைகள் யாவும் செம்மண் சட்டை அணிந்திருந்தன. குளத்தில் ஒரு பக்கம் பெண்கள் குளித்துக் கொண்டிருக்க, சற்றுத் தள்ளி பாதி லாரியைத் தண்ணீரில் இறக்கிக் கழுவிக் கொண்டிருந்தார்கள். கழுத்துப் பட்டியில் மணியசைய முப்பது ஆடுகள் சந்தைக்கு நடந்து கொண்டிருந்தன. இன்றைக்குக் கால்நடைப் பிரயாணிகள். நாளைக்குக் காலையில் பிரியாணிகள்!

"பெருமாள், சம்பத்தோட அண்ணன் வீட்டுக்கு நீங்கதான் வழி சொல்லணும்" என்று அவன் தோளில் தட்டினார் விஜயராகவன். அந்த ஊரின் முகம் பெருமாளைப் பொறுத்தவரை வெகுவாக மாறியிருந்தது. பள்ளிக்கூடம் ஒன்று இங்கே வரும். ஆனால், வரவில்லை. நிறைய விழுதுகள் விட்டு ஓர் ஆலமரம் நிற்கும். ஆனால், நிற்கவில்லை.

கொஞ்சம் விசாரித்து, சுற்றியடித்து ஒரு காலி வயலுக்கு நடுவில் போடப்பட்டிருந்த வட்டமான செங்கல் சூளையைச் சுற்றிக்கொண்டு ஓடு வேய்ந்த அந்த வீட்டுக்கு முன்னால் காரை நிறுத்தி இறங்கினார்கள்.

மோட்டார் பம்ப் ஒன்றைப் பிரித்து சுத்தம் செய்து கொண்டிருந்த அந்த ஐம்பது வயதுக்காரர் தூரத்திலேயே தன் வீடு நோக்கி வரும் காரைப் பார்த்து எழுந்துவிட்டிருந்தார். விவசாய

அதிகாரி இல்லை என்றால் வங்கி அதிகாரியாக எதிர்பார்த்து நிமிர்த்தி வைத்திருந்த கயிற்றுக் கட்டிலை எடுத்துப் போட்டார். "எல்லாரும் உக்காருங்க" என்றார். தான் சட்டை அணியாமல் இருப்பதற்காக சங்கோஜப்படவில்லை.

அமர்ந்ததும் விஜயராகவன் ஆரம்பித்தார். "நான் ஒரு வக்கீல். நாங்க மெட்ராஸ்லேர்ந்து வர்றோம். உங்க பேர்தானே சுப்பிரமணி?"

"ஆமாங்க."

"இவரைத் தெரியுதா உங்களுக்கு?" பெருமாளைக் காட்டிக் கேட்டார்.

"பார்த்த சாடையா இருக்கு. அடையாளம் புரியலை."

"நான் பெருமாளுங்க. சம்பத்தோடு ஸ்கூல்ல ஒண்ணா படிச்சவன். ஒரு தடவை உங்க வீட்டுக்கு வந்திருக்கேன். இளநீ எல்லாம் வெட்டிக் கொடுத்திருக்கீங்க" என்றான் பெருமாள்.

"அந்தத் தம்பியா நீங்க? ரொம்ப வருஷமாச்சா பார்த்து, அதான் தெளிவாப் புரியலை. எல்லாரும் என்ன விஷயமா இவ்வளவு தூரம் காரு போட்டுக்கிட்டு தேடி வந்திருக்கீங்க?"

"உங்க தம்பி சம்பத்தை நாங்க உடனடியா பார்க்கணும். அவர் எங்கே இருக்கார்னு தெரிஞ்சுக்கிறதுக் காகத்தான் இங்கே வந்தோம்" என்றார் விஜயராகவன்.

"அது சொல் பேச்சு கேக்காத தறுதலைங்க. எப்போ ஊரைக் கூட்டி பாகம் பிரிச்சுக்கிட்டுப் போனானோ, இனி அவன் முகத்துல முழிக்கிறதில்லைன்னு ஆகிப்போச்சுங்க. அவன் எங்க போனான்? என்ன செய்யறான்? ஒரு எழவும் நமக்குத் தெரியாதுங்க." துண்டின் இருமுனைகளையும் பிடித்து முதுகில் தேய்த்துக்கொண்டபடி சொன்னார்.

"பாகம் பிரிச்சுக் கொடுத்தீங்களா? எப்போ?"

"இப்பத்தான் ஒரு மாசம் முன்னாடி. எங்கப்பாரு செத்தப்ப பத்தாயிரம் கடனைத்தான் வெச்சுட்டுப் போனாருங்க. கையகலத்துக்குக்கூட நிலம், நீச்சுன்னு எதுவும் சொத்து

    தீர்ப்பு தேடி வரும்

வெச்சுட்டுப் போகலை. எல்லாம் நான் சம்பாரிச்சதுங்க. கூடப் பொறந்தவனாச்சேன்னு வளர்த்து, படிக்க வெச்சு ஆளாக்கினதுக்கு நன்றியைப் பாருங்க. ஊரைக் கூட்டி நியாயம் கேக்கறான், நான் நிலம் வாங்கினதில, வீடு கட்டினதில அவனோட உழைப்பும் இருக்குதான். அதனால அவனுக்கு ஒரு பங்கு வேணுமாம். தனியா வந்து கேட்டிருந்தா அருவா எடுத்து சீவியிருப்பேன். பஞ்சாயத்து ஜனங்களுக்கு மரியாதை கொடுக்கணும்னு பேசாம இருந்துட்டேன். அவங்க சொன்னதால முப்பதாயிரம் பணம் கொடுத்தேன். என் மூஞ்சில இனிமே முழிக்காதேன்னு சொல்லித்தான் முகத்துல விட்டெறிஞ்சேன்" என்றார் சுப்பிரமணி எரிச்சலுடன்.

"ஏன், தம்பி மேல இவ்வளவு வெறுப்பா பேசறீங்க?"

"பின்னே என்ன சார், குடும்பத்துக்கு நல்ல பேர் வர்ற மாதிரியா காரியம் செஞ்சான் அவன்?"

"அப்படி என்ன செஞ்சார்?"

"என்ன செஞ்சானா? நீங்க விவரம் புரிஞ்சுத்தான் பேசறீங்களா இல்ல புரியாமப் பேசறீங்களான்னு எனக்குப் புரியலையே. கரும்புத் தோட்டத்துல வெச்சுப் பட்டப்பகல்ல ஊர் பெரிய மனுஷனைக் கொலை செஞ்சான் சார் அவன். ஏழு வருஷம் தீர்ப்பாகி வேலூர் ஜெயில்ல இருந்துட்டு திரும்பி வர்றான். அட! நல்லபடியா திருந்தி வருவான்னு நினைச்சா, வந்ததும் பங்கைப் பிரிச்சுக் கொடுடான்னா எப்படி இருக்கும்?"

"சம்பத் ஒரு கொலை செஞ்சவனா?" என்றார் விஜயராகவன் ஆச்சரியமாக.

* * *

"என்னது. நீ ஒரு கொலை செஞ்சியா? நிஜமாவா?" கண்கள் அகலமாக விரிய ஆச்சரியத்துடன் கேட்டாள் பாப்பா.

பார்வதி அக்காவின் ராமன் லாட்ஜில் தன் அறையில் பாப்பாவின் மடிமேல் தலைவைத்துப் படுத்திருந்த சம்பத்தின் கண்கள் அதற்குள் சிவப்பேறியிருந்தன.

அரை பாட்டில் பிராந்தியில் இன்னும் பாதிக்கு மேல் மிச்சமிருந்தது. தொங்கின இருபத்தைந்து வாட்ஸ் கந்தல் வெளிச்சத்தில் பாப்பாவின் கவரிங் சங்கிலி ஓரம் மின்ன ஊஞ்சலாடியது. திறந்த ஜன்னலுக்கு வெளியே கறுப்பு வானம்.

"உன்னால் நம்ப முடியலையா பாப்பா? நான் சொன்னது நிஜம். சத்தியம். உன்கிட்ட மட்டுமாவது மனசுவிட்டு எல்லாத்தையும் சொல்லணும் மாதிரி இருக்கு பாப்பா. உனக்கு கஸ்டமர் யாராச்சும் வெயிட் பண்ணுவானா? போவணுமா?"

"இல்லைய்யா. போவலை. சொல்லு. ஏதோ ஒரு பெரிய சமாசாரம் இருக்கும்னு மொதல்லேர்ந்து எனக்குப் பட்டுதுய்யா. ஆனா இவ்வளவு பெரிய குண்டா தூக்கிப் போடுவேன்னு நினைக்கலைய்யா" என்ற பாப்பா அவனது தலையைக் கோதினாள்.

"அந்தக் கம்னாட்டியை வீச்சரிவாளால பதினெட்டு இடத்தில் வெட்டினேன் பாப்பா. அப்பதான் சாணை புடிச்சு வாங்கிட்டு வந்த அருவா!"

"யாரை வெட்டினே?"

சம்பத் மேலும் கொஞ்சம் பிராந்தி குடித்துவிட்டுச் சொன்னான், "எங்க கிராமத்துல ஒரு வெறிபுடிச்ச நாயை வெட்டினேன். என் லட்சுமியோட தாவணியைப் புடிச்சு இழுத்து வம்பு செஞ்சான். விரட்டி விரட்டி வெட்டினேன். அவன் கெஞ்சக் கெஞ்ச வெட்டினேன். லட்சுமி மேல ஒருத்தன் கைய வைக்கலாமா பாப்பா? நீயே சொல்லு."

"லட்சுமி யாரு?"

"யாரா? என் ராணி. அவமேல அப்ப எனக்கு அப்படியொரு... அதை என்ன சொல்றது? காதலா? இல்லை, அதுக்கும் மேல. அவ சொன்னா என் தலையில சீமெண்ணெய் ஊத்திப் பத்த வெச்சுக்குவேன். அவமேல அப்ப எனக்கு அப்படி உசுரு. பைத்தியம். எப்படி வேணாலும் சொல்லலாம். என் ரோஜாப்பூவை ஒரு நாய் தொடறதா? அதான் வெட்டினேன். அழுதா. 'நடந்ததை யார்கிட்டேயும் சொல்லாத, உனக்குத்தான் மானக்கேடு. நான் ஜெயிலுக்குப் போயிட்டு

   தீர்ப்பு தேடி வரும்

எப்படியும் வந்துடுவேன்'னு சொன்னேன். 'எனக்காகக் காத்துக்கிட்டிருப்பியா?'ன்னு கேட்டேன். அழுதுகிட்டே தலையாட்டினா. அந்த நம்பிக்கையிலதான் ஜெயில்ல ஏழு வருஷம் எல்லாக் கொடுமைகளையும் சகிச்சுக்கிட்டேன்."

"அப்புறம்?"

விரக்தியாகச் சிரித்த சம்பத். "ஏழு வருஷம் இவளையே நினைச்சுக்கிட்டு இருந்துட்டு விடுதலையாகி ஊருக்கு வந்தேன். என்னோட திவ்யலட்சுமியை எவனோ நிர்மல்குமார்னு ஒரு நடிகன் வந்து கொத்திக்கிட்டுப் போயிட்டான்னு கேள்விப்பட்டா எனக்கு எப்படி இருக்கும் பாப்பா!" என்றான்.

——◦——

26

சம்பத் அந்த பாட்டிலில் மிச்சமிருந்த பிராந்தியைக் கவிழ்த்துக்கொண்டு, பாட்டிலை ஓர் ஆவேசத்துடன் மூலைச் சுவரில் வீசினான். சிலுங் என்று உடைந்து சிதறியது.

பாப்பாவின் தோள்களில் இரண்டு கைகளையும் வலுவாகப் பதித்துக் கொண்டு அவள் முகத்தையே பார்த்து பல்லைக் கடித்துக்கொண்டு சொன்னான், "அவமேல நான் எவ்வளவு ஆசை வெச்சிருந்தேன்னு என்னால சொல்லிப் புரிய வைக்க முடியாது பாப்பா. ஏழு வருஷம்! ஜெயில்ல அவளைத் தவிர வேற நினைப்பே இல்லை மனசுல. ஒவ்வொரு நாள் விடியறப்பவும் அவளைப் பார்க்கற விடுதலை நாள் நெருங்கிக்கிட்டிருக்குன்னு சந்தோஷப்படுவேன். அன்னிக்கு உனக்குச் சேலை கொடுத்தேனே... அது ஜெயில்லேர்ந்து நான் வெளில வந்ததும் அவளுக்காக நான் ஆசையா வாங்கின புடவைதான். எவ்வளவு ஆசையா ஊருக்குப் போயிருப்பேன். அவளுக்குக் கல்யாணமாகி குடும்பமே மெட்ராஸ் போய்டுச்சுன்னு தெரிஞ்சதும் எப்படி நொறுங்கிப் போயிருப்பேன் நான்."

"இவ்வளவு ஆசை வெச்சிருக்கிற உனக்குத் துரோகம் பண்ண அவளுக்கு எப்படிய்யா மனசு வந்துச்சு?" என்றாள் பாப்பா.

"நிர்மல்குமார் பணத்தால எல்லாரையும் விலைக்கு வாங்கிட்டான். அவ குடும்பத்தோட கடனை எல்லாம் அடைச்சு, பல வகைகள்ல உதவறேன்னு சொன்னதும் குடும்பத்துக்காக இவ தியாகம் பண்ணிட்டாளாம் கழுதை! சண்டாளி!"

சம்பத் சிகரெட் எடுத்து உதட்டில் வைத்துக் கொண்டான். கை நடுங்க அதைப் பற்ற வைக்க முயன்று தோற்றான். பாப்பா தீப்பெட்டி வாங்கிப் பற்ற வைத்தாள்.

“உடனே நேரா மெட்ராஸ் வந்து அவளைத் துடிக்கத் துடிக்க வெட்டணும்னு நினைச்சேன். கொஞ்சம் யோசிச்சுப் பார்த்தப்போ அவ செஞ்ச துரோகத்துல அந்த நிர்மல் குமாருக்கும் பங்கு இருக்குன்னு பட்டுது. திடீர்னு அவன் புகுந்து பணத்தைக் காட்டி சபலப்படுத்தாம இருந்திருந்தா, என் லட்சுமி கண்டிப்பா எனக்காகக் காத்துக்கிட்டிருந்திருப்பா. அதனால, தண்டனை கொடுத்தா ரெண்டு பேருக்கும் கொடுக்கணும்னு தீர்மானிச்சேன். அண்ணன் கிட்ட தகராறு பண்ணி பஞ்சாயத்து வெச்சு முப்பதாயிரம் பணம் வாங்கிக்கிட்டு மெட்ராஸ் வந்தேன். தீர்மானிச்சேன். அந்தச் சண்டாளியைத் தீர்த்துக் கட்டணும். அதே சமயம் கொலைப்பழி புருஷன் மேல விழணும். சதுரங்க ஆட்டத்தில் காய் நகர்த்தற மாதிரி ரொம்ப பொறுமையா படிப்படியா திட்டம் போட்டேன். ஜெயில்ல குற்றவாளிங்களோடவே சதா பேசிப் பழகின மூளை இல்லையா... திட்டம் ரொம்ப நல்லா அமைஞ்சது.”

பாப்பா திடுக்கிட்டு, “ஏன்யா பேப்பர்ல போட்டோ போட்டு எழுதியிருந்தானே, பொண்டாட்டியைக் கொலை செஞ்ச குத்தத்துக்காக நிர்மல் குமார் கைதுன்னு... அப்போ இந்தக் கொலையை நீதான் செஞ்சியா?” என்றாள்.

சம்பத் வாய்விட்டுச் சிரிக்கத் தொடங்கினான். போதை மிக அதிகமாக ஏறிப் போயிருக்க, அவள் கன்னத்தில் தட்டி மேலும் சிரித்தான். அவன் மேலும் மேலும் உரக்க ஊரையே எழுப்புவதைப் போல சிரிக்கத் தொடங்க அவனைக் கலவரமாகப் பார்த்தாள் பாப்பா.

* * *

டி.எஸ்.பி. அமுதவன் வீட்டுப் போர்டிகோவில் கார் நின்றதும் அதன் விளக்குகள் அணைந்து கொண்டன.

விஜயராகவனும், விக்னேஷும் காரில் இருந்து இறங்கி உள்ளே வர, போன் செய்திருந்தபடியால் அவர்களுக்காகக் காத்திருந்த அமுதவன் அவர்களைவரவேற்று அமரச்சொல்லி, பணியாளிடம் டீ சொன்னார். கால் மேல் கால் போட்டு அமர்ந்திருந்த அவர் வழவழப்பான லுங்கியும், லூசான ஜிப்பாவும் போட்டிருந்தார்.

தாவி வந்து அவரின் காலடியில் அமர்ந்து கொண்ட நாயின் தலையில் செல்லமாகத் தட்டிக் கொண்டே சொன்னார்:

"பிராட்வே பகுதியில் உள்ள லாட்ஜஸ் ஒண்ணுவிடாம விசாரிச்சுப் பார்த்தாச்சு மிஸ்டர் விஜயராகவன். சம்பத்ங்கிற பேர்ல ரூம் எதுவும் இல்லை. கம்ப்யூட்டர் வரைஞ்சு கொடுத்த போட்டோவை வெச்சுக்கிட்டு இன்னமும் பல இடங்கள்ல விசாரிச்சுக்கிட்டுதான் இருக்காங்க."

"சம்பத்தோட ஒரிஜினல் போட்டோவே இப்ப கிடைச்சிருக்கு சார்" என்று விஜயராகவன் சொல்ல, விக்னேஷ் தன் கைப்பையிலிருந்து இரண்டு புகைப் படங்களை எடுத்து அமுதவனிடம் தந்தான்.

"வெரிகுட்! எப்படிக் கிடைச்சது இது?"

"நேத்து நாங்க சேலத்துக்குப் பக்கத்தில இருக்கிற மகுடஞ்சாவடிக்குப் போயிருந்தோம். அங்கே சம்பத்தோட அண்ணனைப் பார்த்துப் பேசினோம். அடுக்கடுக்கா நிறைய அதிர்ச்சியான தகவல்கள் கிடைச்சது. இந்த போட்டோஸ் அவர் வீட்ல இருந்தது. கேட்டு வாங்கிட்டு வந்தோம்."

பணியாள் கொண்டு வந்த டீயை அமுதவன் வாங்கி இவர்களுக்குக் கொடுத்து விட்டு, "தகவல் என்ன, அதைச் சொல்லுங்க" என்றார்.

"நாம தேடற சம்பத் ஏழு வருஷத்துக்கு முன்னால அந்த ஊர்ல ஒரு பெரிய மனுஷனை அரிவாளால் வெட்டிக் கொலை செஞ்சிருக்கான். ஏழு வருஷம் தீர்ப்பாகி வேலூர்ல இருந்துட்டு ஒரு மாசம் முன்னாடிதான் விடுதலையாகி வந்திருக்கான்."

"ஐ... ஸீ... எதுக்கான கொலை அது?"

"அந்தப் பெரிய மனுஷன் தன் அம்மாவைக் கெட்ட வார்த்தை சொல்லித் திட்டினதால ஆத்திரம் தாங்காம வெட்டிட்டதா கோர்ட்ல சம்பத் சொல்லியிருக்கான். ஆனா, உண்மையான காரணத்தை அதே ஊர்ல இருக்கிற ஒரு டைலர் மூலமா தெரிஞ்சுக்கிட்டோம்.'

"என்ன அது?"

                    தீர்ப்பு தேடி வரும்

"ஊர்ல இந்த டைலர் ஒருத்தன்தான் சம்பத்துக்கு நெருக்கமான தோஸ்தாம். அவன்கிட்டே மட்டும் தன் காதலைப்பத்தி சொல்லியிருக்கான் சம்பத். அதாவது, என் ஜூனியரோட சிஸ்டர்... ஐ மீன் நிர்மல்குமாரோட வொய்ஃப் திவ்யாவை ரொம்ப நேசிச்சிருக்கான் சம்பத். இவன் அளவுக்கு அவளும் நேசிச்சாளா? இல்லையான்னு டைலருக்குத் தெரியாதாம். ஒரு நாள் திவ்யா தனியா வந்துக்கிட்டிருந்தப்போ அந்தப் பெரிய மனுஷன், அவ தாவணியைப் பிடிச்சு இழுத்து வம்பு பண்ணியிருக்கான். அதைப் பார்த்துட்ட சம்பத் ஓட ஓட விரட்டி அவனை வெட்டிக் கொன்னுருக்கான். விடுதலையாகி வந்தவன் திவ்யாவை நிர்மல்குமார் கல்யாணம் செய்துகிட்டதை எல்லாம் கேள்விப்பட்டு அந்த டைலர்கிட்ட கொதிச்சுப் போய் பேசியிருக்கான். டைலர் எவ்வளவோ சமாதானம் சொல்லிப் பார்த்தும் கேக்காம பழி வாங்கியே ஆகணும்னு சொல்லிட்டுப் புறப்பட்டிருக்கான் சம்பத்."

அமுதவன் டீக்கோப்பையை டிப்பாய் மேல் வைத்துவிட்டு, "ஆக இப்போ திவ்யாவை சம்பத் எதுக்காக கொலை செஞ்சு அந்தப் பழியை நிர்மல்குமார் மேல விழ வெச்சான்னு மோட்டிவ் ரொம்பத் தெளிவா புரியுது. மெட்ராஸ்ல எங்கே தங்கியிருக்கான்னு தகவல் கிடைக்கலையா?" என்றார்.

"அது அங்கே இருக்கிற யாருக்கும் தெரியலை."

"இந்த போட்டோஸ் ரொம்ப உதவியா இருக்கும். நிறைய பிரிண்ட்ஸ் போட்டு பஸ் ஸ்டாண்ட், ரயில்வே ஸ்டேஷன்ஸ்ல மஃப்டில கொஞ்சம் பேரை நிப்பாட்டி கண்காணிக்கச் சொல்றேன். அன்னிக்கு பேங்க்ல அவனோட அதிர்ஷ்டம். தப்பிச்சுட்டான்... நிச்சயமா மறுபடி அவன் பேங்க் பக்கம் வரமாட்டான். ஆனா, தான் தேடப்படறோம்ங்கிறது அவனுக்குத் தெரியாததால அவன் ஃப்ரெண்ட் பெருமாளுக்கு போன் செஞ்சு பேச வாய்ப்பிருக்கு."

"அப்படி பெருமாளோட சம்பத் பேசினா தன் வீட்டுக்கு வற்புறுத்தி இன்வைட் பண்ணிட்டு, உங்களுக்கும் எனக்கும் தகவல் சொல்லச் சொல்லியிருக்கேன். பெருமாள் ரொம்ப ஒத்துழைக்கிறார்" என்றார் விஜயராகவன்.

"பார்க்கலாம். பிடிச்சுடலாம் அவனை. இப்ப உங்க அடுத்த மூவ் என்ன?"

"ஊட்டி கோர்ட்ல ஜாமீனுக்கு மனு செய்யப் போறேன். சம்பத்தைப் பிடிக்க வேண்டியது உங்க டிபார்ட்மெண்ட்டோட கடமை. ஆனா, இப்போ சம்பத் இந்தக் கொலையைச் செய்திருக்கலாம்னு சாட்சிகளோட என்னால நிரூபிக்க முடியும். பெயில் மேல விசாரணை வர்றதுக்குள்ளே சம்பத்தைப் பிடிச்சிட்டீங்கன்னா ரொம்ப உதவியா இருக்கும்" என்று விஜயராகவன் எழுந்து கொண்டார்.

"ஒரு போலீஸ் ஆபீஸர்ங்கிற கடமையைத் தவிரவும் ஒரு ஃப்ரெண்டுங்கற முறையில இந்த இக்கட்டிலிருந்து நிர்மல்குமாரைக் காப்பாத்த வேண்டிய பொறுப்பு எனக்கு இருக்கு சார். ஐ வில் ட்ரை மை லெவல் பெஸ்ட்" என்று அமுதவன் கைகுலுக்கினார்.

விடைபெற்றுப் புறப்பட்டதும் காரில் விஜயராகவன் திரும்பி விக்னேஷிடம் சொன்னார். "மகுடஞ்சாவடி டைலர் நமக்கு ஆதரவா சாட்சி சொல்ல ஒப்புக்கிட்டது ஒரு பெரிய சப்போர்ட்டா இருந்தாலும் ஏதாச்சும் மெட்டீரியல் எவிடென்ஸ் இருந்தால் பரவாயில்லைன்னு நான் ஃபீல் பண்றேன்."

"எதுக்கு சார்?"

"டைலர் சொன்னதிலேர்ந்து உன் சிஸ்டரும் சம்பத்தை நேசிச்சிருக்கான்னு புரியுது விக்னேஷ். நிர்மல்குமார் கல்யாணம் பண்ணிக்க ஆசைப்பட்டப்போ திவ்யா முதல்ல பிடிவாதமா மறுத்ததுக்கு இந்த நேசிப்புதான் காரணமா இருந்திருக்கலாம்.

"இருக்கலாம் சார்."

"ஜெயிலுக்குப் போன சம்பத் திரும்பி வர்றவரைக்கும் காத்திருக்கிறதா, இல்லை குடும்ப நன்மைக்காக தன்னோட ஆசையைத் தியாகம் பண்றதான்னு குழம்பி இருக்கலாம். அப்பதான் நீங்க எல்லாரும் சேர்ந்து அவளை கன்வின்ஸ் பண்ணியிருக்கணும். டைலர் ஒரு வார்த்தை சொன்னான் கவனிச்சியா? 'அந்தப் பொண்ணை மானே, தேனேன்னு

     தீர்ப்பு தேடி வரும்

வர்ணிச்சு நம்ம கடையில உக்காந்துதான் சம்பத் லவ் லெட்டர் எழுதுவான்'னு சொன்னானே.'

"ஆமா சார்..."

"என்னதான் கல்யாணமாகிட்டாலும் சில பொம்பளைங்க பழைய அந்தரங்கங்களைப் பாதுகாக்க நினைக்கலாம். அதனால நீ என்ன செய்றே, என்னை வீட்ல இறக்கிவிட்டுட்டு நிர்மல்குமார் பங்களாவுக்குப் போ. உன் சிஸ்டரோட ரூமைத் தலைகீழாப் புரட்டித் தேடிப் பாரு. சம்பத் எழுதின லவ் லெட்டர் ஏதாவது ஒண்ணாவது கிடைச்சா நம்ம ஆர்க்யுமெண்டுக்கு ரொம்ப உதவியா இருக்கும்" என்றார் விஜயராகவன்.

"சரி சார்" என்றான் விக்னேஷ்.

மறுநாள் இரவு எட்டு மணிக்குத் தன் அலுவலகத்தில் இருந்து விஜயராகவன் தொலைபேசியில் ஊட்டி ஆஸ்பத்திரியில் இருக்கும் நிர்மல் குமாரிடம் பேசினார்.

"தைரியமா இருங்க... உங்களை இப்படிச் சிக்கல்ல மாட்டி விட்டிருக்கிறவன் பேரு சம்பத். அவனைப் பத்தி நிறைய தகவல்கள் சேகரிச்சிட்டோம். போலீஸ் அவனைப் பிடிக்கிறதில தீவிரமா இருக்காங்க. அவனைப் பிடிச்சாலும் சரி, பிடிக்கலைன்னாலும் சரி, நான் பெயில் மூவ் பண்றேன். அதுக்கான கிரவுண்ட்ஸ் ரெடி பண்ணிக்கிட்டு இருக்கேன். இன்னும் ரெண்டு நாள்ல ஊட்டி வர்றோம். அதுவரைக்கும் நான் சொன்ன மாதிரியே யாருக்கும் பேட்டி கீட்டி எதுவும் கொடுக்காம ஓய்வா இருங்க. குட்நைட்!"

ரிஸீவரை வைத்துவிட்டு மேஜைமேல் அடையாள அட்டை வைத்திருந்த பக்கத்தை அந்த தடியான சட்டப் புத்தகத்தில் புரட்டிக்கொண்டு, கண்ணாடி அணிந்து படித்துப் பார்த்து, தனிக் காகிதத்தில் குறிப்பு எழுதிக் கொண்டார்.

ப்ளாஸ்க் திறந்து கிளாஸில் டீ ஊற்றிக்கொண்டு அதை உறிஞ்சியபடி அறைக்குள் நிதானமாக நடந்தபடி கொஞ்சம் சிந்தித்தார். ஒலித்த போனை எடுத்தார்.

"ஹலோ, விஜயராகவன்..."

"சார், நான் பெருமாள் பேசறேன்."

"என்னங்க பெருமாள், சொல்லுங்க..."

"சார், சம்பத் முதல் தடவை என்னை பேங்க்ல வந்து பார்த்தப்போ தான் தங்கியிருக்கிற லாட்ஜைப் பத்திச் சொன்ன ஒரு தகவல் திடீர்னு இப்ப ஞாபகத்துக்கு வந்துச்சி. அவனைக் கண்டுபிடிக்க இது உதவலாம்னு பட்டுது. அதான் உடனே உங்களுக்கு போன் பண்ணேன்."

"தகவல் என்ன, சொல்லுங்க?"

"இங்கே என்ன தொழில் செய்யப் போறேன்னு கேட்டதுக்கு, 'முறுக்கு சுத்தி கடைகளுக்குப் போடலாம்'னு. இருக்கேன்னான். நான் சிரிச்சேன். அதுக்கு 'இப்போ நான் தங்கியிருக்கேனே லாட்ஜ், அதோட ஓனர் பார்வதியக்கான்னு பேரு. அவங்களுக்கு அதான் தொழில், அதுல சம்பாதிச்சுதான் சொந்தமா இடம் வாங்கி லாட்ஜ் மாதிரி செட்டப் செஞ்சிருக்காங்க'ன்னு சொன்னான்."

விஜயராகவனுக்கு உடம்பெல்லாம் சிலிர்க்க, "பெருமாள், ரொம்ப ரொம்ப உபயோகமான தகவல் கொடுத்திருக்கீங்க அவனை உடனே பிடிச்சுட முடியும். உங்களோடு அப்புறம் பேசறேன்" என்று போனை வைத்தார்.

உடனே விஜயராகவன் அடுத்த அறையிலிருந்த விக்னேஷை அழைத்து விவரம் சொல்லி, "நாம முதல்ல போகலாம். நோட்டம் பார்த்துட்டு அப்புறம் அமுதவனுக்கு அங்கேர்ந்தே சொல்லலாம். புறப்படு. பிராட்வே ஏரியால முறுக்கு விக்கிற ஒரு பெட்டிக் கடையில விசாரிச்சால் போதும். விலாசம் உடனே நமக்குக் கிடைச்சுடும்" என்றார்.

காரில் அமர்ந்து கொண்ட விஜயராகவன், "இரு. வந்துட்டேன்" என்று மீண்டும் தன் அலுவலக அறைக்கு வந்து, சாவி போட்டு இரும்பு பீரோ திறந்து உள் லாக்கரில் இருந்து அந்த ரிவால்வரை எடுத்துத் தனது கோட் உள் பாக்கெட்டில் வைத்துக்கொண்டு வந்து காரில் ஏறிக் கொண்டார்.

விக்னேஷ் ஓட்ட, கார் பிராட்வே நோக்கி விரைந்தது...

━━━◆━━━

   தீர்ப்பு தேடி வரும்

27

"**எ**ன்ன பேர் சொன்னீங்க?" என்றான். பிராட்வேயில் சிகரெட் வியாபாரத்தை கவனித்துக் கொண்டிருந்த அந்தப் பெட்டிக் கடைக்காரன்.

"பார்வதி... அவங்க முறுக்கு சுத்தி கடைகளுக்கு சப்ளை பண்றதோட ஏதோ லாட்ஜு மாதிரியும் வெச்சு நடத்தறாங்களாமே" என்றார் வக்கீல் விஜயராகவன்.

அருகில் விக்னேஷ் துடிப்போடு நின்றிருந்தான்.

அந்தக் கடைக்காரன் வெற்றிலைக் கறையேறிய தன் பற்கள் தெரிய சிரித்து, "அந்தம்மாவா? அது லாட்ஜு எதுவும் நடத்தலீங்க சார். நாலு குட்டிங்களை வெச்சுக்கிட்டு பிராத்தல் நடத்துது. வீட்டு மாடியில அதுக்காகவே நாலு தடுப்பு வெச்சு அடைச்சி... த்தூ! அதுவும் ஒரு பொழைப்புங்களா? எனக்கு இந்த மாதிரின்னு விவரம் தெரிஞ்சதும் நம்ம கடைக்கு முறுக்கு போட வேண்டாம்னு சொல்லிட்டேன்... அந்தம்மா வசூலுக்குன்னு வந்துட்டுப் போனா என்னை ஒருமாதிரி பார்க்கறானுங்க. தேவையா சார் நமக்கு இந்த ரப்சர்?" என்றான்.

"அது சரிதாம்ப்பா. அந்த இடம் எங்கே இருக்கு? அதைச் சொல்லு."

"ஏன் சார் உங்களுக்கு? ஆளைப் பார்த்தா டீசண்ட்டா இருக்கீங்க..."

"கர்மம்! அதுக்கில்லையா. இது வேற விவகாரம். சட்டுன்னு சொல்லு. அங்கே இருக்கிற ஓர் ஆளை நான் உடனடியா பார்த்தாகணும்...

கடைக்காரன் சீரியஸாகி கர்ம சிரத்தையாக வழி சொன்னதும், இரண்டு பேரும் காரில் ஏறிக்கொண்டு புறப்பட்டார்கள்.

* * *

"**யோவ்!** யோவ்!" என்று சம்பத்தின் கன்னத்தில் தட்டிப் பார்த்தாள் பாப்பா. போதையின் முழு ஆக்கிரமிப்பில் இருந்த அவன். கண்களைத் திறந்து பார்த்துவிட்டு இமைகள் அழுத்த உடனே மூடிக் கொண்டான்.

அருகில் இருந்த தலையணையை இழுத்து, அவன் தலையைத் தன் மடியில் இருந்து இறக்கி வைத்த பாப்பா, அவன் வீசியதில் உடைந்து சிதறி அருகில் வந்து விழுந்திருந்த விஸ்கி பாட்டிலின் ஒரு பெரிய கண்ணாடித் துண்டை எடுத்து மூலையில் போட்டுவிட்டு துடைப்பம் எடுத்துச் சுத்தம் செய்தபோது...

அறைக்கதவு தட்டப்பட்டது. "எவனாவது கஸ்டமர் வந்திருப்பான். பார்வதி அக்காவுக்கு வேற வேலை இல்லை" என்று முணுமுணுத்துக் கொண்டே, "இதோ வந்துட்டேன்க்கா" என்றபடி தாழ்நீக்கிக் கதவு திறக்க, விஜயராகவனும் விக்னேஷும் உள்ளே நுழைந்தார்கள். திகைத்தாள். அவர்களும் திகைத்தார்கள்.

சம்பத் படுத்துக்கிடக்கும் நிலையையும் அறையின் அலங்கோலத்தையும் அவளையும் பார்த்த விஜயராகவன் சில விநாடிகளில் நிலைமையைப் புரிந்து கொண்டு. "யாரும்மா நீ? நாங்க போலீஸ் சம்பந்தப்பட்டவங்க எழுப்பு அவனை!" என்றார் உத்தரவான குரலில்.

பின்னால் நடுங்கியபடி நின்ற பார்வதி, "என்னடி பண்றான் அவன்? எழுப்பித் தொலைடி. வில்லங்கம் பிடிச்சவனா இருப்பான் போலிருக்கு. தண்ணியடிச்சுட்டு சரிஞ்சிட்டாரா தொரை? இரு! ஒரு பக்கெட் தண்ணி எடுத்துக்கிட்டு வந்து தலையில ஊத்தறேன்" என்று சென்றாள்.

பீதியடைந்த பாப்பா உட்கார்ந்து சம்பத்தின் தோளைப் பிடித்து உலுக்கினாள். "யோவ்! எந்திரிய்யா!" என்றாள். சம்பத் கொஞ்சங்கூட அசைந்து கொடுப்பதாய் இல்லை. தான் விக்னேஷ் குனிந்து அவன் கன்னத்தில் படபடவென்று தட்டி, "டேய்! எந்திரிடா ராஸ்கல்!" என்றான்.

சம்பத், "ம்?" என்று முனகிவிட்டு கண்கள் செருகினான்.

 தீர்ப்பு தேடி வரும்

"விக்னேஷ், இரு! முதல்ல இந்தப் பொண்ணை விசாரிச்சுக்கலாம். ஏம்மா, நீ யாருன்னு கேட்டேனில்ல? இவனோட உனக்கு என்ன வேலை? சொல்லு! இவன் ஒரு கொலை பண்ணிட்டு தலைமறைவா இருக்கான். தெரியுமா உனக்கு? தெரிஞ்சதைச் சொல்லிடு. இல்லைன்னா உன்னை போலீஸ் ஸ்டேஷன்ல கொண்டு போய் வெச்சு எலும்பை எல்லாம் தனித்தனியா கழட்டச் சொல்லிடுவேன். நீ இவனுக்கு உடந்தையா? கேக்கறேனில்ல?" உறுமினார் விஜயராகவன்.

பாப்பாவுக்குப் பயத்தில் பற்கள் கிடுகிடுத்தன. தடுமாறிச் சொன்னாள்:

"ஐயா, என் பேரு பாப்பா. இவரு என்கிட்ட கொஞ்சம் அன்பாய்ப் பழகுவாரு. உடுத்திக்கப் புடவை கொடுத்தாரு. அவரோட கஷ்டத்தை எல்லாம் சொல்லுவாரு" என்று தொடங்கி சற்று முன் தன்னிடம் சம்பத் சொன்ன பூரா விவரங்களையும் எதையும் கூட்டாமல் குறைக்காமல் சொல்லி முடித்து, "கதை சொன்னா ஊன்கொட்டிக் கேக்கற மாதிரி இந்தாளு சொல்றதையெல்லாம் அனுதாபத்தோட கேட்டுக்கிட்டிருப்பேங்க. வேற எந்த விஷயமும் எனக்குத் தெரியாதுங்க" என்றவளுக்குப் பயத்தில் அழுகையே வந்துவிட்டது.

இதற்குள் பார்வதி ஒரு பெரிய சொம்பில் தண்ணீர் எடுத்துக்கொண்டு வந்து பளிச் பளிச்சென்று சம்பத்தின் முகத்தில் தெளித்தபடி, "டேய்! கஸ்மாலம்! எந்திரிச்சுக் குந்துடா கழுதை" என்றாள்.

விஜயராகவன் விக்னேஷிடம் திரும்பி, "இவன் போதையில கிடக்கறது ஒருவகையில நமக்கு நல்லதுதான். நீ போய் பக்கத்துல போன் எங்கே இருக்குன்னு விசாரிச்சுக்கிட்டு டி.எஸ்.பி. அமுதவனுக்கு போன் பண்ணி இந்த இடத்தைச் சொல்லு. விவரத்தைச் சொல்லி உடனே அவரை இரண்டு கான்ஸ்டபிள்களோட இங்கே வரச் சொல்லிட்டு வா" என்றார்.

சம்பத்தை போதையிலிருந்து தெளிவித்து உட்கார வைத்துச் சூழ்நிலை அவனுக்குப் பிடிபடுவதற்கு அரைமணி நேரமாகியது. அவன் கண்களில் இப்போது போதையையும் மீறி மிரட்சி வந்து குடியேறியது.

"சொல்லு! திவ்யாவை எப்படிக் கொலை செஞ்சே? போலீஸ் வந்து உன்னை இழுத்துக்கிட்டுப் போய் உதைச்சு விசாரிச்சதுக்கப்புறம் சொல்றதுக்குப் பதிலா இப்பவே நல்லதனமா எல்லாத்தையும் ஒப்புக்கிறது உனக்கு நல்லது. மகுடஞ்சாவடி போய் உங்க அண்ணனைப் பார்த்துட்டு, உன் தோஸ்த் டைலரைப் பார்த்துட்டுத்தான் வர்றோம். இங்கே உன் மெட்ராஸ் ஃப்ரெண்டு பெருமாளும் எல்லாம் சொல்லிட்டார். முழு தகவல்களோடதான் உன்னைப் பிடிச்சிருக்கோம். எனக்கு எதுவுமே தெரியாதுன்னு சாதிச்சுடலாம்னு மட்டும் நினைக்காதே!" அதட்டலாகச் சொன்னார் விஜயராகவன்.

சம்பத்துக்கு சொச்சமிருந்த மிச்ச போதையும் இப்போது முழுவதுமாய் விலகிப்போனது இதயத் துடிப்பு அதிகமாகிப் பதற்றமேற்பட்டது. அவனது குற்ற மூளை அவசரமாகச் சில கணக்குகள் போட்டது.

இவன் வக்கீல். நிர்மல்குமாரின் வக்கீல். போலீஸ் இல்லை. ஆனால், இதோ போலீஸ் வரப்போகிறது. என்னை இழுத்துக் கொண்டு சென்று சித்ரவதை செய்யப் போகிறது. போலீஸ் அடி எனக்குத் தெரியும். அது ஒன்றும் புதிதில்லை. உயிரை மட்டும் வைத்துக்கொண்டு பின்னியெடுத்து விடுவார்கள். மகா மகா வலி! ரணம்! உண்மையைச் சொல்வதுதான் நல்லது.

"உம்முன்னு இருந்தால் என்ன அர்த்தம்? லத்தி அடி வாங்கினாதான் வாயைத் திறப்பியா நீ?"

"இல்லைங்க. நான் சொல்லிடறேன்" என்று நிதானமாகத் தொடங்கினான் சம்பத். "ஐயா, நான் நேசிச்ச என்னோட லட்சுமியை, நிர்மல்குமார் திடுதிப்புன்னு கல்யாணம் பண்ணிக் கூட்டிட்டுப் போயிட்டான்னு தெரிஞ்சதும் கொதிச்சுப் போயிட்டேன். அவளுக்காகவே ஒரு கொலை பண்ணிட்டு ஜெயிலுக்குப்போய் அங்கே ஏழு வருஷம் எல்லாக் கொடுமைகளையும் சகிச்சுக்கிட்டு இருந்துட்டு வந்ததும் இப்படி ஒரு அதிர்ச்சின்னா எனக்கு எவ்வளவு வெறியேறியிருக்கும்? அவளை மட்டுமில்லை, அவனையும் சேர்த்துப் பழி வாங்கணும்ன்னு துடிச்சுகிட்டு மெட்ராஸ் வந்தேன். வந்து..."

     தீர்ப்பு தேடி வரும்

அவன் முழுக்க எல்லாவற்றையும் சொல்லி முடிக்கும் போது கட்டடத்தின் வாசலில் போலீஸ் ஜீப் வந்து நின்றது. அமுதவனும் கான்ஸ்டபிள்களும் மாடிப்படிகளில் தடதடவென்று ஏறி மேலே வந்தார்கள்.

சம்பத் விரக்தியோடு பாப்பாவைப் பார்த்துச் சிரித்தான். பாப்பா தன் முந்தானையால் கண்களை ஒற்றிக்கொண்டாள். விஜயராகவன் டி.எஸ்.பி.யிடம் ஆங்கிலத்தில் விவரம் சொல்லிக் கொண்டிருக்க, பார்வதி ஓர் ஓரத்தில் ஒடுங்கி நின்று போலீஸ்காரர்களைக் கலவரமாகப் பார்த்தாள்.

சில நிமிடங்களில் சம்பத் போலீஸ் ஜீப்பில் ஏற்றப்பட்டான். அவன் அருகில் கான்ஸ்டபிள்கள் உட்கார்ந்து கொண்டார்கள். விஜயராகவன் தன் கார் முன்பாக நின்று பேச, அவரிடம் கைகுலுக்கிவிட்டு அமுதவன் ஜீப்பை நோக்கி நடந்து வரும்போது...

சம்பத் திடீரென்று யாரும் எதிர்பாராமல் ஜீப்பிலிருந்து குதித்து பாய்ச்சலாக ஓடத் தொடங்கினான். ஒரு விநாடி ஸ்தம்பித்த இரண்டு கான்ஸ்டபிள்களும், டி.எஸ்.பி. அமுதவனும் அவனைத் துரத்திக்கொண்டு ஓடத் தொடங்கினார்கள்.

அமுதவன் ஓடியபடியே தன் இடுப்பு பெல்டின் ரிவால்வார் உறையின் மூடியைத் திறந்து எடுத்துக் கொண்டபடி, "ஓடாதே! நில்லு! சுட்டுடுவேன்!" என்று கத்தியபடியே துரத்தினார்.

விஜயராகவனும் விக்னேஷூம் காரில் அவசரமாய் ஏறிக்கொள்ள... விக்னேஷ் ஸ்டார்ட் செய்தான். அப்போது பார்த்து எஞ்ஜின் மக்கர் செய்தது.

"விக்னேஷ், ஸ்டார்ட் பண்ணுய்யா சீக்கிரம். அவனைப் பிடிச்சே ஆகணும்" என்று வெறித்தனமாகக் கத்தினார்.

சம்பத்துக்கு பிராட்வேயின் சிக்கலான சந்துகள் யாவும் நன்றாகப் பழக்கமாகியிருந்தபடியால் சட்சட்டென்று சந்துகளில் புகுந்து ஓடினான். அமுதவனும் கான்ஸ்டபிள்களும் விடாமல் துரத்த, பொதுமக்கள் சினிமா ஷூட்டிங் போலிருக்கிறது என்று வேடிக்கை பார்த்தார்கள்.

சம்பத் எதிர்ப்பட்ட நபர்களை எல்லாம் தள்ளி, பாதையோர சைக்கிள்களை எல்லாம் தள்ளி, எதையெதையோ மிதித்து, எதையோ உடைத்து, யாரையோ அம்மாவென்று அலற வைத்து புயல் வேகத்தில் ஓடினான்.

"அவனைப் பிடிங்க! அவனைப் பிடிங்கய்யா!" அமுதவன் அடித் தொண்டையிலிருந்து கத்திக்கொண்டு பாய்ச்சலாகத் தொடர...

பாரிஸ்காரனரின் முக்கியசாலையின் விளிம்புக்கு வந்துவிட்டான் சம்பத். இப்போது தன்னைச் சில பொதுமக்களும் சேர்ந்து துரத்தி வருவதை உணர்ந்த அவன், சாலையின் மறுபக்கத்துக்குக் கடந்து செல்லும் உத்தேசத்தில் எதைப் பற்றியும் யோசிக்காமல் சாலையின் குறுக்கே ஓடி வர...

அந்த லாரிக்காரன் கிட்டத்தட்ட பிரேக் பெடலின்மீது எழுந்தே நின்று விட்ட போதிலும், மோதலைத் தவிர்க்க இயலாது போக...

சம்பத் மண்டையில் அடிபட்டு ரத்தப் பீய்ச்சலுடன் தூக்கியெறியப்பட்டான். சொத்தென்று வந்து நடுச்சாலையில் விழுந்தான்.

அமுதவனும், மற்றவர்களும் அதிர்ந்துபோய் கிட்டே வந்தார்கள். போக்குவரத்து ஸ்தம்பித்தது. கூட்டம் பெரிதாய்க் கூடியது.

அமுதவன் அவன் மூக்கருகே உணர்ந்து பார்த்து, "உயிர் இருக்கு! பிடிங்க! எங்கே ஜீப்பு? உடனே ஜி.ஹெச்சுக்குக் கொண்டு போகணும்!" பதற்றமாக உத்தரவுகள் இட்டார்.

* * *

குற்றவாளிக் கூண்டுக்கருகில் நிறுத்தப்பட்டிருந்த நிர்மல்குமாரை ஒரு முறை பார்த்துக் கொண்டார் நீதிபதி. பிறகு வக்கீல் உடையில் இருந்த விஜயராகவனையும் பார்த்துவிட்டு, ஜாமீன் மனுவின் மீதான தன் தீர்ப்பைப் படிக்கத் தொடங்கினார்.

"திவ்யா கொலை வழக்கில் உண்மையான குற்றவாளி சம்பத் என்பவர்தான் என்பதை டிபென்ஸ் தரப்பு வக்கீல், சில சாட்சிகள் மற்றும் சாட்சியங்களின் மூலம் விளக்கம் தந்திருக்கிறார். சம்பத் போலீஸாரால் பிடிக்கப்பட்ட நேரத்தில் தப்பி ஓட

     தீர்ப்பு தேடி வரும்

முயன்று விபத்துக்குள்ளானதில் உயிர் பிழைத்தது பெரிய விஷயம் என்றாலும், கோர்ட்டுக்கு வரவோ, தன் குற்றங்களை நீதிமன்றத்தில் பகிரங்கமாக ஒப்புக்கொள்ளவோ இயலாத நிலையில்- 'கோமா' என்னும் மயக்க நிலையில் இருப்பதாக மருத்துவச் சான்றிதழ்கள் மூலம் தெளிவுபடுத்தியுள்ளார் என்றாலும், நீதிமன்றத்தைப் பொறுத்தவரை சம்பத் இங்கு ஆஜராகி, தன் குற்றங்களை ஒப்புக்கொள்வதோடு, பிராஸிகியூஷன் தரப்பிலும் தக்க சாட்சியங்களுடன் சம்பத் இந்தக் கொலையைச் செய்தார் என்பதை நிருபித்தாக வேண்டிய கடமை உள்ளது. எனவே, இந்த நிலையில் நிர்மல்குமார் நிரபராதி என்று சொல்லி விடுதலை செய்வதற்கான சட்டபூர்வமான சாத்தியக்கூறுகள் இல்லை என்றபோதிலும், நிர்மல்குமாருக்கு சாதகமான வழக்கு நிலையை டிபன்ஸ் வக்கீல் தெளிவு படுத்தியுள்ளதைக் கருத்தில் கொண்டு அவருக்கு சில நிபந்தனைகளுடன் ஜாமீன் அளிக்க இந்த நீதிமன்றம் சம்மதிக்கிறது.''

நீதிபதி மேலும் படிப்பதற்கு முன்பாகவே கோர்ட்டுக்கு வெளியில் காத்திருந்த நிர்மல்குமாரின் ரசிகர்கள் பெரிய குரலில் உற்சாகத்தை வெளிப்படுத்தத் தொடங்க...

முகம் மலர்ந்தான் நிர்மல்குமார்.

கோர்ட் வராந்தாவில் அவன் கையைப் பற்றி உற்சாகமாகக் குலுக்கினான் உதவியாளன் சேகர்.

''டபுள் கங்கிராஜுலேஷன்ஸ் சார். ஒண்ணு, நீங்க ஜாமீன்ல விடுதலையானதுக்கு. ரெண்டாவது, உங்களுக்கு சிறந்த நடிகர் அவார்டு மாநில அரசுகிட்டேயிருந்து கிடைச்சிருக்கறதுக்கு. யெஸ் சார். இப்பதான் மெஸேஜ் வந்துச்சு'' என்றான்.

நிர்மல்குமார் மகிழ்ச்சி மிகுதியில் கண் கலங்கினான். எதிர்ப்பட்ட விக்னேஷைப் பார்த்துச் சிரிக்க...

விக்னேஷின் முகத்தில் சிரிப்பில்லை!

⚬

28

அந்தப் பெரிய ஓட்டலின் அறையில் தலைசீவிக் கொண்டிருந்தான் நிர்மல்குமார். முள் தாடியை ஷேவ் செய்து நீக்கியதில் பழைய உற்சாக முகம் திரும்பியிருந்தது. செண்ட் போட்டுக் கொண்டபடி அறைக்கதவின் தட்டலுக்கு "கமின்..." என்றான்.

உள்ளே வந்தார் விஜயராகவன். கை இல்லாத ஸ்வெட்டர் அணிந்து பைப் புகைத்தபடி வந்தவர் நிர்மல்குமாரின் கையை ஆர்வமாகப் பற்றிக் குலுக்கினார்.

"கங்கிராஜுலேஷன்ஸ். பேப்பர்ல பார்த்தேன், உங்களுக்கு விருது கிடைச்சிருக்குன்னு."

"விருது இருக்கட்டும் சார். நீங்க எனக்காக இவ்வளவு தூரம் மெனக்கெடலைன்னா அந்தப் பாவியைப் பிடிச்சிருக்கவும் முடியாது. என்னை வெளில கொண்டு வந்திருக்கவும் முடியாது" என்றான்.

விஜயராகவன் புன்னகைத்தபடி அமர்ந்தார். நிர்மல்குமார் அவர் எதிரில் அமர்ந்து கொண்டான். "சார், என் வாழ்க்கையே போச்சுன்னு இடிஞ்சு போயிட்டேன். போலீஸ்காரங்க நான் சொன்ன எதையும் நம்பலை. இதில் வேற ஒருத்தன் சம்பந்தப்பட்டிருக்க வாய்ப்பு இருக்குன்னு சந்தேகப்படக்கூட அவங்க தயாரா இல்லை. நீங்க தெய்வம் மாதிரி வந்தீங்க. நான் சொன்னதை நம்பி தீவிரமா இறங்கினீங்க. வேற யாரும் இவ்வளவு அக்கறை எடுத்துக்குவாங்களான்னு சந்தேகம்தான் சார்" -நிர்மல்குமார் உணர்ச்சிவசப்பட்டான்.

"ரிலாக்ஸ் மிஸ்டர் நிர்மல். நான்தான் அன்னிக்கே சொன்னேனே... எனக்கு நபர் யாருங்கிறது முக்கியமே

இல்லை. வழக்குல உண்மை இருக்கான்னு மட்டும்தான் பார்ப்பேன். அவன் குபேரனா இருந்தாலும் சரி, குடிசைக்காரனா இருந்தாலும் சரி, அவன் பக்கம் நியாயம் இருக்குன்னு தெரிஞ்சா கடைசிவரைக்கும் ஒரு கை பார்த்துடுவேன்" என்ற விஜயராகவன் கால் மேல் கால் போட்டுக் கொண்டார்.

"நாளைக்குக் காலையில எல்லாரும் மெட்ராஸ் புறப்படறோம் சார். சேகரை அதுக்கான ஏற்பாடுகளைப் பண்ணச் சொல்லிட்டேன். மெட்ராஸ் போனதும் ஒரு பிரஸ் மீட் ஏற்பாடு பண்ணச் சொல்லியிருக்கேன். அதில் அவசியம் நீங்க கலந்துக்கணும்."

"ஸாரி மிஸ்டர் நிர்மல். எனக்கு இதெல்லாம் பிடிக்கிறதில்லை. அதே சமயம் நீங்க ரொம்பவும் சந்தோஷப்பட்டுக்கிறதும் நல்லதில்லை. இன்னும் வழக்குல ஜெயிச்சு விடுதலை செஞ்சிடலை. உங்களை ஜாமீன்லதான் விட்டிருக்காங்க. வாரா வாரம் ஊட்டி கோர்ட்டுக்கு வந்து கையெழுத்துப் போட்டாகணும்."

"சார், ஜாமீன்ல வந்ததே பாதி ஜெயிச்ச மாதிரிதானே... மெட்ராஸ் ஹாஸ்பிடல்ல இருக்கிற அந்த சம்பத்தோட கண்டிஷன் ரொம்ப மோசமா இருக்கிறதாவும், கோமாலேர்ந்து மயக்கம் தெளியாமலேயே இறந்து போய்டலாம்ணும் விக்னேஷ் சொன்னான். அப்படி ஒருவேளை சம்பத் நினைவு திரும்பாமலேயே, கோர்ட்ல வந்து தான் செஞ்ச கொலையை ஒப்புக்காமலேயே இறந்துட்டா என்ன ஆகும் சார்?"

"கவலையே படாதீங்க நிர்மல். குற்றத்தை அவன்தான் செஞ்சான்னு நிரூபிக்க அவனுக்கு எதிரான சாட்சியங்கள் நிறைய இருக்கு. சம்பத் வாக்குமூலம் கொடுத்தது என்கிட்டான். அப்போது போலீஸ்காரங்க யாருமில்லை. அவன் வாய்வழியா என்கிட்டே சொன்ன வாக்குமூலத்தை பாப்பா, பார்வதி ரெண்டு பேரோட சாட்சியத்தோட கோர்ட்ல சொல்ல முடியும். அதையும் ஜட்ஜ் ஏத்துக்கலைன்னாலும், 'பெனஃபிட் ஆஃப் தி டவுட்'ங்கிற அடிப்படையில் எப்படியும் உங்களுக்கு விடுதலை வாங்கிக் கொடுத்துடுவேன்."

"தாங்க் யூ வெரிமச் சார்! உங்களுக்கு நான் எப்படி நன்றி சொல்றதுன்னே தெரியலை. மெட்ராஸ் போனதும் உங்களுக்கு செக் தர்றேன் சார்."

விஜயராகவன் ஏதோ ஹாஸ்யம் கேட்டவரைப் போல சிரிக்கத் துவங்க, நிர்மல்குமார் புரியாமல் பார்த்தான்.

"என்ன சார்... ஏன் சிரிக்கிறீங்க?"

"என்னோட ஃபீஸ் எவ்வளவுன்னு தெரிஞ்சிருந்தா இப்படி சிம்பிளா செக் தர்றேன்னு குழந்தைக்குக் கடலை மிட்டாய் கொடுக்கற மாதிரி சொல்லி யிருக்க மாட்டீங்க மிஸ்டர் நிர்மல்."

நிர்மல்குமாருக்கு அவர் தன் தகுதியையும், தன்மானத்தையும் தொட்டு விட்டாய்ப் பட்டது. லேசாக ஆத்திரம் வந்தது. சட்டென்று எழுந்து சென்று தன் சூட்கேஸைத் திறந்து செக் புத்தகம் எடுத்து வந்தான். விடுவிடு வென்று அவர் பெயர் எழுதி கையெழுத்துப் போட்டு விட்டு தொகை நிரப்பப்பட வேண்டிய கட்டத்தில் பேனாவை வைத்துக் கொண்டு, "சொல்லுங்க சார். உங்க ஃபீஸ் எவ்வளவு? இந்த ஒரே செக்குல அதை செட்டில் பண்றேன். எவ்வளவு சொல்லுங்க?" என்றான்.

விஜயராகவன் முகத்தில் சிரிப்பு மாறி, சீரியஸ்னெஸ் வந்தது.

"ஆர் யூ ஷ்யூர்? சரி நிரப்புங்க. அம்பது லட்சம்" என்றார்.

நிர்மல்குமார் திடுக்கிட்டான். "என்ன சார் விளையாடறீங்க?"

"நான் சீரியஸாதான் கேக்கறேன். கேக்க எனக்கு உரிமை இருக்கு. கொடுக்க உங்களுக்குக் கடமை இருக்கு.

"எந்த வகையில்?"

"நான் உண்மையான கேஸூக்கு வாதாடியிருந்தா வெறும் பத்தாயிரம் கூடப் போதும். ஆனா, இந்தத் தடவை நான் எடுத்துக்கிட்டிருக்கிறது பொய் கேஸாச்சே!"

"வாட் டு யூ மீன்?"

அவன் கண்களை நேராகப் பார்த்த விஜயராகவன் குரலைத் தாழ்த்திச் சொன்னார். "நிர்மல், ஒரு ஊர்ல ஒரு ரகசியமாம்.

   தீர்ப்பு தேடி வரும்

அது மூணே மூணு பேருக்குத்தான் தெரியுமாம். ஒருத்தர் நிர்மல்குமார். அவர் கடைசி வரைக்கும் ரகசியத்தை வெளில சொல்லவே மாட்டாராம். இன்னொருத்தர் சம்பத் அவர் உடம்பு தேறி மயக்கம் தெளிஞ்சா சொல்வாராம். மூணாவது நான். சம்பத் என்கிட்டான் எல்லாம் சொல்லிட்டான்னு சொன்னேனே நிர்மல். திவ்யாவைக் கொலை செய்றதுக்காக திட்டம் போட்டு அவன் ஊட்டி வந்தது வாஸ்தவம்தான். உங்க மணிபர்ஸைத் திருடினது வாஸ்தவம்தான். வேற பேர்ல வேற ஓட்டலுக்கு உங்களை மணிபர்ஸ் வாங்கிக்க வரச் சொன்னதும் வாஸ்தவம்தான். நீங்க புறப்பட்டுப் போறவரைக்கும் காத்துக்கிட்டிருந்துட்டு கத்தியோட உங்க காட்டேஜுக்குப் போனானா? கதவைத்தட்ட அவசியமே இல்லாம லேசா கதவு திறந்தே இருந்திச்சு. இவன் உள்ளே போய்ப் பார்த்தா... கத்திக் குத்தப்பட்டு ஏற்கெனவே இறந்து போய் திவ்யா கிடந்தா. அது எப்படி நிர்மல்?''

நிர்மல்குமார் கர்சீப் எடுத்து நெற்றியில் துளிர்த்த வியர்வையை ஒற்றிக்கொண்டான். "என்னசார்... புதுசா ஏதேதோ சொல்றீங்க?''

"நான் எதுவும் புதுசா சொல்லலை சார். சம்பத் என்கிட்ட சொன்னதை அப்படியே சொல்றேன். அதாவது, உங்க மனைவியை நீங்களே கொலை செஞ்சுட்டு திருட்டுக்காக நடந்த கொலை மாதிரி செட்டப் செஞ்சுட்டு நீங்க நைஸா போய்ட்டீங்க. அப்படின்னு நான் சொல்லலை சார். சம்பத் நினைச்சானாம். அது யார் செஞ்ச கொலையா இருந்தாலும் சரி, போலீஸ்ல நீங்க அழுத்தமா மாட்டிக்கணும்னு அவன் கொண்டு வந்த மணிபர்ஸை சூட்கேஸ்ல வெச்சுட்டு சைலண்ட்டா நழுவிட்டான். சம்பத் கோமாலேர்ந்து விடுபட்டு நாளைக்குக் கோர்ட்டுக்கு வந்தாலும் இதையேதான் சொல்லப் போறான் நிர்மல்.''

நிர்மல்குமார் தன் கைவிரல்களின் லேசான நடுக்கத்தை மறைக்க, பாண்ட் பாக்கெட் இரண்டுக்குள்ளும் கைகளைச் செலுத்திக் கொண்டான்.

"நிர்மல், நான் கேட்ட அம்பது லட்சம் ரெண்டு காரியத்துக்காக... நீங்க இந்த சிக்கல்லேர்ந்து விடுபட்டு நிரந்தரமா

விடுதலையாகணும்னா சம்பத் நினைவு திரும்பாமலேயே சாகணும். அதுக்கெல்லாம் கச்சிதமா காரியம் செய்ய என்கிட்ட ஆளுங்க இருக்காங்க நிர்மல். ரெண்டாவது. சம்பத் என்கிட்ட சொன்ன உண்மையான வாக்குமூலத்தை நான் போலீஸ் கிட்டேயோ இல்லை கோர்ட்லயோ சொல்லாம என் மனசுக்கடியில போட்டுப் புதைக்க வேண்டியிருக்கே. அம்பது லட்சம் சம்பாதிக்க எனக்கு ஒரு ஆயுள் வேணும். நீங்க நாளைக்கே ரெண்டு படத்துக்கு கமிட் செஞ்சுக்கிட்டு அட்வான்ஸ் வாங்கிக் கொடுத்துட முடியும். லாபமில்லாம நான் இப்படித் தீவிரமா இறங்கியிருப்பேனான்னு நீங்க யோசிச்சிருக்கணும். கமான், நிரப்புங்க நிர்மல்" என்றார் விஜயராகவன் உத்தரவாக.

சுவரில் பிடிப்பு நழுவி விழுகிற பல்லி போல நிர்மல் குமார் சொத்தென்று சோபாவில் அமர்ந்தான். எச்சில் விழுங்கினான். தயங்கிக் கேட்டான்.

"அம்பது லட்சம் கொடுத்துட்டா எந்த ப்ராப்ளமும் இல்லாம செஞ்சிடுவீங்களா?"

"ஷ்யூர். அதே சமயம் போலீஸ் தரப்பை இன்னும் பலவீனப்படுத்தணும். அதுக்கு நீங்க என்னென்ன தப்புகள் இந்தக் கொலையில செஞ்சிருக் கீங்கன்னு எனக்குத் தெரியணும்.

"சார்... சரியா சொல்லணும்னா அது கொலையே இல்லை. ஒரு வகை விபத்து. சார், மெட்ராஸை விட்டு கார்ல நாங்க புறப்பட்டப்போ சத்தியமா எனக்கு இந்த மாதிரி நோக்கம் எதுவும் கிடையாது. ஹனிமூன் மாதிரிதான் புறப்பட்டு வந்தோம்.

திவ்யாவை நான் விரும்பித்தான் கட்டிக்கிட்டேன். ஆனா, அவளுக்குப் படிப்பு கம்மி. அதனால நாலு இடத்துக்கு அழைச்சிட்டுப் போனா சின்னச் சின்ன அவமானங்கள் வரும். திவ்யாவுக்கு ஆரம்பத்துல இந்தக் கல்யாணத்துல பிடிப்பு இல்லாம இருந்துச்சு. அப்புறம் என்மேல அன்பு காட்டினா. அந்த அன்பு சந்தேகமா மாறிச்சு. எப்பப் பார்த்தாலும் என்னைச் சந்தேகப்பட்டுக் கேள்வி கேட்க ஆரம்பிச்சா. ஷூட்டிங்லேர்ந்து டென்ஷனா வீட்டுக்கு வந்தா, வீட்டிலயும் டென்ஷன்.

தீர்ப்பு தேடி வரும்

அப்போதான் பரணியோட பழக்கம் ஏற்பட்டது. எங்க ரெண்டு பேர் ரசனைகளும் ஒண்ணா இருந்திச்சு. அவளோட அன்பும் நட்பும் எனக்கு இதமா இருந்திச்சு. என் வாழ்க்கை பூரா பரணி என் பக்கத்தில இருக்கணும்னு மனசு ஏங்க ஆரம்பிச்சது. நாலு நாளைக்கு பரணியைப் பார்க்கலைன்னா எனக்குப் பைத்தியம் பிடிச்ச மாதிரி இருக்கும். பக்குவமா எடுத்துச் சொல்லி திவ்யாவோட சம்மதத்தோட பரணியை ரெண்டாவது மனைவியாக்கிக்க ஆசைப்பட்டேன்.''

நிர்மல்குமார் டீப்பாய் மேலிருந்த தண்ணீர் எடுத்துக் குடித்துவிட்டுத் தொடர்ந்தான்:

''சம்பவம் நடந்த அன்னிக்கு நான் கொஞ்சம் விஸ்கி சாப்பிட்டு தைரியம் வரவழைச்சுக்கிட்டேன். திவ்யாகிட்ட ரொம்ப நிதானமா பரணியைப் பத்தி சொல்ல ஆரம்பிச்சேன். அவ முழுசும் கேட்டுக்காம பொறுமை இல்லாம கத்தினா. சாமி வந்தவ மாதிரி தலைகாணியெல்லாம் தூக்கியெறிஞ்சு ஆர்ப்பாட்டம் பண்ண ஆரம்பிச்சா.

கிட்டத்தட்ட ஒரு ஹிஸ்ட்டீரியா பேஷண்ட் லெவலுக்குப் போய்ட்டா. என்தலை முடியைப் பிடிச்சுக்கிட்டு அறைஞ்சா. என் கழுத்தைப் பிடிச்சா. எனக்கு ஆத்திரம் அதிகமாச்சு. ஏற்கெனவே மது சாப்பிட்ட போதை வேற. ஒருவித மிருக ஆவேசம் எனக்கு வந்துச்சு. பக்கத்தில் இருந்த பழம் நறுக்கற கத்தியை எடுத்து என்ன செய்றோம்னு யோசிக்காம சரக்குன்னு குத்திட்டேன்.'

நிர்மல்குமாரின் கண்கள் அகலமாக விரிந்தன.

''பத்து நிமிஷம் கழிச்சுத்தான் நடந்த விபரீதத்தோட அர்த்தமே எனக்கு உறைச்சது. கொலையில நான் சிக்காம இருக்க என்ன செய்யறதுன்னு யோசிச்சேன். நகை திருட்டுக்காக நடந்த கொலை மாதிரி செட்டப் செஞ்சேன். கழட்டின நகைகளை மடத்தனமா என் சொந்த கர்சீப்புலேயே சுத்தி எடுத்துக்கிட்டது ஒரு பெரிய தப்பு. கத்தியிலேய கைரேகை துடைச்சேன். அதுக்கு கொஞ்ச நேரம் முன்னாடி மணிபர்ஸ் வாங்கிக்க வரச் சொன்ன போன் காலை எனக்குச் சாதகமா பயன்படுத்தி குற்றம் நிகழ்ந்தப்ப நான் மணிபர்ஸ் தேடிப் போனதா ஸ்தாபிக்க நினைச்சேன்.

ரிசப்ஷன் கௌண்ட்டர்ல வேணும்னு பேச்சுக் கொடுத்ததோட இண்டர்காம்ல திவ்யா கிட்ட பேசற மாதிரி நடிச்சிட்டு காட்டேஜுக்குப் பால் அனுப்பச் சொல்லிட்டு கார்ல புறப்பட்டேன். பால் கொண்டு போகும் பையன் கதவைத் தட்டாமல் உள்ளே செல்ல சௌகரியமா ரூம் கதவை லேசா திறந்து வெச்சுட்டு வந்திருந்தேன். லேக் போய் நகை மூட்டையை வீசிட்டு ஓட்டல் ரெயின்போ டவர்ஸ் போனேன். அதனால்தான் கொஞ்சம் லேட் ஆயிட்டது. அதைப் பத்திக் கேட்டப்ப, 'போற வழியிலே வண்டி நின்னு போச்சு... ஒருவர் உதவி செய்தார். அதனால் லேட்டு'ன்னு போலீஸ்ல பொய் சொன்னேன். நகை மூட்டையை வீசறதை யாரும் பார்க்கலேன்னு நினைச்சுக்கிட்டு இருந்தேன். அதையும் யாரோ பார்த்திருக்காங்க.''

நிர்மல்குமார் எழுந்து கொண்டு மெதுவாக உலாத்தியபடி மேலும் தொடர்ந்தான். "அங்கே போனா எனக்கு ஷாக். அந்தப் பேர்ல யாரும் இல்லை. நான் நெனைச்ச மாதிரி இங்கே போலீஸ் வந்தாச்சுன்னாலும் தொலைந்து போன மணிபர்ஸை என் சூட்கேஸ்லேருந்து எடுக்கிறாங்க. எனக்கு இன்னொரு ஷாக்! என்னை நல்லா மாட்டி விடறதுக்காக யாரோ செஞ்ச சதின்னு க்ளீனா புரிஞ்சது. கடைசிவரைக்கும் நான் கொலை செய்யலைன்னு சாதிக்கணும்னு தீர்மானிச்சேன். அதுக்கப்புறம் பொறுப்பை நீங்க எடுத்துக்கிட்டீங்க. இதிலயும் எனக்கு அதிர்ஷ்டம் பாருங்க. அந்த சம்பத்தைப் பிடிச்சிட்டு வந்து கோர்ட்ல நிறுத்தி இருந்தா உங்ககிட்ட சொன்ன மாதிரி எல்லாத்தையும் சொல்லியிருப்பான். மத்தவங்க எல்லாம் உண்மை தெரியாம, 'சம்பத் சீக்கிரமே மயக்கம் தெளிஞ்சு கோர்ட்டுக்கு வந்து என்னைக் காப்பாத்தணும்'னு வேண்டிக் கிட்டிருக்காங்க. ஆனா, அவன் சாட்சி சொன்னா நான் தப்பமுடியாதுன்னு எனக்குத் தெரிஞ்சதனால அவன் கோமாவிலேர்ந்து தெளிவுக்கு வராமலேயே செத்துப் போய்டணும்னு வேண்டிக்கிட்டு இருக்கேன்.''

விஜயராகவன் எழுந்து கொண்டு, "கவலைப்படாதீங்க. உங்க வேண்டுதல் எப்பவோ பலிச்சிடுச்சு. சம்பத் இப்போ உயிரோட இல்லை'' என்றார்.

                     தீர்ப்பு தேடி வரும்

திடுக்கிட்ட நிர்மல்குமார் குழப்பமாக அவரைப் பார்த்தான்.

"ஆமாம்! பின் மண்டையில பலமா அடி வாங்கிய சம்பத்துக்கு ஆஸ்பத்திரிக்குக் கொண்டு போறவரைக்கும் தான் உயிர் இருந்துச்சு. 'அவன் சாகலை. உயிரோட ஆனா, உணர்வில்லாம கோமால இருக்கான்'னு நாங்க ஒரு நாடகமாடினோம். நாங்கன்னா நான், கனம் நீதிபதி, அப்புறம் ஊட்டி சூப்பரின்டென்டெண்ட் ஆஃப் போலீஸ்! நாடகத்தோட முதல் காட்சிதான் உங்களுக்கு வழங்கப்பட்ட ஜாமீன். நாடகத்தோட க்ளைமாக்ஸ்தான் இப்போ நாம பேசிக்கிட்டிருக்கிறது."

விஜயராகவன் சிரித்தார். தன் சட்டைப் பாக்கெட்டிலிருந்து ஒரு வயர்லெஸ் மைக்ரோபோனை எடுத்து டீப்பாய் மேல் வைத்தார்.

அறையின் கதவைத் தள்ளி திறந்து கொண்டு எஸ்.பி., நீதிபதி, பப்ளிக்பிராஸிகியூட்டர் மற்றும் விக்னேஷ் உள்ளே வந்தார்கள்.

நிர்மல்குமார் அதிர்ச்சியில் உறைந்து போய் நின்றிருந்தான்.

"ஸாரி, மிஸ்டர் நிர்மல். இவ்வளவு நேரம் நீங்க கொடுத்த வாக்குமூலத்தை இவங்க வெளியில இருந்து கேட்டுக்கிட்டதோட இல்லாம டேப்புல பதிவும் செஞ்சுட்டாங்க. இந்தக் கேஸைப் பொறுத்தவரைக்கும் கொலையைக் கண்ணால பார்த்த சாட்சி யாரும் இல்லை. கொலை ஆயுதத்தில உங்க கைரேகை இல்லை. உண்மை தெரிஞ்ச சம்பத் விபத்துல இறந்துட்டான்.

ஆனால், அவன் கடைசியா என்கிட்ட சொன்ன வாக்கு மூலமும் அதை உண்மைன்னு சொல்ல பாப்பா, பார்வதி சாட்சியமும் மற்ற சந்தர்ப்ப சாட்சியங்களும் போதும், உங்களைக் குற்றவாளின்னு நிரூபிக்க அதையே மேலும் பலப்படுத்த உங்க நேரடி ஒப்புதல் வாக்குமூலமும் இருந்தா நல்லதுன்னு பட்டது. அதுக்காகத்தான் நான் பிளாக்மெயில் பண்ற மாதிரி பேசி உங்களைப் பேச வெச்சேன். என்னோட கட்சிக்காரன் நிஜம் பேசறானா இல்லையான்னு ரொம்ப சரியா கணிக்கிறவன் நான்.

என்னை நீங்க தடுமாற வெச்சுட்டீங்க. உண்மைக்காக மட்டுமே வாதிடறவன் நான். சட்டத்தோட ஓட்டைகளைப் பயன்படுத்தி எந்தக் குற்றவாளியும் தப்பறதை நான் அனுமதிக்க மாட்டேன். அது என் கட்சிக்காரனாகவே இருந்தாலும் சரி. நீங்க சினிமா நடிப்புல சிறந்த நடிகர் அவார்டு வாங்கியிருக்கலாம் நிர்மல். ஆனா, நிஜ வாழ்க்கையில ஆக்ட் பண்றது ரொம்பக் கஷ்டம்..." என்றார் விஜயராகவன்.

நிர்மல்குமார் தலையைக் குனிந்து நின்றான்.

எஸ்.பி.உத்தரவிட அந்த கான்ஸ்டபிள் விலங்கோடு நிர்மல்குமாரை நெருங்கினார்.

* * *

காரை அமைதியாக ஓட்டின விக்னேஷ் திரும்பி விஜயராகவனிடம் கேட்டான். "எனக்கொரு சந்தேகம்... சம்பத் உண்மையை கோர்ட்ல வந்து தைரியமா சொல்லியிருக்கலாமே. ஏன்னா அவன் கொலை செய்யலை. பின்னே எதுக்காக அவன் தப்பிக்க முயற்சி செஞ்சான்?"

"அவன் என்கிட்ட உண்மைகளைச் சொல்லிட்டு ஒரு கேள்வி கேட்டான். 'நீங்களோ நிர்மல்குமாரோட வக்கீல். அவனைக் காப்பத்தறதுதான் உங்க நோக்கமா இருக்கும். நான் கொலை செய்யலைங்கறது உண்மை. ஆனா, கொலை செய்யற நோக்கத்தோட திட்டம் போட்டேன். செயல்பட்டேன். எனக்கும் கொலை செய்ய கச்சிதமான காரணங்கள் பொருத்தமா இருக்கு. அதனால நீங்க திடீர்னு வழக்கை திசைதிருப்பி நான்தான் கொலை செஞ்சேன்னு சொல்ல மாட்டீங்கன்னு என்ன நிச்சயம்?'னு கேட்டான். 'அப்படி இல்லைப்பா. நான் உண்மைக்காகப் போராடறவன்'னு சொன்னேன். ஆனா, அவனுக்கு என்மேல் நம்பிக்கை வரலை போலிருக்கு. தப்பிச்சுப் போய் தலைமறைவாயிட்டா நிர்மல்குமார் தண்டிக்கப்படுவான்னு நினைச்சிருக்கான். புவர் பாய்!" என்ற விஜயராகவன் தன் பைப்பைப் பற்ற வைத்துக் கொண்டார்.

கார் மலைப்பாதையில் இருட்டைத் துளைத்துக் கொண்டு நிதானமாக இறங்கிக் கொண்டிருந்தது. காரின் வெளிச்சம் தடவி நகர்ந்த ஒரு சுவரில், 'வெற்றி என் வாசலில்' என்ற ஒரு சினிமாப்பட போஸ்டரில் நிர்மல்குமார் சிரித்துக் கொண்டிருந்தான்.

———◦◦———